तळमावल्याचे दिवस

प्रा. पुरुषोत्तम शेठ

तळमावल्याचे दिवस

प्रा. पुरुषोत्तम शेठ

दिलीपराज प्रकाशन प्रा. लि.
२५१ क, शनिवार पेठ, पुणे - ४११ ०३०.

तळमावल्याचे दिवस / TAMAVALYANCHE DEEVAS

- **प्रकाशक -** राजीव दत्तात्रय बर्वे, मॅनेजिंग डायरेक्टर,
दिलीपराज प्रकाशन प्रा. लि.,
२५१ क, शनिवार पेठ, पुणे - ४११ ०३०

- **प्रकाशनाचे हक्क -** पुरुषोत्तम शेठ
९२९, रविवार पेठ, सातारा.

- **द्वितीयावृत्ती -** १ ऑगस्ट २०१०

- **प्रकाशन क्रमांक -** ७२३

- **ISBN** 81 - 7294 - 120 - X

- **टाईपसेटिंग** पितृछाया मुद्रणालय,
९०९, रविवार पेठ, पुणे - ४११ ००२

- **मुखपृष्ठ -** कैवल्य राम मशिदकर

'दिलीपराज प्रकाशन प्रा. लि.'च्या नवीन पुस्तकांची यादी व माहिती हवी असल्यास आपला पत्ता, दूरध्वनी क्रमांक किंवा Email आमच्या diliprajprakashan@yahoo.in या Email address वर पाठवावा किंवा आमच्याशी दूरध्वनी क्रमांक फॅक्ससहित : ०२०-२४४८३९९५/ २४४९५३१४ / २४४७१७२३ यावर संपर्क साधावा.
आमच्या वेबसाईटला एकदा अवश्य भेट द्या.

Website: *www.diliprajprakashan.com*

तळमावल्याच्या दिवसांसाठी
ज्या डॉ. बापूजी साळुंखे यांनी त्याग केला,
बोट धरून चालायला शिकविले, त्यांना...

माझ्या विचारांना बैठक देणारे
कै. लालजी कुलकर्णी, भाई वैद्य व
कै.गुरुवर्य ग. प्र. प्रधान यांना...

तळमावल्यात माझ्याबरोबर श्रमतीर्थावर
राबलेल्या सर्व प्राध्यापक, सेवक
व कर्मचारी मित्रांना,

माझ्या पत्नीने माझ्यासाठी एकाकिपणाची
कैद पत्करली,
मला सृजनाचा आनंद मिळू दिला,
त्या सौ. दमयंतीला...

ज्या अभयकुमार साळुंखे यांनी निर्भयतेचे,
प्रयोगांचे स्वातंत्र्य दिले,
कोकणी ताड-माड जे करत होता,
त्याला शिंपण केले त्यांना...
व
ज्या अनेक मित्रांनी तळमावल्याच्या निसर्गासाठी
आपली थैली खुली केली त्या दानत असलेल्या
मित्रांना,

शासकीय अधिकाऱ्यांना, ज्यांनी लाल फित ही
हिरव्या मनासाठी तोडून टाकली त्यांना...

संघर्षमय वाटचालीचे
हृदयस्पर्शी निवेदन

ज्या कॉलेज विद्यार्थ्यांशी माझा निकटचा संबंध राष्ट्रसेवा दलामुळे आला त्यांच्यापैकी पुरुषोत्तम शेठ यांच्याशी सुरुवातीपासून माझे ऋणानुबंध जमले आणि गेल्या चाळीस वर्षांत ते अधिकाधिक दृढ होत गेले. शेठ यांची ध्येयवादी वृत्ती, अध्ययन व अध्यापन यांवरील त्यांची निष्ठा आणि सत्याची कास धरून काम करताना कितीही अडचणी आल्या तरी निर्धारपूर्वक त्यांच्यावर मात करण्याचा त्यांचा स्वभाव यामुळे पुरुषोत्तम शेठ यांच्याबद्दल माझ्या मनात गाढ स्नेहभाव आहे. त्यांच्या संस्कारक्षम वयात त्यांनी मला पाहिल्यामुळे ते मला गुरुस्थानी मानतात; वयाने मी त्यांच्यापेक्षा बराच मोठा आहे, परंतु अनेक बाबतीत विशेषत: ग्रामीण भागात अनेक संघर्षांना तोंड देत शैक्षणिक काम करण्याच्या बाबतीत ते माझ्यापेक्षा फार मोठे आहेत. जे व्हावे असे मी बोललो, ते त्यांनी करून दाखविले. त्यामुळे मला त्यांच्याबद्दल अभिमान वाटतो. सातारा जिल्ह्यातील पाटण तालुक्यातील तळमावले या दुर्गम लहानशा गावात पुरुषोत्तम शेठ हे प्रथम प्राध्यापक म्हणून गेले आणि त्यानंतर काही वर्षांनी प्राचार्यपदाची सूत्रे हाती घेऊन त्यांनी हे कॉलेज नावारूपाला आणले. विद्यापीठ अनुदान मंडळाने प्रा. शेठ यांचे काम पाहून त्यांच्या अनेक योजनांसाठी त्यांना भरघोस साहाय्य केले. ही एका परीने त्यांच्या कामाची पावतीच आहे. अनेक आव्हाने स्वीकारीत, अनेक अडचणींना तोंड देत शेठ यांनी तळमावल्याच्या काकासाहेब चव्हाण महाविद्यालयात आणि आजूबाजूच्या परिसरातही जे काम केले ते असामान्य आहे. हे

पुस्तक म्हणजे प्रा. शेठ यांच्या जीवनातील संघर्षमय दशकाची कहाणी आहे, त्यांच्या शिक्षणक्षेत्रातील सृजनशील प्रयत्नांची गाथा आहे.

ग्रामीण भागातील महाविद्यालये हा उच्चभ्रू पांढरपेशांच्या उपहासाचा विषय आहे हे मला माहीत आहे. माझा मात्र तो जिव्हाळ्याचा विषय आहे. अनेक महाविद्यालयांत दिले जाणारे शिक्षण असमाधानकारक आहे हेही मी पाहिले आहे. त्याचबरोबर गरिबीत शिक्षण घेणाऱ्या शेतकऱ्यांच्या मुलामुलींना चांगले शिकविण्यासाठी, त्यांच्यावर सुसंस्कार करण्यासाठी सतत धडपड करणारे अनेक प्राध्यापक आणि प्राचार्य माझे मित्र झाले आहेत. कॉलेजांचे वाटोळे करणारे काही संस्थाचालक आहेत आणि कॉलेजसाठी सर्व तऱ्हेची झीज सोसणारे संस्थाचालकही मला माहीत आहेत. पुरुषोत्तम शेठ हे एम. ए. झाले असताना त्यांची आणि बापूजी साळुंखे यांची गाठ पडली ती अगदी आकस्मिकपणे. बापूजींच्यामुळे ते सुरुवातीस शिक्षक झाले आणि काही दिवसांनी बापूजींनी कोल्हापूरला त्यांची प्राध्यापक म्हणून श्री स्वामी विवेकानंद शिक्षण संस्थेच्या कॉलेजमध्ये नेमणूक केली. बापूजी साळुंखे आणि मी पुणे विद्यापीठाच्या सिनेटचे सदस्य असताना आमची ओळख झाली होती. मी त्यांच्याशी पुरुषोत्तम शेठ यांच्याबद्दल बोललो, तेव्हा ते चटकन म्हणाले, ''शेठ कष्टाळू आहेत. गरीब विद्यार्थ्यांबद्दल त्यांना प्रेम आहे. म्हणूनच मी त्यांना आमच्या संस्थेत घेतले.'' कोल्हापूर, इचलकरंजी, सातारा अशा शहरांतील महाविद्यालयांमध्ये अध्यापन करीत, प्राध्यापक संघटनेतही धडाडीने पुढाकार घेऊन शिक्षकांच्या न्याय्य हक्कांसाठी झगडण्यात रंगून गेलेल्या प्रा. शेठ यांना जेव्हा तळमावल्यास जायला संस्था संचालकांनी सांगितले, त्यावेळी प्रथम ते काहीसे विचलित झाले. परंतु माझे ज्येष्ठ स्नेही आणि पुरुषोत्तमवर पित्याप्रमाणे प्रेम करणारे लालजी कुलकर्णी आणि शेठ यांना लहान भावाप्रमाणे मानणाऱ्या श्रीमती ताई देशमुख यांनी त्याला हे आव्हान स्वीकारायला सांगितले आणि प्रा. शेठ, सर्व कौटुंबिक अडचणी असतानाही आनंदाने तळमावल्यास गेले. ''जबाबदाऱ्या टाकल्या तरच माणसांची कसोटी लागते'' हे बापूजी साळुंखे यांच्या कार्यपद्धतीतील एक

सूत्र होते आणि म्हणूनच श्री स्वामी विवेकानंद शिक्षण संस्थेच्या संस्था संचालकांनी विश्वासाने आणि मोठ्या अपेक्षेने प्रा. शेठ यांना तळमावल्यास पाठविले. त्यांचा अंदाज बरोबर ठरला. राष्ट्रीय सेवा योजनेच्या शिबिरामुळे प्रा. शेठ यांचे तळमावल्याशी नाते जुळले, तेथील विद्यार्थ्यांमध्ये, गावातील गरीब माणसांमध्ये ते रमले आणि अनेक आंबटगोड अनुभव घेत, अनेक ठेचा खात तळमावल्याच्या मातीतच त्यांच्या व्यक्तिमत्त्वाचे रोपटे बहरले. ग्रामीण भागात कॉलेज चालविणे हा शैक्षणिक आणि सांस्कृतिक कलम करण्याचा प्रयोग आहे. पंचवीस तीस वर्षांपूर्वी तो फारच कठीण होता. खेड्यातील मुलांच्या सवयी वेगळ्या, भाषा वेगळी, शाळेत शिकण्याची रीतही वेगळी. तेथे सार्वजनिक आरोग्य म्हणजे काय यावर व्याख्यान देऊन चालत नाही. जे करायला हवे ते करून दाखवावे लागते. शेठ सरांनी अशा नवनवीन गोष्टी सहकाऱ्यांच्या मदतीने केल्या. सुरुवातीस त्यांना विरोध झाला. परंतु ते खंबीरपणे उभे राहून वेगवेगळी कामे करायला लागल्यावर गावकऱ्यांच्या आणि विद्यार्थ्यांच्या मतांमध्ये बदल होऊ लागला आणि पुढे पुढे विद्यार्थ्यांचा उत्स्फूर्त प्रतिसाद त्यांच्या उपक्रमांना मिळू लागला. हे अनुभव प्रा. शेठ यांनी प्रांजळपणे, कोणताही भावुकपणा न आणता कथन केले आहेत. काही सहकारी त्यांच्या बरोबर असत, काहीजण त्यांची खिल्ली उडवण्याचा प्रयत्न करीत. काही तटस्थ वा उदासीन असत. शेठ सरांनी कोणावर काही लादले नाही; मात्र त्यांना जे करणे आवश्यक वाटे त्याबद्दल ते आग्रहाने बोलत. बोटचेपेपणा करून माघार घेणे हे त्यांच्या स्वभावात नाही. महाविद्यालय हे बेट नसते, गावच्या जीवनाचा तो एक भाग असतो. हे शेठसर कधी विसरले नाहीत. महाविद्यालय चांगले चालायचे असेल तर गावही काही बाबतीत सुधारले पाहिजे हे त्यांना माहीत होते. तळमावल्यातल्या लहान मुलांना खेळण्यासाठी त्यांनी केलेली बाग आणि खेळासाठी मिळविलेली साधने आणि सुविधा यांमुळे गावकऱ्यांना त्यांच्याबद्दल कशी आपुलकी वाटू लागली हे मी पाहिले आहे.

स्त्री-पुरुष संबंध ही जीवनातील अत्यंत नाजुक बाब. ग्रामीण महाविद्यालयात एखाद्या विद्यार्थ्याकडून या बाबतीत चूक

झाली तर असा विस्फोट होतो याची हकीकत शेठसरांनी सांगितली आहे. मागास समाजातील एका विद्यार्थ्याची झालेली गैरसमजूत आणि त्यामुळे त्याने केलेले गैरवर्तन, त्याच्यावर धावून आलेले अन्य विद्यार्थी आणि गावकरी, त्या विद्यार्थ्याला वाचविण्यासाठी स्वत:च्या अंगावर सळईचा मार घेणारे शेठ सर आणि या अडचणीतून त्यांनी कसाबसा काढलेला मार्ग—ही सारी हकीकत त्यांनी दहा-बारा ओळींत सांगितली आहे. ती वाचताना तळमावल्यासारख्या गावात कॉलेज चालविणे किती कठीण आहे, याची कल्पना येते. पुरुषोत्तम शेठ यांनी लिहिले आहे की, अशा प्रसंगाला तोंड देताना सशाचे काळीज असून चालत नाही. निर्भयतेमुळे अनेक प्रसंगांतून ते कसे निभावले हे शेठसरांनी अगदी मोजक्या शब्दांत, तरीही परिणामकारकपणे सांगितले आहे. त्यांच्या निवेदनात कोठे अतिशयोक्ती वा आत्मप्रौढी नाही. काय घडले, काय केले ते थोडक्यात सांगितलेले आहे. या निवेदनातील निखळ प्रामाणिकपणाने माझ्या मनाचा वेध घेतला.

तळमावल्यात अशा अनुभवांतून जाताना शेठसरही काही बाबतीत बदलले. पूर्वीचा त्यांचा तापटपणा गेला. भावविवशता संपली. वास्तवाचे भान आले. निंदा-स्तुती यांना किती किंमत द्यावयाची हे त्यांनी ओळखले. तळमावल्यात काम करताना शेठसरांना सामर्थ्याचे पाझर लाभले ते ग्रंथांच्या आणि निसर्गाच्या सहवासात. त्यांची झाडांशी जशी मैत्री जुळली तसेच ग्रंथ हे गुरू त्यांना भावत गेले. तळमावल्यात पुरुषोत्तम शेठ यांनी ऋतुचक्र अनुभवले. नवीन झाडे लावली. तेथे पक्ष्यांचे सुरू झालेले कूजन ऐकले. या आत्मकथनाच्या ओघात निसर्गाचे वर्णन करताना शेठसरांच्या लेखणीला काव्याचा स्पर्श होतो. ही सारी वर्णने मुळातूनच वाचली पाहिजेत. एका ठिकाणी त्यांनी लिहिले आहे की, महाविद्यालयातील विद्यार्थ्यांच्या मनावर त्यांनी केलेला निसर्गप्रेमाचा संस्कार हा त्यांच्या जीवनातील साफल्याचा ठेवा आहे. एका मुलाने डाळिंबे तोडली. तेव्हा शेठसरांनी त्याच्या पालकांना बोलावले आणि कुऱ्हाड देऊन सांगितले, 'सगळी डाळिंबाची झाडे तोडा.' त्या पालकाने आपल्या मुलाचा गाल लाल केला. शेठसरांनी येथे लिहिले आहे.— 'या छोट्याशा कृतीचा परिणाम विद्यार्थ्यांवर

झाला. सर्वजण हिरवे बनले.'

शेठसरांना जे सहकारी प्राध्यापक मिळाले त्यांच्यापैकी काहींनी त्यांना मनापासून साथ दिली. सर्वांचीच त्यांच्याशी तार जुळली नाही. काही जण त्यांना सतत विरोध करीत. एकाची तर मजल शेठसरांची बदनामी करण्याकरिता वेडीवाकडी पत्रे लिहिण्यापर्यंत गेली. शहरात ज्यांच्याशी आपले पटत नाही त्यांना आपण टाळू शकतो. ग्रामीण महाविद्यालयात हे शक्य नसते. याचा मनावर फार ताण येतो. शेठसरांनी एका ठिकाणी लिहिले आहे, "मीही शेवटी मातीचाच माणूस आहे."

एका वेळी प्राध्यापक संघटनेचे काम करणाऱ्या शेठसरांना प्राचार्य म्हणून काम करताना अनेकदा तारेवरची कसरत करावी लागली. प्राध्यापकांच्या हक्काच्या रक्षणाची पूर्वीची भूमिका सोडायची नाही आणि त्याचवेळी तळमावल्यातील विद्यार्थ्यांना शिकविण्यात जर कोणी कुचराई केली तर ते खपवून घ्यायचे नाही, या दोन गोष्टींचा समतोल साधण्याची धडपड करताना अनेकदा त्यांच्या मनाची उलघाल झाली. त्यावेळी विद्यार्थ्यांशी असलेल्या बांधिलकीला त्यांनी अग्रक्रम दिला. एका लेखनिकाने त्यांच्या खोट्या सह्या करून पैशाचा अपहार केला. तेव्हा शेठसर उघड्या चौकशीला सामोरे गेले. हा प्रसंग घडल्याचे कळले तेव्हा मी फार अस्वस्थ झालो होतो. शेठ सरांनी ही सारी घटना अत्यंत संयमाने सांगितली आहे. शेठसरांनी त्यांना साथ देणारे त्यांचे सहकारी, त्यांना तत्परतेने साहाय्य करणारे शासकीय अधिकारी, त्यांच्या अडचणी दूर करणारे आमदार विलासराव पाटील आणि त्यांना सतत खंबीर पाठिंबा देणारे डॉ. बापूजी साळुंखे आणि प्राचार्य अभयकुमार साळुंखे— या सर्वांचा विविध प्रसंगांच्या निमित्ताने कृतज्ञतापूर्वक उल्लेख केला आहे. सामाजिक कार्य करणाऱ्या अनेक व्यक्तींनी आणि संस्थांनी दूर, आडवळणात वसलेल्या तळमावल्यात जाऊन प्राचार्य शेठ यांना साहाय्य केले. पु. ल. देशपांडे आणि नानासाहेब गोरे यांनी त्यांना विशिष्ट प्रकल्पांसाठी भरघोस मदत दिली. हे सर्व वाचताना आपल्या समाजात सत्कार्याबद्दल केवढी आस्था आहे हे समजून येते. त्यापेक्षाही शेठसरांना, 'ही टेकडी उतरा', हे सांगणारे विद्यार्थी त्यांनी वानप्रस्थाश्रमात तळमावल्यालाच यावे

असे म्हणाले, त्यावेळी त्यांची तपश्चर्या फळाला आली हे लक्षात आले. शेठसरांनी तळमावल्यात जशी अनेक झाडे लावली, तशाच महाविद्यालयाच्या विभागांसाठी इमारतीही उभ्या केल्या. हे करताना अननुभवामुळे ग्रंथालयाशेजारी एक उंच इमारत त्यांनी बांधली आणि ग्रंथालयातील प्रकाशच लोपला. शेठसरांनी ही त्यांची चूकही मनमोकळेपणाने सांगितली आहे.

प्राचार्य शेठ यांच्यावर एक खुनी हल्ला करण्याचाही प्रयत्न झाला. डॉ. विनीता पाठक यांनी ढकलल्यामुळे सर वाचले. त्यांनी त्यावेळी निर्भयपणाने ''मी ही माझ्या कुऱ्हाडीला धार देत आहे'' असे सांगितले तेव्हा गुंडांना जरब बसली. मात्र गावकऱ्यांनी जेव्हा त्या हल्ला करणाऱ्या माणसाला पकडून आणला, तेव्हा शेठसरांनी त्याला क्षमा केली आणि त्याला विवेकानंद संस्थेला १५१ रुपये द्यायला सांगितले. गावकरी स्तिमित झाले. शेठसरांनी मनात काही ठेवले नाही. त्यांनी लिहिले आहे, ''मी कडवटपणा ठेवला नाही. कारण द्वेषातून द्वेषाचीच बीजे पेरली जातात. बाभळीची झाडे लावून आंबे चोखता येत नाहीत.'' या आत्मनिवेदनात विखुरलेल्या अशा वाक्यांतूनच आपल्याला शेठसरांची ओळख पटते.

तळमावल्यातील दहा वर्षांच्या कालखंडात शेठसरांना काही दुःखद अनुभवही आले. त्यांच्या मेव्हणीच्या मृत्यूचा प्रसंग त्यांनी थोडक्यात चित्रित केला असला तरी त्याची दाहकता जाणवतेच.

प्राचार्य पुरुषोत्तम शेठ यांचे 'तळमावल्याचे दिवस' वाचताना तळमावल्यात प्राध्यापक व प्राचार्य असताना अनेक कसोट्यांना ते कसे उतरले हे समजले आणि मला त्यांच्या कर्तृत्वाबद्दल अभिमान वाटला. शेठ यांचे आजवरचे जीवन कृतिशील आहे. निवृत्तीनंतर त्यांनी विपुल लेखन केले पाहिजे. त्यांनी आजवर स्फुटलेखन केले. आता ग्रंथलेखन करावे. त्यांचे विचार स्पष्ट आहेत. त्यांचे मन अनुभव संपन्न आहे. जे पाहिले, जे अनुभवले ते शब्दबद्ध करण्याचे सामर्थ्य त्यांच्या लेखणीत आहे. 'तळमावल्याचे दिवस' हे पुस्तक त्यांच्या ग्रंथलेखनाचा शुभारंभ ठरावा ही शुभेच्छा.

- ग. प्र. प्रधान

मनोगत :
एका बेचैनाचे

मी एक प्राध्यापक! प्राध्यापकाचे जग हे थोडेसे पांढरपेशी, बोलघेवड्याचे असते. प्राध्यापक हा नेहमीच विद्यार्थी असला पाहिजे, अशी माझी भूमिका राहिली. असंख्य प्राध्यापक मित्रांबरोबर काम करताना मला जाणवायचे की, अनुभवाच्या खूप मर्यादा आम्हाला येतात व त्यामुळे मी बेचैनही असायचो. मधून-मधून देशातील कोणत्या ना कोणत्या प्रांतात भटकंती करीत काही अनुभवगाठी जमा करायचो. मुकुंदराव किर्लोस्कर, ह. मो. मराठे, यदुनाथ थत्ते, श्री. ग. माजगावकर, या ज्येष्ठ मित्रांच्या आग्रहामुळे हे अनुभव अक्षरबद्ध करीत असे. मी तसा चांगला लेखक नाही. परंतु अनुभवलेले लिहावे असे वाटत असे व त्यामुळेच हा वेडा-वाकडा प्रयोग मी करीत आहे.

मी स्वामी विवेकानंद शिक्षण संस्थेत ३० वर्षे शिक्षक-प्राध्यापक म्हणून सेवा करीत आलो. विवेकानंद शिक्षण संस्थेचे संस्थापक डॉ. बापूजी साळुंखे यांच्या प्रदीर्घ सहवासात संस्कारमय होत गेलो. राष्ट्रसेवादल ही संस्था तर माझी संस्कारांची जननी होती. समाजवादी व साम्यवादी मित्रांबरोबर केलेली कामे व त्यांनी दिलेल्या वैचारिक बैठका यामुळे माझ्या कामाला निश्चित दिशा होती. मी चळवळ्या असूनही १९६५ पासून दैनंदिन राजकारणापासून दूर झालो आणि स्वामी विवेकानंद शिक्षण संस्थेत अध्यापन करीत राहिलो.

तळमावले हे महाराष्ट्राच्या नकाशात टिंब दाखवावे असेही गाव नाही. या गावात बदलीच्या निमित्ताने मी वयाच्या ४७ व्या

वर्षी गेलो. साठीच्या लांब सावल्यांना स्पर्श होण्यापूर्वीच दहा वर्षींनी परत आलो. प्राचार्यपद हा माझ्या जीवनातला अपघात होता. मी प्राचार्य होईन असे स्वप्नातही वाटले नव्हते व ती माझी महत्त्वाकांक्षाही नव्हती. पण प्राचार्य अभयकुमार साळुंखे हे माझे विद्यार्थी, प्राचार्य टी. ए. गवळी हे माझे विवेकानंद महाविद्यालयातील सहकारी, आ. सुरेश पाटील हे विवेकानंद संस्थेतील जुने कार्यकर्ते- सर्वच परिचयाचे. नकळत त्यांच्या माझ्यावरील लोभामुळे प्रभारी प्राचार्यपदाची धुरा सांभाळताना प्राचार्य होऊन बसलो. माझ्यासारख्या माणसाने अनुभव लिहावेत इतका मी मोठा नाही. स्वामी विवेकानंद शिक्षण संस्थेत आणि अन्य संस्थांतही कोट्यवधी रुपयांची कामे करणारे प्राचार्य व प्राध्यापक आहेत. अनेक मुख्याध्यापकांबरोबर नतमस्तक व्हावे अशी निर्मिती मुख्याध्यापकांनी केलेली आहे. अशा कार्यकर्त्यांसमोर मी एक खुजा माणूस आहे. तळमावल्यातसुद्धा माझ्या आधी अत्यंत प्रतिकूल परिस्थितीत प्राचार्य व्ही. बी. सासनूर यांनी हा अंकुर जोपासला. प्राचार्य दादा पाटील यांनी तर लाखो रुपयांचे निधी उभे केले. तळमावले, कोल्हापूरचे विवेकानंद महाविद्यालय ही त्यांच्या कर्तृत्वाची शिखरे आहेत. अभयकुमार साळुंखे यांनी तर लहान वयातच तळमावल्यासारख्या ठिकाणी माझ्या आधीच महाविद्यालयाचा इमला बांधलेला होता. यामुळे या कार्यकर्त्यांपुढे मी एक छोटा माणूस. आत्मकथन करण्याचा अधिकार असावा अशी सार्वजनिक व्यक्तीही मी नाही. परंतु ग्रामीण महाविद्यालयात काम करताना आलेले अनुभव अक्षरबद्ध करावेत असे वाटले म्हणून लिहिले.

माझ्या एका दुर्गम खेड्यातील १० वर्षांच्या अनुभवांचा हा आलेख आहे. मराठी साहित्यात शिक्षक अगर मुख्याध्यापक किंवा प्राचार्यांनी आपल्या अनुभवांसंबधी कमी लिहिलेले आहे. खरे पाहता अनेक मुख्याध्यापक व शिक्षकांनी केलेले प्रयोग जर लिखित स्वरूपात आले, तर इतरांना त्या प्रयोगांमधून त्या प्रयोगकर्त्यांच्या चुका टाळून सुधारणा करता येतील व यामुळेच शिक्षक व प्राध्यापकांनी लिहिणे अधिक गरजेचे आहे. शिक्षकांनी व प्राध्यापकांनी जर लिहिले तर शैक्षणिक सृजनशीलतेला एक व्यासपीठ मिळेल. यामुळेच मी हे लिहिण्याची धडपड केली आहे.

या पुस्तकात सलगता कमी आहे. परिस्थित्यानुरूप मला सुचलेले विचार आले आहेत. डॉ. बापूजी साळुंखे यांच्या 'ज्ञान, विज्ञान, सुसंस्कारां'च्या दिंडीतील एक कार्यकर्ता! समाजवादी तत्त्वज्ञानाला आपले मानणारा एक धडपडणारा तरूण, आर्थिक न्याय, सामाजिक समता, श्रमाची प्रतिष्ठा, स्त्रीबद्दलचा आदर, पर्यावरणाबद्दलची आस्था या सर्व मूल्यांबद्दल जिव्हाळा व प्रेम असणारा माणूस मी! या सर्वांचा परिणाम माझ्या व्यवस्थापनावरही झाला. कुशल प्रशासकाला लागणारे धैर्य व कठोरपणा यांची माझ्या ठायी वानवा आहे, परंतु मानसशास्त्राच्या अध्ययनामुळे प्रशासन हा मानवी व्यवहार आहे. क्रिया आणि आंतरक्रिया होत असतात, यावर माझा विश्वास होता. प्रशासनामध्ये मी ठरवीन ते धोरण आणि बांधीन ते तोरण ही भूमिका उपयोगी नसते. शिपायापासूनही शिकण्यासारखे असते हे लक्षात ठेवले पाहिजे. माझ्या घायकुतेपणामुळे चुका होत गेल्या, परंतु चुका टाळण्याचा मी प्रयत्नही केला. हा प्रयत्न करत असताना ज्यांनी मला प्राचार्यपदी बसविले त्या स्वामी विवेकानंद शिक्षण संस्थेला व प्राचार्य अभयकुमारांना शक्यतो माझ्यामुळे मान खाली घालावयास लागू नये असे प्रयत्न मी केले. ते प्रयत्न यशस्वी झाले असतीलच असे मी मानत नाही, कारण 'स्वभावो दुरतिक्रम:।'

'दक्षिण युग' चे संपादक दोशी वकील हे तळमावल्याला येत. माझे जिवाभावाचे मित्र. त्यांनी 'तळमावल्याचे दिवस' हा लेख माझ्याकडून लिहून घेतला. तो लेख वाचल्यानंतर माझे सहकारी आणि विद्यार्थी डॉ. यशवंत पाटणे यांनी 'हे अनुभव मी लिहिले नाहीत, तर माझी बेचैनी होईल. ते अनुभव छोट्या लेखापेक्षा पुस्तकाच्या स्वरूपात यावेत असा' धोशा लावला. त्यांचे म्हणणे, 'तुम्ही विसराळू विनू आहात, तुमच्या साऱ्या स्मृती भूतकाळात जातील. तेव्हा एका गावाला व डॉ. बापूजी साळुंखे यांनी स्थापलेल्या संस्कार तीर्थाला नायक बनवून तुम्ही लिहावेच!' शंकर सारडा, शारदा साठे यांचाही तसाच आग्रह होता. पण त्यांची अट होती की, या अनुभवांना शक्यतो आत्मकथेचे स्वरूप येऊ देऊ नये. मी विचार केला की, हा कालखंड फक्त १० वर्षे ६ महिन्यांचा आहे. माझ्या मित्रांच्या सूचनेनुरूप लिहिण्याचा

प्रयत्न केला. तरीही व्यक्तिगत जीवनाची छाया मी टाळू शकलो नाही. व्यवसायिक जीवनाची व व्यक्तिगत जीवनाची फारकत करता येत नाही. ती दोन्ही जीवने परस्परांत मिसळून गेलेली असतात. त्यामुळे आत्मस्तुतीचा दोषही या अनुभवलेखनात येण्याची शक्यता मी नाकारत नाही.

अक्षर ही माझ्या दारिद्र्याची खूण आहे. माझे विचार लेखनाअभावी गुदमरत राहिले असते. माझे स्नेही कै. डॉ. गजानन सुर्वे यांच्याजवळ मी ही बेचैनी बोलून दाखविली. त्यांनी आपली कन्या कामायनी सुर्वे हिला माझे अनुभव अक्षरबद्ध करण्यास सांगितले. कामायनी ही अत्यंत सालस व वक्तशीर येणारी मुलगी. त्याचबरोबर भाषेचे तिचे ज्ञानही सखोल होते. त्यामुळे लिहिताना कर्ता, कर्म, क्रियापदाचा अन्वय ती पाहत असे. रवी देशमुख या तळमावल्याच्या विद्यार्थ्यानेही अधून-मधून मदत केली. या दोन विद्यार्थ्यांनी जर लेखनाचे काम केले नसते, तर माझे अनुभव फक्त श्रुती झाल्या असत्या. गप्पांच्या मैफिलींचा विषय झाला असता. या विद्यार्थ्यांचे ऋण महत्त्वाचे आहे.

अनुभवाला मुद्रित स्वरूपात आणायला प्रकाशकाची गरज असते. दिलीपराज प्रकाशनचे राजीव बर्वे हे मुलासारखे! मला हे अनुभव लिहिताना त्यांचे वडील कै. भाऊसाहेब बर्वे यांची आठवण सातत्याने येत राहिली. माझ्या प्राध्यापक व्यवसायात १० वर्षे आम्ही सहकारी होतो. परस्परांच्या सुखदु:खाचे साथीदार होतो. आमच्या वयात अंतर असूनही कै. भाऊसाहेब बर्वे यांनी मला लिहायलाही शिकविले व वाचनाचे धडे दिले. त्यांच्या मुलाने हे पुस्तक प्रकाशित करावे, हा मी सुदैवी योगायोग मानतो. भाऊसाहेब बर्वे यांनी तर मराठवाडा विद्यापीठाच्या स्थापनेच्या वेळेस उस्मानाबादला निघालेल्या विवेकानंद संस्थेच्या महाविद्यालयात काम केलेले. तेव्हा तर प्रतिकूल परिस्थिती होती. तेव्हा बर्वे कुटुंबियांचा ऋणनिर्देश केला नाही तर हे मनोगत अर्धवट राहील.

माझे अनुभव श्री. स्वामी विवेकानंद शिक्षण संस्थेच्या तळमावले या संस्कृतिकेंद्राभोवती फिरलेले आहेत व त्यामुळे प्राचार्य अभयकुमार साळुंखे व प्राचार्य टी. ए. गवळी यांना मी आधी दाखविले. त्यांनी काही सूचना केल्या. परंतु प्रोत्साहनही

दिले. माझ्यासारख्या विसंगत स्वभावाच्या व भांडकुदळ माणसाबद्दलच्या त्यांच्या ममत्वामुळे काही गोष्टी मी लिहू शकलो. सर्वांना प्रिय वाटावे असे कोणालाच लिहिता येत नाही. कारण अप्रियता हीसुद्धा घेण्याची तयारी ठेवली पाहिजे. सार्वजनिक जीवनात तर माझा अनुभव आहे की ९०% चांगली कामे केली व १०% इतरांच्या मनासारखे तुम्ही वागला नाहीत, तर ९०% कामही शून्यवत मानणारे लोक असतात. परंतु त्यांचा विचार आपण फार करू नये. ज्यात आपल्याला आनंद वाटतो ती कामे करीत राहावे व त्यातच आनंद मानावा. या भूमिकेतूनच मी हे लिहिले आहे.

तळमावल्याच्या निसर्गाला मी विसरू शकतच नाही. माझ्या १० वर्षांच्या काळात ८ वर्षे मी एकटा होतो. त्या काळात अनेक प्रकारच्या वनस्पती, वृक्षवेली, फुले-पक्षी माझ्या एकाकी जीवनाच्या साथीदार होत्या. ही हिरवाई जर माझ्याबरोबर नसती तर तळमावल्याचे जगणे हे उजाड वाळवंटात मी कुढत घालविले असते. जगदीश गोडबोले, विश्वासराव वाळके, डॉ. प्रेरणा राणे, उल्हास राणे या मित्रांमुळे मला वृक्षवेली, पशु-पक्षी, फळे-फुले यांच्या अद्भुत दुनियेचे दार किलकिले झाले होते. या निसर्गाने माझ्या तळमावल्याच्या जीवनाला अर्थपूर्ण बनविले. त्या निसर्गाला अक्षरबद्ध करण्यात मी खूपच कमी पडलो आहे. तळमावल्याच्या निसर्गाने मला मणा-मणाने दिले, आनंदयात्री बनविले; पण त्याबद्दल मी कणानेही लिहू शकलो नाही. तळमावल्याच्या निसर्गाने माझा तजेला कायम टिकविला. पांढरे केस झालेले असतानाही मन उमदे ठेवले. निसर्गाने म्हातारपण माझ्याजवळ फिरकू दिले नाही. त्यामुळे तळमावल्याच्या निसर्गरम्य परिसराच्या श्वासातच राहणे मी पसंत करतो. सहज कुंचला उचलावा, रंगाचा फर्राटा मारावा, त्यातून एखादी वेडी-वाकडी आकृती उमटावी तशी ही माझी अनुभवाची पोथी आहे. मला मदत करणाऱ्या ज्ञात-अज्ञात मित्रांना मला लिहिण्याची प्रेरणा दिल्याबद्दल धन्यवाद!

- प्राचार्य पुरुषोत्तम शेठ

दुसऱ्या आवृत्तीच्या
निमित्ताने

तळमावल्याचे दिवस हे माझे अनुभव कथन १९९६ साली प्रकाशित झाले. त्याची आवृत्तीही संपून गेली. परंतु त्याबद्दलचे कुतूहल अनेक शैक्षणिक, सामाजिक, साहित्यिक वर्तुळात होते व लोकांकडून तळमावल्याच्या प्रयोगाची विचारणा व्हायची. हे लक्षात घेऊन मी माझे पुत्रवत स्नेही राजीव बर्वे यांना आग्रह केला. राजीव बर्वे यांनी प्रकाशन व्यवहाराच्या आर्थिक ताळेबंदाकडे न पाहता माझ्या आग्रहास्तव दुसऱ्या आवृत्तीला परत जन्म दिला. याबद्दल राजीव बर्वेसारख्या उमद्या स्वभावाच्या तरुण मित्राच्या स्नेहाला मी दाद देतो.

तळमावल्याचे दिवस हे पुस्तक लिहिताना माझे मित्र शंकर सारडा साताऱ्यात होते. सतत उत्तेजन देत. दुसऱ्या आवृत्तीसाठी डॉ. दत्तप्रसाद दाभोळकर माझा सतत पाठपुरावा करीत होते. त्यांनी तर पहिली आवृत्ती खरेदी करून अनेक नामवंतांना भेट दिल्या. माझ्यापेक्षा अधिक तळमावल्याच्या प्रेमात संशोधक विचारवंत डॉ. दत्तप्रसाद दाभोळकर पडले होते. माझी मुले चि. यतिन व डॉ. नितीन यांनाही आपल्याप्रमाणे वडिलांचे तिसरे अपत्य तळमावल्याचे दिवस हे पुन्हा पुन्हा जन्माला यावे असे वाटत होते. माझ्या दोन्ही मुलांनी सतत दुसऱ्या आवृत्तीसाठी मला प्रेरित केले.

मी सेवानिवृत्त झाल्यानंतर लोक मला विचारत- तू तळमावल्याला जातोस काय? - माझी भूमिका होती ज्या पायऱ्या आपण ताठ कण्याने निर्मितीचा आनंद घेत उतरलो तेथे शक्यतो

मागे वळून पाहू नये. नवीन लोकांना स्वातंत्र्य दिले पाहिजे. श्री. स्वामी विवेकानंद शिक्षण संस्थेचे संस्थापक डॉ. बापूजी साळुंखे यांनी जी परंपरा घालून दिली ती मळवाट माझ्या कोणत्याही सहकाऱ्याने सोडली नाही.

श्री. स्वामी विवेकानंद शिक्षण संस्थेत अनेक परिवर्तने झाली. परिवर्तन संस्था स्वास्थ्यासाठी आवश्यकही असते. गेल्या दशकात झालेले सामाजिक, आर्थिक बदल संस्थेच्या अंतर्गत व्यवहारातही होत होते. प्राचार्य अभयकुमार साळुंखे यांच्याबरोबर प्राचार्या डॉ. शुभांगी गावडे, डॉ. शरद साळुंखे यांचे नवे नेतृत्व उदयाला आले. स्त्री शक्तीचा तो नवा आविष्कार आहे. जुन्या रेषा कोठे संपल्या, नवे रंग कोठे आले हे कळलेच नाही. ही नवी स्त्री शक्ती माझ्या तळमावल्याच्या प्रयोगाबाबत आस्था बाळगणारी असल्यामुळे तळमावल्याचे काकासाहेब चव्हाण महाविद्यालय उत्तरोत्तर विकसित होत गेले.

तळमावल्याला आलेले अनेक प्राचार्य व प्रभारी प्राचार्य माझे तळमावल्यात सहकारी होते. डॉ. बापूजी साळुंखे व अभयकुमार साळुंखे यांच्या परंपरेत वाढलेले होते. आज ग्रंथालयाची व अभ्यासिकेची स्वतंत्र इमारत प्रा. संभाजी मोटे व प्रा. बारगीर या माझ्या सहकाऱ्यांनी आकाराला आणली. प्रभारी प्राचार्य असूनही पदापेक्षा कार्यभक्तीला त्यांनी अग्रस्थान दिले. माझी तळमावल्याच्या महाविद्यालयाची अभ्यासिका व ग्रंथालय माझ्या अभिमानाचा विषय आहे. प्रा. मोटे व प्रा. बारगीर यांनी तो अभिमान खंडित होऊ दिला नाही. प्राचार्य सुहास साळुंखे यांनी जीव ओतून काम केले. प्रा. ननावरे यांनी आपली पत्नी कर्करोगाने आजारी असतानाही तळमावल्याचे नंदनवन फुलत रहावे म्हणून अथक् परिश्रम केले. विज्ञान शाखा सुरू केली. नव्या इमारती बांधल्या. ग्रामीण भागातील संगणक साक्षरतेसाठी त्यांनी आधुनिक पिढीचे संगणक घेतले. यशवंतराव चव्हाण मुक्त विद्यापीठाचे द्वार ग्रामीण भागातील मुला-मुलींसाठी खुले केले. आम्हा सर्वांच्या सामूहिक प्रयत्नामुळे शिवाजी विद्यापीठाच्या इतिहासात आदर्श ग्रामीण महाविद्यालय म्हणून काकासाहेब चव्हाण महाविद्यालयाची निवड झाली व लाखाचे पुरस्कारही मिळाले. परिसरातील आमचे माजी विद्यार्थी

व नागरिकांनी तळमावले अधिक हिरवे अधिक हसरे समृद्ध व्हावे म्हणून मोठ्या पैशांची मदत केली.

याचे श्रेय स्वामी विवेकानंद शिक्षण संस्थेचे मूळ संस्थापक डॉ. बापूजी साळुंखे, आमचे अभयकुमार साळुंखे व डॉ. शुभांगी गावडे यांच्या दूरदृष्टीला जाते. संस्थेत ठराविक तास काम करणे हा झाला कायदा! पण स्वत:ला झोकून देणे ही झाली नैतिकता. मी पगार घेतो म्हणून काम करतो हा झाला व्यवहार. माझे सहकारी प्रा. मोटे, प्रा. बारगीर, प्राचार्य सुहास साळुंखे, प्राचार्य ननावरे यांनी व्यावहारिक पद्धतीने काम न करता श्री. स्वामी विवेकानंद शिक्षण संस्थेच्या अस्तित्वाची, सुरक्षिततेची, प्रतिष्ठेची काळजी घेण्याचे कार्य मला पार पाडावयाचे आहे या निर्धाराने आपुलकीच्या भूमिकेतून तळमावल्याला काम केले. यामुळे तळमावले विकसित झाले.

तळमावल्यातील माझे सहकारी डॉ. जे. एस्. पाटील, डॉ. अशोक करांडे, आदि प्राचार्य झाले. ते ज्या ज्या सांस्कृतिक केंद्रावर गेले त्या ठिकाणी सर्वांनीच संस्थेला हानीकारक ठरेल अशी कोणतीही कृती केली नाही. सामजिक ऋण फेडण्याच्या भावनेतून स्वत:ला कामात जुंपून घेतले. त्यांना अडचणी आल्या पण ते गांगरुन गेले नाहीत. आमच्या जुन्या अनुभवाच्या खजिन्यातून मधून मधून धांडोळा घेत ते मोठे होत गेले व हे सर्वजण तळमावल्याला मोठे करीत राहिले. प्राध्यापिका डॉ. सौ. जयश्री खांबेटे व प्रा. एस. एम. पवार आवर्जून येतात व तळमावल्याच्या दिवसाच्या थरारात आम्ही गुंतून जातो.

माझ्या सहकाऱ्यांपैकी प्रा. चंद्रकांत शिंदे, डॉ. स. ग. यादव, डॉ. गजानन सुर्वे आज हयात नाहीत. त्यांच्यामागे कै. हे विशेषण लावताना गळा दाटून येतो. आपल्याला मदत केलेल्या व आपण निवृत्त झाल्यानंतरही काम करीत राहिलेल्या प्राचार्य प्राध्यापकांचे कौतुक करणे महत्वाचे आहे. यामुळे सत्कृत्याची प्रेरणा, अध्यापनाची शिस्त व विद्यार्थ्यांचा विकास करण्याची अंत:प्रेरणा गुरुदेव कार्यकर्त्यांना मिळते.

आज नित्यनेमाने माझी आंब्याची बाग मोहोरते, फुलते, फळते. मे महिन्याच्या अखेरीस आंब्याची भली मोठी करंडी

आजही मला आठवणीनी पाठविली जाते. त्या आंब्याकडे पाहूनच मला श्रमसाफल्याचे समाधान मिळते. माजी प्राचार्य असलो तरी कोणती गोष्ट फुकट घेऊ नये हा कटाक्ष असतो. म्हणून नकळत वेगळ्या पद्धतीनी मी माझी कृतज्ञता आर्थिक स्वरूपात पाठवून देतो. माझी सागाची झाडे आता तर खऱ्या अर्थाने वयात आली आहेत. माझे असंख्य विद्यार्थी नावलौकिक मिळवून आहेत. कुसूम करपे सारखी विद्यार्थीनी हाताने ट्रॅक्टर चालवत आज कृषी क्षेत्रातला आदर्श झाली आहे. ग्रामीण भागातल्या महाविद्यालयाने काय करावयाचे व काय घडवायचे याचे आदर्श उदाहरण कुसूम करपे आहे. आज कर्तबगार विद्यार्थी विद्यार्थीनी १२ फेब्रुवारीला तळमावल्याच्या माळावर जमतात व महाविद्यालयाच्या विकासाचा ध्यास घेतात. मला वाटते हेच माझे खरे यश आहे. तळमावल्याने मला दिले श्रमाचे साफल्य, संस्काराचे यश. माणसाच्या चांगुलपणावरचा विश्वास व मांगल्यावरची श्रद्धा. कुंपण सोडून हसत खेळत जगण्याची अभिवृत्ती यामुळेच माझ्या रोजच्या ध्यानीमनी तळमावल्याच्या उर्जस्वला भूमिबद्दल कृतज्ञता असते. माझ्या तांदुळ आळी मित्रमंडळातील व ज्येष्ठ नागरिक संघ आणि सार्वजनिक जीवनातील अनेक व्यक्तींजवळ तळमावले माझ्या ओठावर येते. तळमावल्याची दुसरी आवृत्तीही ग्रामीण भागात काम करणाऱ्या गुरुदेव कार्यकर्त्यांना नवी दिशा देईल असे मनोमन वाटते..

- पुरुषोत्तम शेठ

बापूजींचा प्रथम सहवास

१९६३ सालचा जून महिना डोळ्यांसमोर येतो. खोपोलीला पांढरा पायजमा, गांधी टोपीतले गृहस्थ माझ्या शेजारच्या सीटवर बसले. या माणसाच्या डोळ्यांत तेज होते. आवाजात मार्दवता होती. कुठेतरी बघितल्यासारखे वाटत होते. त्यांनी खिडकीतून वाकून हाक मारली, "शितोळे, गाडी दुरुस्त करून वाय. पी. पाटील यांचेकडे पेणला ये." गाडी सुरू झाली. त्यांनी विचारले, "आपले नाव काय?" मी उत्तरलो, "पुरुषोत्तम शेठ" स्मरणशक्तीला ताण दिला आणि आठवले की, हे गृहस्थ पुणे विद्यापीठाच्या समोर उपोषणाला बसले होते. पुणे विद्यापीठाचे कुलगुरू डॉ. दत्तोवामन पोतदार, प्रा. ग. प्र. प्रधान यांच्याजवळ गेले होते. मी विचारले, "आपण बापूजी साळुंखे काय?" त्यांनी होकार दिला.

आस्थापूर्वक माझ्या शिक्षणाची चौकशी केली. पेणला मी कोणाकडे जाणार हे विचारले. ते शिक्षणाचे काम करत होते, एवढेच माहीत होते, परंतु गप्पांतून दोन तासांच्या प्रवासात माझ्याबद्दल आपुलकी वाटली असावी. मी मामांकडे गेलो. रात्री ८ च्या सुमारास वाय. पी. पाटील वकील मामांकडे आले व ते म्हणाले, "गांधी, आमच्याबरोबर माझ्या घरी येता काय? तुमच्या भाच्याला बरोबर आणा." माझे दोन्हीही मामा मला घेऊन वकिलांकडे हजर! मी मामांकडे गेलो होतो व्यापाराचा प्रस्ताव घेऊन! एम. ए. झालो होतो. मामांना म्हणालो, "नोकरीची गुलामी कशाला? भुसार-मालाचा धंदा करतो." मामा म्हणाले, "परंतु, तुझ्या उचापती पाहता धंदा हे तुझे क्षेत्र नाही. लाखाचे बारा करशील." मामांचे हे ठाम मत होते. वाय. पी. पाटील वकील यांच्याकडे आल्यावर बापूजींनी सांगितले की, "तुमचा भाचा एम. ए. होऊन बेकार आहे. गाडीत गप्पा मारताना लक्षात आले हा चांगला शिक्षक होईल. पेणच्या जवळ जोह्याला माझी शाळा आहे. तुमच्या भाच्याला हेडमास्टर करतो." मामा म्हणाले, "अहो याने चार ओळी शिकविल्या नाहीत आणि याला हेडमास्टर कसला करता? त्या भागात कधी आमच्या भाच्याचा मुडदा पडला

तरी कळणार नाही. तेथे एस. टी. पण जात नाही. तेव्हा असल्याजागी कशाला नेमता. आमची बहीण लवकर गेली. आम्हा सहा भावात हा एकुलता एक भाचा. आमच्या बहिणीने आम्हाला लहानपणी सांभाळले. तेव्हा भाच्याची चिंता अधिक आहे.'' डॉ. बापूजी साळुंखे उत्तरले. ''तुमच्या भाच्याची आईच मला समजा, हे पोर माझ्या हवाली करा. हेडमास्टरच काय, प्राध्यापक करून दाखवेन.'' शेवटी मामांनी होकार दिला. माझे चुलतभाऊ भगवान शेठ दोशी वकील हे वाय. पी. पाटीलांचे मित्र. यामुळेही मामा तयार झाले. काही ठिकाणी गुडघाभर चिखल होता. खारेपाटांतील चिखलाची जात वेगळी असते. सकाळी ६ ला मी वाय. पी. पाटलांकडे गेलो. बापूजी तयार होतेच. पेणपासून ६ मैल चिखल तुडवीत बापूजींबरोबर गेलो. विवेकानंद शिक्षण संस्थेच्या सेवेत रूजू झालो. आम्ही जोह्याची वाट चालू लागलो.

सकाळी ८ ला आम्ही जोह्याला पोहोचलो. शाळा कसली? एक-दोन बाजूच्या भिंतीमध्ये बांबूच्या कूड घातलेल्या तीन खोल्या. देवळात कार्यालय. शिपाई नाहीत. टी. एन. पाटील नावाच्या शिक्षकाला बोलावले आणि सांगितले, हे आजपासून तुमचे हेडमास्टर! माझ्या पाठीवर हात मारीत सांगितले. पळून जायचे नाही. दर महिन्याला मी येईन. पगाराचे बिल ई. बी. सी. आल्यावर घ्या. इमारतीचे काम सुरू करा. डॉ. बापूजी साळुंखे निघून गेले. हळूहळू माझ्या लक्षात आले येथे प्यायला पाण्याची टंचाई. जेवायला भात आणि वरण. मामी सकाळी ७ ला जेवायला वाढायची. रात्री परत आल्यावर जेवायचे. मामी आणि भाभीमुळे मी जोह्यात रमू शकलो. आठवड्यातून एकदा शाळा हाताने सारवायची. मी रमू लागलो. बापूजी पुढच्या महिन्यात आले. म्हणाले, ''शेठ, येथेच रहायचे. जाऊन-येऊन करायचे नाही.'' माझी सात मजली हवेलीत राहणारी, नवलाख्या सावकाराची पुण्याच्या नारायणपेठेत वाढलेली मुलगी (पत्नी) येथे कशी रमणार? ते म्हणाले, ''माझ्यावर सोड.'' आम्ही गोरेगावला गेलो. त्यांनी रस्त्यात लग्नाचा इतिहास समजावून घेतला. माझ्या पत्नीला बोलावून सांगितले की, ''तू माझ्या मुलीसारखी आहेस. तू एका समाजवादी कार्यकर्त्याशी हट्टाने लग्न केलेस. समाजवाद पुण्यात नांदत नाही. खेड्यात नांदतो. वडिलांना तू शब्द दिला होतास की, रंकाशी लग्न करेन. मग याच्याबरोबर जा. कष्टावाचून प्रतिष्ठा मिळत नसते.'' आम्ही जोह्याला आलो. आम्ही जोह्याला बिऱ्हाड थाटले. बघता-बघता आगरीमित्रांचे प्रेम मिळत गेले. झोपड्या सारवत होता. मे महिन्यात इमारतीचा पायाभरणी समारंभ केला. खाड्या पोहत नाटके पाहिली. बापूजी मार्चमध्ये मुक्कामाला राहिले. म्हणाले, ''तुला सातारला जायचे आहे. बी. एड. कर!'' सातारलाही एक वर्षाने आलो. फर्मान सोडले. ''विवेकानंद महाविद्यालयात प्राध्यापक म्हणून चल.'' माझ्या मामांना

दिलेला प्रत्येक शब्द बापूजींनी खरा केला. हे बापूजी साळुंखे होते तरी कोण? हा प्रश्न सर्वांना पडेल. यात बापूजींनी मला तुळजापूरच्या प्राचार्यपदाची ऑर्डर आणली होती, परंतु संघटनेच्या कामामुळे मी नन्नाचा पाढा वाचला. त्यांच्या पोटात आईची माया असल्यामुळे ते रागावले नाहीत. तळमावल्याला प्राचार्यपदाची जागा रिकामी झाली तेव्हा ते म्हणाले, ''अर्ज टाक. अभयकुमार किंवा तू कोणीही व्हा!'' परंतु ते होणे नव्हते. ज्यांनी असंख्य लोकांना गुरुदेव कार्यकर्ते केले, प्राध्यापक केले, प्राचार्य केले ते आपल्या मुलाला प्राचार्य करू शकले नाहीत याचे शल्य आम्हा कार्यकर्त्यांच्या मनात कायम राहिले. तळमावल्याची माहिती त्यांच्यामुळे झाली. डॉ. बापूजी साळुंखे यांच्या कामाची वरील घटनेवरून माहिती होईल. माझ्यासारखे हजारो कार्येकर्ते या महापुरुषाने घडविले होते. अनेकांचे ते आई बनले होते. यामुळेच महाराष्ट्राच्या शैक्षणिक इतिहासात खारेपाटातले जोहे ते गाव नसलेल्या तळमावलेगावी महाविद्यालय चालविण्याइतके शैक्षणिक कार्य ते करू शकले. महाराष्ट्राच्या १२ जिल्ह्यांत लाखो विद्यार्थी सुसंस्कारी केले. ३०० हून अधिक संस्कृती केंद्रे उभी केली. ७ हजार गुरुदेव कार्यकर्त्यांची दिंडी ध्येय धोरणाने शिक्षण प्रसाराच्या कामाला लावली. जोह्याचा अनुभव व तळमावल्याचा २० वर्षांचे अंतर असले तरी परिस्थिती तशीच होती. फक्त बापूजींची जागा अभयकुमारांनी घेतली होती. संस्था तीच! वारसा तोच! डॉ. बापूजी साळुंखे यांच्या सहवासातल्या या छोट्याशा प्रसंगावरून त्यांचे मोठेपण कळेल. प्रसिद्धीचे माध्यम त्यांच्या गावीच नव्हते. त्यामुळे स्वातंत्र्योत्तर काळात त्यांनी केलेले संस्कारयुक्त शिक्षणप्रसाराचे कार्य अनेकांना माहीत नव्हते. परंतु बापूजी साळुंखे यांच्या स्वामी विवेकानंद शिक्षण संस्थेला टाळून पश्चिम महाराष्ट्राचा शैक्षणिक इतिहास अपूर्णच राहील.

श्री. स्वामी विवेकानंद शिक्षण संस्थेला महाराष्ट्राच्या शैक्षणिक इतिहासात मानाचे स्थान आहे. महात्मा फुले, लोकमान्य टिळक, आगरकर, विजापूरकर यांनी स्वातंत्र्यपूर्व काळात स्वधर्म, स्वभाषा व स्वदेशप्रेम यावर आधारलेली शैक्षणिक केंद्रे मुंबई, पुण्यासारख्या शहरात उभी केली. याच काळात काही संस्थानिकांनाही शिक्षणाचे महत्त्व पटले होते. राजर्षी शाहू महाराज, महाराजा सयाजीराव गायकवाड, सर चिंतामणराव पटवर्धन, औंधचे पंतप्रतिनिधी आदी राजांनी आपल्या संस्थानांच्या मर्यादेत मोफत वसतिगृहे, अन्नछत्रे व गरीब विद्यार्थ्यांना प्रोत्साहनात्मक शैक्षणिक सवलती देऊन आपल्या मर्यादेत शिक्षणाचा प्रसार आपल्या रयतेपुरता केला. संस्थान-हद्दीबाहेरील बहुजन समाजातील उपेक्षित मुलांनाही शैक्षणिक विकासाची त्यामुळे संधी मिळाली.

दक्षिण महाराष्ट्रात शाहू महाराजांनी जातवार वसतिगृहे उघडली. त्यामधून

अनेक कार्यकर्त्यांनी शिक्षणप्रसाराचा वसा घेतला. कर्मवीर भाऊराव पाटील यांनी किर्लोस्करांचे नांगर, आगल्यांचे कंदील, कुपरची इंजिने खपवित असताना खेडोपाडीचा ग्रामीण समाज पाहिला. संपत्तीपेक्षा ग्रामीण जनतेला सरस्वतीची गरज आहे असे त्यांनी अनुभवले व रयत शिक्षण संस्थेमार्फत शासकीय अनुदानापेक्षा गरिबांनाच स्वावलंबी करून शिक्षणाचा नंदादीप झोपडीपर्यंत नेला. कर्मवीर भाऊराव पाटील यांच्या जीवनाच्या संध्याकाळी त्यांचेच सहकारी शिक्षणमहर्षी डॉ. बापूजी साळुंखे यांना जाणवले की, स्वातंत्र्यानंतरचा समाज चंगळवादाकडे वाटचाल करील. चंगळवाद व भोगवाद समाजाची घडी विस्कळीत करील हे द्रष्टेपणाने त्यांनी लक्षात घेऊन 'ज्ञान, विज्ञान आणि सुसंस्कार' यांवर आधारलेल्या शिक्षणाचा ध्यास घेतला. स्वातंत्र्यपूर्व काळातील ४२ च्या चळवळीचे त्यागमय जीवन हा त्यांच्या जीवनाचा आधारच होता. महात्मा गांधींच्या विचारांचा संस्कार त्यांचेवर होता. स्वातंत्र्योत्तर काळात सत्तेच्या मागे न लागता या शिक्षणमहर्षी बापूजी साळुंखे यांनी शिक्षणाच्या विधायक कामाला वाहून घेतले. ना कुटुंबाची फिकीर केली, ना संपत्तीची आसक्ती धरली. कोल्हापुरातल्या जुनाट, मागास जुन्या बुधवारातील वस्तीत राहून महाराष्ट्रभर भटकंती करून श्री स्वामी विवेकानंद शिक्षण संस्थेची शेकडो संस्कृतिकेंद्रे उभी केली.

तळमावल्यात महाविद्यालय

डॉ. बापूजी साळुंखे पाटण तालुक्याचे भूमिपुत्र! काकासाहेब चव्हाण हे पाटण पंचायत समितीचे सभापती व स्वातंत्र्यसैनिक. एक ज्ञानयोगी! दुसरा राजयोगी! ढेबेवाडी खोऱ्यात डोंगराळ भागात कुसुर शिवाय माध्यमिक शाळा नव्हती. वांग नदी अनेक उपखोरी निर्माण करते. या दोघांनी वांग नदीच्या काठी तळमावले येथे एका ओसाड माळावर वाल्मिकी विद्यामंदिर नावाने शाळा काढली. पाटण तालुक्याच्या नकाशात आजही तळमावले नावाचे गाव नाही. पूर्वी ढेबेवाडीच्या उपखोऱ्यात जाणाऱ्या बैलगाड्यांना विश्रांतीचा तळ येथे होता. एका वडाच्या झाडाखाली झऱ्यावर बैलांना पाणी पाजत. त्याच झाडाखाली माऊल्या (लोकदेवता) स्थापन केल्या होत्या. त्यामुळे 'तळमावले' हे नाव पडले. ढेबेवाडी खोऱ्यातील मुंबईत काम करणाऱ्या माथाडी कामगारांनी काकासाहेब चव्हाण यांच्या षष्ट्यब्दीपूर्तीनिमित्त दिलेला निधी डॉ. बापूजी साळुंखे यांच्या हवाली करण्यात आला. या डोंगराळ भागात गरीब मुला-मुलींसाठी महाविद्यालय नव्हते. बापूजी साळुंखे यांनी तेथे १९६९ साली या निधीतून महाविद्यालयाची स्थापना केली. कै. काकासाहेब चव्हाण विवेकानंद शिक्षण संस्थेचे अध्यक्ष होते. त्यांचेबद्दलची कृतज्ञता म्हणून त्यांचे नाव दिले. जेथे गाव

नाही डॉ. आप्पासाहेब पवार यांच्या सहकार्याने तेथे महाविद्यालय स्थापन करण्याचा पराक्रम विवेकानंद शिक्षण संस्थाच करू शकते.

येथे प्रारंभी आलेल्या शिक्षकांना निवाराही नव्हता. झाडाखाली पाल ठोकून राहिल्यासारखे राहायचे. पाणी प्यायला हॉटेलही नव्हते. काकासाहेब चव्हाणांनी स्वातंत्र्यसैनिक तुपे अण्णांना हॉटेल काढण्यास भाग पाडले, तर विद्यार्थी व शिक्षकांसाठी साईकडे व मानेवाडी येथे बुट्टी फिरवून भाकरी व चटणी गोळा करायची व तेच अन्न पूर्णब्रह्म मानून शिक्षक गळ्याखाली उतरवत. उशिरा आलेल्या शिक्षकाला तुपे अण्णांच्या हॉटेलातील भजीचा चुरा खाण्याशिवाय पर्याय नव्हता. पगार घ्यायचा, तर बँकेला ढेबेवाडीला जायचे. रेशनिंगची साखर मिळवायची, तर करपेवाडीला जायचे, टपाल पाहिजे असेल तर साईकडची वाट पकडायची. धुमाळवाडीच्या विहिरीवर अंग धुवायचे. उन्हाळ्यात तर पाण्यासाठी दाही दिशा फिरायचो. अशा अवस्थेत हे महाविद्यालय डॉ. बापूजी साळुंखे यांच्या व्यक्तिमत्त्वाच्या प्रभावामुळे तगून राहिले. माणसाचा जसा सहवास असतो, तशी त्याची अभिवृत्ती ठरते. हातावर भाकरी व खरडा घेऊन खेडोपाडी फिरणाऱ्या डॉ. बापूजी साळुंखे यांच्या सहवासाचा परिणाम गुरुदेव कार्यकर्त्यांवर झाला. अंदमानासारख्या अशा ठिकाणी प्राध्यापक वर्गही उच्चभ्रू असून ज्ञानार्जनात आनंद मानायचा. पहिले प्राचार्य व्ही. बी. सासनूर यांनी तर प्राध्यापकांना प्राध्यापकांनी स्वत:च्या घरी जेवू-खाऊ घालून ज्ञानसाधनेत खंड येऊ दिला नाही. आज तळमावले बदलले. पूर्वी या ठिकाणी बदली होताना काळजाचा थरकाप व्हायचा. ज्यांचे उभे आयुष्य शहरात गेले, त्यांना तर जन्मठेपेच्या सजेवर गेल्यासारखे वाटायचे. तळमावल्यातील प्राध्यापकही चेष्टेचा विषय बनायचा येथे अध्यापन करणारे सातजण प्राचार्य बनले. प्राचार्य दादा पाटील यांनी ग्रंथालय निर्माण केले व ग्रंथ हे प्राध्यापकांचे सांगाती झाले. प्राचार्य पी. बी. चव्हाण यांनी निवारा निर्माण केला तरीही येथील नागाची भीती, उंदरांचे थैमान यामुळे या नाग टेकडीवरील महाविद्यालयात अध्यापनास जाण्यास आजही राजी होत नाहीत. मारुती मोटर सोडून आज सर्व काही तळमावल्यात मिळते.

तळमावल्यात बदली

तळमावल्याला संघटनेच्या कामामुळे मी जात असे. डोंगरातले तळमावले क्षणापुरते दुरून डोंगर साजरे असे वाटायचे. १५ मार्च १९८४ हा दिवस उजाडतो. प्राचार्य चिटणीस यांच्या 'हिटलिस्ट' वर प्राध्यापक संघटनेचा कार्यकर्ता म्हणून मी अतिरेकी नं. १ असतो. संघटनेची दहशत व भीतीपोटी माझी बदली ऑर्डर ते माझ्या घरी पाठवितात. मनात अस्वस्थता दाटून येते. तळमावल्याचे दुर्गम खेडे

डोळ्यांसमोर येते. मन बधिर होते. घरचा मी एकटाच कमविणारा असतो. असंख्य अडचणींचा चक्रव्यूह उभा राहतो. धाकटा भाऊ १२ वीला विज्ञान शाखेला, मधला भाऊ शरीराने अपंग व अपस्माराचे रात्री-बेरात्री झटके येणारा, नर्सिंगला असलेली बहीण लग्नाची. माझ्या मोठ्या मुलाचे शिक्षण चालू. नुकतेच वडील निधन पावल्यामुळे दुसऱ्या मातु:श्रींची जबाबदारी माझ्यावर, कौटुंबिक अडचणींना अंत नाही. बेचैनीची तलखी वाढते. दुसऱ्यांना खेड्यात जा हे सांगणे सोपे, परंतु माझ्यावर वेळ आल्यावर मात्र मनाचे तीन-तेरा होतात. अशा मन:स्थितीत ताई देशमुखांकडे मुंबईला जातो.

मुंबईला जाऊन न्यायालयाचे मार्ग पहायचे. परंतु ताई ही माझी सावली असते. महाराष्ट्रातील राष्ट्रपती पदक मिळविणारी पहिली महिला पोलिस अधिकारी असते. ताईचा जीवनाचा अनुभव मोठा. पोलिस खात्यात प्रचंड दरारा. निष्कलंक चारित्र्य आणि ज्यांना आपलं मानलं त्यांच्यावर वात्सल्याची दूधगंगा ओतणाऱ्या. माझ्या जीवनाच्या वयाच्या २४ ते ३० च्या काळात कौटुंबिक संकटांना सामोरे जावे लागले. त्या वेळची रक्ताळलेली मसणवाट ताईमुळेच सुसह्य झाली.

ताई रोख-ठोक बोलणारी. श्री. स्वामी विवेकानंद शिक्षण संस्थेच्या सचिवांनाही जे विचारता आले नाहीत असे परखड प्रश्न तिने मला विचारले. तू नोकरीत लागल्यापासून केव्हाही खेड्यात गेला नाहीस. खेड्यातील मुले विद्यार्थी नाहीत काय? तू जर स्वत:ला चांगला शिक्षक मानत असशील तर खेड्यातल्या मुलांवर प्रेम करू शकशील. अन्यथा तुझा समाजवाद पुस्तकी असेल. तुझे उभे आयुष्य शहरात गेले. खेड्यांतील प्राध्यापकांना शहरात यावेसे वाटत नसेल काय? तू विचाराने समाजवादी, साम्यवादी! समाजवादी चळवळीला सातत्याने तू मदत केलीस. परंतु बापूजी साळुंखे यांनी तुला दटावले नाही. प्राध्यापकांच्या संघटनेचे. काम करताना कोणत्याही आजीव सेवकांनी तुला जरब घातली नाही. आणीबाणीत तर जयप्रकाश नारायण यांच्या रामलीला मैदानावरच्या भाषणाच्या ध्वनीफितींचे तू पुनर्ध्वनिमुद्रण करीत होतास. अशा वेळी मिसाखाली अटक होऊन तुझा संसार उदध्वस्त होण्याची शक्यता होती. त्या वेळी बापूजी साळुंखे यांनी तुला संरक्षणाचे कवच दिले. विद्यापीठाच्या विधीसभेत पाठविले. त्यांनी तुझ्यावर पुत्रवत् प्रेम केले, तेव्हा विवेकानंद शिक्षण संस्थेने सूडात्मक कारवाई केली हे तू पटवून देऊच शकणार नाहीस. उलट त्यांनी तुझ्या राजकीय विचारांनाही अभयदान दिले. सांसारिक जबाबदाऱ्या कोणालाच सुटलेल्या नाहीत. सांसारिक जबाबदारीचे पंचनामे करून बदलीचे आजचे मरण उद्यावरच ढकलण्यात अर्थ काय? कधीतरी बदली होणारच. दमयंतीसारखी सोशिक, समजूतदार व सदैव हसरी, संकटांना सामोरी जाणाऱ्या

पत्नीची साथ तुला आहे. तुझे सातारचे शेजारी सोन्यासारखे आहेत. तुझ्या चाळीत माणुसकीच्या धाग्याने तुम्ही सर्व बांधलेले आहात. तेव्हा अपंग भावाची चिंता कशाला? डॉ. नरेंद्र व शैला दाभोळकर तुझ्या कुटुंबाची रक्षक आहेत. १६ एप्रिलला जा व हजर हो. ताईआज्ञा प्रमाणम् मानून मुंबईहून परत येतो. ताई, खेड्याशी माझ्या तारा जुळतील याची खुणगाठ बांधून आशीर्वाद देते.

मुंबईहून येताच शंकर सारडासारखा मित्र भेटतो. तो समजावतो. बदली ही शिक्षाच मानू नको. शिक्षा मानलीस तर तुझे निरोगी शरीर रोगांचे माहेरघर होईल. हाय ब्लडप्रेशर व ॲसिडिटीला निमंत्रण कशाला देतोस? रडूनसुद्धा तुझी बदली रद्द होणार नाही. तुला तर जंगलाचे वेड आहे. निसर्गाच्या सांगाती राहण्याची तुला ओढ आहे. तुझ्यासारख्या निसर्गमित्राला तर हे तळमावल्याचे अंदमान आनंदमान वाटेल. खरा कार्यकर्ता तो की, जो शिक्षा ही आनंदात परिवर्तित करतो. १२ वर्षे संघटनेचे काम करून वाचन-चिंतन केलेस त्याचे काय? त्याचे उत्तर माझ्याजवळ शून्य असते. मीपण ही बदली इष्टापत्ती मानतो. संभाजीराव जाधवांच्या निवडणुकीचा कैफ मला असतो. जूनमधली त्यांची निवडणूक संपताच चिंतन, मनन, वाचन या पायऱ्यांनी जायचं ठरवून तळमावल्याच्या नाग टेकडीचा मी रस्ता चढू लागतो. एका प्रकारे माझी बंडखोरीची जुनी कात टाकून राष्ट्रसेवादलाने दिलेल्या सर्जनशीलतेची नवी कात घेऊन तळमावल्याचा रस्ता पकडतो. एक झिंग येते. ओसाड वाडीचा राजाच बनायचे असे ठरवून मळवाटेने तळमावल्याच्या टेकडीवर 'पर्बत पे अपना डेरा' जमवितो. एकटाच बिऱ्हाड-बाजले घेऊन नाग टेकडीवर अंधारलेल्या रात्रीत राहण्यासाठी स्थिरावतो. शंकर सारडांचे शब्द मनाच्या गोल घुमटात प्रतिध्वनित होतात. 'अंदमानाचे आनंदमान बनव. आनंद यात्री हो' 'You turn your punishment into enjoyment.'

माझ्याबरोबर माझे राष्ट्रीय सेवा योजनेतील सहकारी प्रा. चंद्रकांत शिंदे, प्रा. सुहास साळुंखे यांचीही बदली तळमावल्यास होते. आम्ही जिवाभावाचे सहकारी असतो. बदलीमुळे समदु:खी असतो. परंतु समान मैत्रीमुळे अगदीच परक्या गावी जात आहे ही भूमिका बदलते. प्रा. शिंदे व मी दोघांनी एकत्र राहायचा निर्णय घेतला. तळमावल्यात खानावळ नसते. मोलकरीण व मावशी संस्कृती नसते. डबेवाल्याला स्थानच नाही. ज्याचा स्वयंपाक त्यानेच रांधायचा. यामुळे आम्ही दोघे जुन्या पँटी व शर्ट बोहारणीला विकून आमच्या छोटेखानी संसाराचा भांड्यांचा सेट तयार करतो. तळमावले येथे तर पाणी विकतही कोणी देणारे नसते. ज्याचे पाणी त्यानेच भरायचे. स्वातंत्र्य मिळाल्याचे ऐकत होतो. परंतु आजही ढेबेवाडी खोऱ्यात घोटभर पाण्यासाठी शिर फुटणारे ऊन डोक्यावर घेऊन रान धुंडाळायला लागते.

पाणी साठविण्यासाठी २-४ भांडी घेतो. युगोस्लाव्हियाच्या समाजवादी विचारवंत 'जिलास' चे वाक्य मनावर कोरलेले असते. "माणसाला वस्तूंची गरज नाही. वस्तू घेऊन चंगळवादी संस्कृतीत आपण वस्तूंचे गुलाम होतो." म. गांधींच्या विचारांचेही माझे वाचन झालेले असते. गांधीजींनीही माणसांना कमीत कमी गरजांत राहता येते हे आपल्या आश्रयवासीयांच्या आचरणाने सिद्ध केलेले असते. बापूजी साळुंखे तर दोन-चार पायजमे व एक शाल घेऊन भटकंती करीत. यामुळे कमीत कमी गरजांत आम्ही राहण्याचे ठरवितो. माझ्या शेजारी बागवानांचे मुस्लिम कुटुंब आहे. आमच्या शेजारधर्मात धर्मभेदाच्या भिंती नाहीत. त्याही मला ३-४ डबे स्टीलची भांडी देतात. दमयंतीही सुरी ते सोलाण्यापासून, स्टोव्हच्या पिनपर्यंत बारीक-सारीक गोष्टी देते. लमाणांसारखा एका पोत्यात बसणारा सामुदायिक संसार साठवून तळमावल्याच्या टेकडीवर रुजू होण्यासाठी घर सोडतो. स्वावलंबनाशिवाय पर्याय नाही. जमो, ना जमो! तुम्हालाच बल्लवाचार्य बनावे लागेल. नाहीतर जगात चांगला स्वयंपाक बटलरच करतात. बदलीबद्दल ना खंत ना खेद. जीवनाचा एक नवा अनुभव व नवा प्रयोग म्हणून बदलीकडे पाहतो. बदलीमुळे तापलेले डोके थंडावते. चढलेला सूर खाली येतो.

तळमावल्याला जायचे पण प्राचार्य कोण? प्राध्यापक संघटनेमुळे आम्ही तो प्राचार्यांच्या लेखी बदनाम! परंतु अभयकुमार तेथे प्राचार्य आहेत हे कळते. 'बापूजींचे सुपूत्र' ते. १९६४ सालचे दिवस आठवतात. बापूजी माझ्या कोकणातल्या गावी येतात. त्यांच्याबरोबर विशीतला एक तरुण असतो. चेहेऱ्यावर आत्मविश्वासाचा रूबाब. बापूजींबरोबर आम्ही डहाणूच्या रस्त्याकडे जाऊ लागतो. गप्पांत बापूजींच्या बबनचे व माझे सूताड-गोताड जमते. चार दिवसांच्या सहवासात आम्हांत मैत्री जमते. मी कोल्हापूरला प्राध्यापक म्हणून येतो. बबन सर्व मुलांच्या फौजेसहित माझ्या वर्गात हजर. सर्व मुले त्याच्यामुळे हिंदी घेतात. मी गुरुजी बनतो. नकळत संस्कार होत जातात. कालांतराने बबन 'प्राध्यापक अभयकुमार' बनतो. आम्ही एकाच स्टाफरूममध्ये सहकारी असतो. माझ्या जिज्ञासू विद्यार्थ्याला अध्यापनाबाबत कधीमधी चर्चेतून मदत होते. बापूजींनी आपल्या लेकाला १२ घाटाचे पाणी पाजलेले होते. कधी मिरज, कधी जत, तर केव्हा तुळजापूरला, उस्मानाबादला प्रभारी प्राचार्य. वये वाढत जातात. अधिकारही बदलतो. अभयकुमारला कायम मी बबन म्हणे. बबनरावाला सर म्हणणे मला कितपत जमेल याची मलाच शंका होती. त्यामुळे अभयकुमारांना सर म्हणणे मला अवघड तर जाणार नाही ना? विद्यार्थ्यांच्या हाताखाली काम करणे यात मला आनंद होता; परंतु प्राचार्यपदाच्या कैफात आपला अपमान तर होणार नाही ना, अशी शंकेची पाल मनात चुकचुकत होती. कारण

पदाचा अहंकार माणूसपण हरवून बसते. दुसरीकडे वयाने लहान असलेल्या माणसाच्या पदाची प्रतिष्ठा आपल्याकडून अवमूल्यित होता कामा नये, अशा विचार संघर्षात मी तळमावल्याच्या टेकडीवर चढू लागतो. असंख्य आठवणी डोळ्यांसमोर असतात. जुन्या बुधवारात त्यांच्या घरी मी राहिलेलो. भुसारी वाड्याच्या माझ्या खोलीत चिंतनाच्या गप्पा झडलेल्या. शुक्रवारातल्या माझ्या घरात वि. स. खांडेकरांच्या बरोबर प्राचार्य कणबरकरांना निरोप दिलेला अशा असंख्य आठवणींचे मोहोळ मनात उठते. कसे वागतील? आपला स्वभाव तर एक घाव दोन तुकडे. कुंडली जमणार काय? आशागडच्या जंगलाच्या प्रयोगात माझ्याबरोबर नाचणीची भाकर तिखटांच्या पाण्यात बुडवून खाल्लेले, करवंदीच्या काटेरी जाळ्यांतून पाय तुडवणारे प्राचार्य माझे स्वागत कसे करतात याकडे माझे बारकाईने लक्ष होते. कारण सत्तेची नशा माणसांना बिघडवते. जुने संबंध काळाच्या ओघात गंजून जातात. अशा मानसिकतेतच त्यांच्यासमोर उभा राहतो.

अभयकुमार माझ्याहून १३ वर्षांनी लहान. डॉ. बापूजी साळुंखे यांचा वारसा नकळत त्यांच्याकडे आलेला. विवेकानंद महाविद्यालयात ते विद्यार्थी असताना अनेक सामाजिक कामात मदतीला हजर. प्राचार्य झाल्यावर माणसे बदलतात. परंतु अभयकुमारांना आपले गुरुजी आपले सहकारी म्हणून आले या प्रौढीपेक्षा संकोच वाटतो. मीपण 'राजा के आगे, घोडे के पीछे मत रहियो' ही हिंदी म्हण लक्षात घेऊन त्यांचा संपर्क टाळायचे ठरवितो. लोक ओढून-ताणून, चंद्रबळ आणून गुरु-शिष्यांच्या खोट्या नाटकाचे चित्र रंगवित असतात. वस्तुत: एकमेकांचे चेहरेसुद्धा पाहू नयेत इतकी दरी गुरुशिष्यात असते. यामुळेच मी व चंद्रकांत तळमावल्याच्या गावठाणात चिखलाने विटा थापलेली मोडकी खोली पाहतो. बिऱ्हाड बाजले खोलीत टाकतो. उपस्थितीचा अहवाल देण्यासाठी खाली मान घालून प्राचार्य अभयकुमार साळुंखे यांच्यासमोर उभा राहतो. मनात तर आपल्यापेक्षा कमी वय असलेल्या व्यक्तीला 'बॉस' मानल्यामुळे अपमानाचा लाव्हारस उकळत असतो. कुठेतरी आपण खूप गमावले आहे हे शल्य मनाला कुरतडत असते. प्राचार्यांच्या नजरेला नजर न देता उपस्थितीचा अहवाल देतो. प्राचार्य कक्षात असते फक्त नि:शब्द शांतता! एक तणाव. परंतु त्यांच्या मनाचा दरवाजा खुला होतो. संकोचाची दारे हसत-हसत ते मोकळी करतात व शिपायाला सांगतात, 'भीमसी! खाली जा. सरांचे सर्व सामान वसतिगृहाच्या खोलीत आणून टाक. क्लार्कला ऑर्डर सुटते, माझ्या गुरुजींना खूप वाचायची सवय आहे. त्यांच्या खोलीत ट्यूबलाईट लाऊन द्या. ग्रंथपालाला फर्मावतात, सर मागतील ती पुस्तके, ते सांगतील ती पुस्तके खरेदी करून त्यांना द्या. वसतिगृहाला लागून बंदिस्त बाथरूम तयार करा व भीमसीला

सांगतात, माझ्या सरांचे जेवणाचे हाल होता कामा नयेत. त्यांना जेवण करायला मदत कर. २-४ घागरी पाणी दे. नकळत एका उमद्या मनाचा प्रत्यय येतो. अभयकुमारांचे गुरुजी- प्रेम लटके नसते. ते आतून आलेले असते. डॉ. बापूजी साळुंखे म्हणत, माझ्या संस्थेत शिक्षकांच्या स्थान-मान-कल्याणाची चिंता वाहिली जाते. मी विवेकानंद संस्थेत येण्यापूर्वी वाणगट बनून दीड दांडीच्या तराजू हातात घेण्याचे ठरवितो. परंतु बापूजी साळुंखे मला सांगतात. ग. प्र. प्रधानांना शिष्य शोषक होणार काय? माझे मामा माझे पालक असतात. लहानपणी मातृछत्र मी हरविल्यामुळे मामाछत्र डोक्यावर असते. बापूजी साळुंखे माझ्या मामांना म्हणाले, "तुमच्या भाच्याची मला आई समजा. तुमच्या भाच्याला, वांड असला तरी मी मोठेपणाच्या वाटेवर नेईन." बापूजींच्या या वचनाचा परिणाम नकळत अभयकुमारांवरही झालेला असतो. त्यांनी मला अत्यंत सौजन्यपूर्वक वागणूक दिली. त्यामुळे खचलेला आत्मविश्वास उभारी धरू लागतो. अडचणींची तीव्रता कमी व्हायला लागते. मनात उसळलेल्या संतापाच्या लाटा समेवर येतात. माझी सेवादलीय सृजनशीलता त्यांना माहीत असते. त्यांचा आश्वासक हात खांद्यावर येतो. मी फार बोलत नाही हे लक्षात घेऊन ते सांगतात, "तुमच्या कल्पकतेला येथे पूर्ण स्वातंत्र्य आहे. तुम्ही प्राध्यापक संघटनेचे कार्यकर्ते आहात. तुमच्या संघटना स्वातंत्र्याला माझा अडसर असणार नाही. आमच्यावर विवेकानंद महाविद्यालयात जसे प्रेम केले तसेच प्रेम या पहाडी- पुत्रांवर करा. तोच मान-सन्मान तुमच्या वाटणीला येईल. ग्रंथालयाची एक चावी तुम्हाला देतो. केव्हाही उघडा. केव्हाही लिहा." संघटनेच्या कामामुळे प्राचार्य वर्गाबद्दल माझ्या मनात सुप्त रोष व कडवटपणा असतो. अभयकुमारांच्या वर्तनामुळे तो कापरासारखा उडू लागतो. नकळत स्नेहाचा धागा गुंफला जातो.

माझी अपत्य

तळमावल्याची ओसाड टेकडी एप्रिलच्या रखरखीत उन्हाळ्यात डोळ्यांना खुपते. सोसाट्याच्या वाऱ्याने येणारा धुळीचा पडदा माझ्यातील पर्यावरणवादी जागा करतो. मी सुट्टीस जाण्यापूर्वी सांगतो, सर २०० खड्डे तयार ठेवा. परंतु या आज्ञेबद्दल कोठेही चेहऱ्यावर तिडीक नाही. जूनमध्ये मी माझी २०० मुले घेऊन येतो. जॉइन होताना सांगतो, सर २०० मुले आणली आहेत. टिकलीएवढ्या पानांचा गुलमोहर, पैशाएवढ्या पानाचा शिसव, तांबड्या टोकाच्या पानाची जांभूळ, एखादी वेडी बाभूळ, निळा जकरांडा, बाराही महिने हिरवागार राहणारा काशिद अशा अनेक जाती. आपल्या केबिनमधून बाहेर येऊन प्राचार्य जीपच्या हौद्यात डोकावतात. शेठ सर, ही तुमची अपत्ये दिसतात. अशी अपत्ये घेऊन येणारा

पहिलाच प्राध्यापक मी पाहिला. तुमच्या या अपत्यांची काळजी घेऊ. परंतु त्याच खड्ड्यात दुसऱ्या वर्षी पहिल्या अपत्याला पुरून दुसरे अपत्य तुम्ही जन्माला तर आणणार नाही? मुक्त हास्याकडे वाटचाल सुरू होते. मृगाच्या पहिल्याच शिडकाव्याला माझी हिरवी अपत्ये नाग टेकडीच्या रुक्ष जमिनीत विसावतात. ती धरतीही ऊरी-पोटी त्यांना धरून ठेवते. आर्द्रा नक्षत्रापर्यंत माझ्या अपत्यांचा तजेला वाढत जातो. छोटी-छोटी पाने पुन्हा जन्माला येतात.

आम्ही बावर्ची बनतो

आम्ही बावर्ची बनतो. २० जूनला बी. एस. पाटील हे बिऱ्हाड बाजल्यात येतात. ना भांडी, ना कपडे! फक्त खळखळून हसणे, हसविणे व हसत टोप्या घालणे यात उस्ताद! चंद्रू अण्णा पट्टीचा खवैया. डाल-फ्राय आणि भाकरीचा प्रयोग होतो. नकळत भट्टी जमते. अभयकुमारही मोरे नावाच्या क्लार्ककडून जेवणाचा डबा घेतात. रोजच आमचे सहनौभुनक्तु सुरू होते. जेवणाच्या पंक्तीला माणसे अधिक मोकळी होतात. ताटावर जेवढा 'डायलॉग' होतो तेवढा अन्यत्र होत नाही. मी तर सकाळ, लोकसत्ता, केसरी यातील पाकशास्त्राची कात्रणे गोळा करू लागतो. हळूहळू एखाद्या सुगरणीच्या हाताची जादू माझ्या हातात येते. कधी मसाला कोंबडी, कधी अंड्याची पुडिंग्ज, दुध्याची खीर, गाजराचा हलवा, तर सर्व भाज्या टाकून केलेला खिचडा, रताळ्याची पुरणपोळी असे अनेक पदार्थ बनवण्यात मी उस्ताद होतो. डॉ. सखाराम यादव जेव्हा माझ्या खोलीत सांगाती आला, तेव्हा तो व्याख्यानाचे मानधन म्हणून कोंबड्याच घ्यायचा. खोलीत प्रवेश करताना त्याच्या हातात २ कोंबड्या असायच्या. रात्री १२-१ पर्यंत मटणाचे प्रयोग चालायचे. परिणामी माझ्या सडपातळ व लवचिक शरीराला चरबीची पुटे चढायला लागली. बोजड शरीर ही तळमावल्याची माझी स्वयंपाकशास्त्रातली देणगीच. स्वयंपाकाचा आस्वाद जिभेवर असायचा. उष्टी-खरकटी भांडी पाहताना लता मंगेशकरच्या सुरात मी म्हणायचो, ''गंगा-जमुना डोळ्यांत उभ्या का? जा गड्या जा मोरीत जा. उष्टी खरकटी भांडी लोचनी वाट पाहती.'' कशीतरी भांडी धुवायची व त्या वेळी स्त्री-मुक्तीच्या वेदना यायच्या. मैथिलीशरण गुप्तांच्या 'आँचल में है दूध आँखो में पानी' या ओळी कळायच्या. परंतु उष्ट्या भांड्यांच्या सहवासाचीपण सवय झाली. तळमावल्यात तर एकाच बादलीच्या पाण्यात अंघोळ व अंतर्वस्त्रे धुवायचे. सवय झाल्याने भांड्यांच्या अस्वच्छतेचीही किळस वाटेनाशी झाली.

प्रारंभी काही दिवस प्रातर्विधीसाठी ओढ्यावर जायला लागायचे. घोटाभर चिखलातून वाट काढीत बसायचे. ढुंगणाला चावलेले डास सांगायचे. बच्चंजी

पाहिलेस रम्य खेडे! हे डास ग्रामीण स्त्रीची व्यथा समजावून देत. खेड्यात संडास नसणे हे स्त्रीच्या लज्जेला व आरोग्याला नागडे करून टाकते. सुरुवातीला नाक मुरडायचे. परंतु हळूहळू या खेड्यात स्त्री-पुरुषांच्या या विधीतल्या सीमारेषा संपून जाऊ लागल्या. संध्याकाळी रानातून राबून आल्यावर मिश्री लावत रस्त्याच्या कडेला स्त्रियांच्या कतारी वसत व तेथे आपले सासुरवासाचे दुःख हलके केले जाई. पाणवठ्याबरोबर प्रातर्विधीची जागाही स्त्रीच्या व्यथांचे ओझे हलके करण्याची आहे हे लक्षात आले. प्राध्यापकांच्या पगारांसाठी झुंज देणाऱ्या पांढरपेशी मनाचा पतंग माझ्या समाजवादी संस्कारांच्या रानात तुटून पडला. हळूहळू माझी झोपलेली समाजवादी मूल्ये जागी झाली. मातीच्या प्रश्नाचे भान आले. शारदा साठे, ज्योती, मंगल, प्रेरणा या स्त्री-मुक्तीच्या सहेलींबरोबर केलेली भटकंती माझे पाय मातीत स्थिरावू लागले. एस. एम. अण्णा प्राध्यापकांची संघटना काढताना मला म्हणाले होते, "तू एका ऑफिसर क्लासला जन्म देत आहेस, ज्यांना पगार व पैसा यापेक्षा समाजाचे देण-घेणे लागत नाही." अण्णांचे वचन मी विसरून गेलो होतो. तळमावल्याच्या मातीत माझ्यातील समाजवादी चिंतक कार्यरत झाला.

मी आणि प्रा. शिंदे विहिरीवर अंघोळीला गेलो. विहिरीवर बाया-बापड्यांची गर्दी! बाया-बापड्यांसमोर उघड्यावर अंघोळ कशी करायची, यामुळे आम्ही लाजलो. एका बहिणीने ही अडचण ओळखली. ती म्हणाली, 'गुरुजी संकोच कसला करता. काढा कपडे. २-४ बादल्या मीच ओतते. बंद बाथरूममध्ये, बंदिस्त शहरी मन आधी तयार होईना. धाक-धुक करीत वेडे-वाकडे देह उघडे झाले. थंड पाण्याच्या बादल्या डोक्यावर आल्या. गरम पाण्याची मस्ती जिरून गेली. 'भैणीचा' ग्रामीण निरागसपणा जरी भावला तरी आम्ही बापये होतो. उन्हाळा जवळ आल्यावर झरे आटले. दूरवरून पाणी आणायला लागायचे. राजस्थानामधील पाण्याच्या बाबतीतला चिंगुसपणा आमच्या वाटणीला आला. जे पाणी कपडे धुऊन उरायचे, तेच पाणी स्वयंपाकाची भांडी धुण्यासाठी वापरायचे. पाण्याला मोल किती? सोने गुंजात का मापतात? पाणी तोळ्यात मापावे हे तळमावल्याला गेल्यावरच कळते. खेड्यातील अस्वच्छता माणसांपेक्षा परिस्थितीने त्याच्यावर लादलेली असते. अस्वच्छ रहावे असे कोणालाच वाटत नसते. परंतु डिसेंबरनंतर उघडे पडणारे ओढे, वाळक्या विहिरी, कुठूनतरी वांग नदीच्या खड्ड्यातून आणलेले पाणी सोन्याच्या किंमतीने वापरावे लागते. पाणी ही शहरी माणसाला चैन. काही खेड्यांना तो शाप! 'भातसा', 'वैतरणा' नदीचे पाणी कोट्यवधी रुपये खर्चून मुंबईला, पवना नदीचे पोट बांधून पाणी पिंपरी-चिंचवडला, पण खेड्यासाठी षठी-सामासी येणारा टँकर! स्वातंत्र्य मिळूनही ग्रामीण भगिनीच्या डोक्यावरचा हंडा उतरलाच नाही. एका खेड्यातील

एक स्त्री केवळ पाणी भरण्यासाठी एका वर्षात कलकत्ता ते दिल्ली एवढे ३६०० कि. मी. चे अंतर पायी तुडविते. तळमावल्याला वयाच्या ४६ व्या वर्षी मला मार्क्सवाद खऱ्या अर्थाने कळला. सेवा दलाच्या शाखेवर 'समाजवादी साथी गाती एका आवाजात, नांगरधारी आम्हा बळीराजा' हे नमन शिकलो. परंतु ते पुस्तकी होते. साने गुरुजी सेवा पथकाच्या ८ दिवसांपेक्षा तळमावल्याच्या वास्तव्यात स्वातंत्र्यानंतरच्या खेड्याची वस्ती व त्यांची मने उकलायला लागली. कुसुमाग्रजांना अभिप्रेत क्रांती कित्येक शतके, योजने या खेड्यापासून दूर आहे. नकळत चिंतनाला दिशा मिळाली.

पाणी काका

मृणाल गोरे 'पाणीवाली ताई' म्हणून प्रसिद्ध, तर विलासराव काका पाटील 'पाणी काका' म्हणून प्रसिद्ध! विलासराव काका पाटील यांचा व माझा जुना स्नेह होता. खांडेकर सरांच्या दुकानात राजकीय गप्पांच्या आमच्या मैफिली रंगायच्या. माझ्यासारख्या बिगर कॉंग्रेसवादी मित्राला शिवाजी विद्यापीठाच्या कार्यकारिणीवर निवडून आणण्यासाठी पाठराखण करणारे सुहृद! तळमावले हा त्यांच्या मतदारसंघाचा भाग. काकांशी मी पाणी प्रश्नावर बोलायचो. माझे तरुण सहकारी प्रा. जे. एस. पाटील यांच्या मदतीने ढेबेवाडी खोऱ्यातील विहिरी व पाणवठ्याचे सर्वेक्षण केले. काकांनी आमदार फंडातून पाणी प्रश्न सोडविण्याचे मनावर घेतले. ते म्हणाले, "शेठ, तुझ्या महाविद्यालयाला आर्थिक मदत देण्यापेक्षा पाणी देणे मी अधिक पसंत करेन. तू महाविद्यालयाची जागा पाण्याच्या टाकीसाठी उपलब्ध करून दे." माझ्याच हस्ते त्यांनी जॅक वेलची कुदळ मारविली व २ वर्षांच्या आत महाविद्यालयासाठी शासनाने निर्माण केलेली पहिली पाणीपुरवठायोजना त्यांनी जिद्दीने पूर्ण करून दाखविली. उन्हाळ्यात झरे आटले. त्यांनी आमदार फंडातून साइकड्याच्या विहिरीचे पाणी महाविद्यालयाच्या विहिरीत सोडले. लोकप्रतिनिधी कसा असावा, याचे बोलके उदाहरण विलासराव काका पाटील होते. 'ब्युरॉक्रसी' ची लगाम हातात घेऊन त्या घोड्यावर त्यांची मांड पक्की असे. ढेबेवाडी खोऱ्यात टॅंकर संस्कृती नष्ट करण्याच्या कामात काकांचा मोठा वाटा होता. माझ्या महाविद्यालयासमोरील खळेगावची मुले-मुली भर पावसात काहिलीतून येत अगर वसंत बंधाऱ्याच्या एका बुरुजावरून दुसऱ्या बुरुजावर उड्या मारत, जीव मुठीत घेऊन ही मुले येत. काकांना हा धोका सांगताच त्यांनी पक्का पूल एका वर्षात बांधून दिला. मला ते म्हणाले, "शेठ, तुला ग्रामीण महाविद्यालयाचा अर्थ कळला आहे. ग्रामीण महाविद्यालय केवळ परीक्षा केंद्र असता कामा नये. परिसराच्या सुख-दुःखाचा तो आवाज असला पाहिजे. प्राचार्यांच्या

मताला मी पुढाऱ्यांपेक्षा अधिक किंमत देतो.'' काकांनी माझ्या तळमावल्याच्या १० वर्षांच्या निवासात असंख्य योजना मिळवून दिल्या. आंघोळीच्या वेळी मला पडलेला पाण्याचा प्रश्न १० वर्षांत सोडविण्यासाठी मी खारीचे काम केले हे समाधानाचे गाठोडे सर्व कष्टांना आनंदाची किनार देते.

तळमावल्यात माझे हरळीचे मूळ

अभयकुमार साळुंखे यांना ट्रेकिंगची मोठी आवड. संध्याकाळी कुठचातरी डोंगर तुडवायचा. चार घरांच्या वाडीवरल्या विद्यार्थ्यांनी दिलेला कोरा चहा रिचवायचा. अंधाऱ्या खोलीत वाकळ पांघरून टिमटिमत्या दिव्यासमोर पुस्तके वाचणारे विद्यार्थी आम्ही पाहायचो. कुठेतरी अंग चोरून उभी असलेली विद्यार्थिनी भेटायची. आईला म्हणायची, ''सर आलेत. चहा कर ना.'' मागच्या दाराने आई बकरीचे दूध पिळून आणायची. तो चहा घशात उतरायचा. अशा अनेक भेटीतून माझ्या लक्षात यायचे, ग्रामीण महाविद्यालयातील प्राध्यापक संवेदनशील असला पाहिजे. सामाजिक समिलकीची त्याला सवय असली पाहिजे. प्राध्यापकांच्या प्रश्नांच्या सोडवणुकीत, नेतृत्वाच्या अहंकाराने व समाजाविषयी बर्फाळलेले माझे अंत:करण प्रथमच ग्रामीण विद्यार्थ्यांच्या प्रश्नाविषयी अधिक भावसाक्षर झाले. कोणत्याही शहरी विद्यार्थ्यांपेक्षा ग्रामीण विद्यार्थ्यांसाठी आपली आयुष्याची काही वर्षे गेली तर ती आनंदयात्रा मानावी असे विचार माझ्या मनात पक्के झाले. या काळात प्राचार्य अभयकुमार साळुंखे यांच्यात व माझ्यात पदप्रतिष्ठेचे संघर्ष उडाले असते, तर कदाचित आम्ही भरकटलो असतो. त्यांनी ग्रामीण भागात पेटत्या मनाने मी काम करावे असेच वातावरण निर्माण केले. तळमावल्याच्या मातीत हरवळीच्या मुळासारखा मी रुतून बसलो. साताऱ्यात आल्यावरही ते कलम मी छाटू शकलो नाही, याचे श्रेय अभयकुमारांना देण्यात मला काहीच वावगे वाटणार नाही. परंतु माझे विद्यार्थिदशेतील प्राध्यापकांच्या संस्काराकडेही याचे श्रेय जाते. प्रा. रा. श्री. जोग लोकांना मराठीचे समीक्षक म्हणून माहीत आहेत. त्यांचे दुसरे रूप अज्ञात आहे. फर्ग्युसन महाविद्यालयात आम्ही खेड्यातील मुले त्यांना अप्रूप वाटत. ते ओळख करून घेत. २ रविवार ठरवून कॅम्पपासून अगदी पुण्यातल्या वेश्या वस्तीपर्यंत फिरवून आणत. पुणे शहराची ओळख करून देत. प्रा. आर. डी. वाडेकर, बालब्रह्मचारी! गुढघ्याएवढे खादीचे धोतर, डोक्यावर पांढरी टोपी. खेड्यातील विद्यार्थ्यांना खिलवण्याचा त्यांना छंद होता. डॉ. माईणकर हे तर आपल्या विद्यार्थ्यांवर अपत्यवत प्रेम करीत. गुरुवर्य ग. प्र. प्रधान म्हणजे जिव्हाळ्याचा अखंड स्त्रोत. ऋजु अंत:करणाचा, सरळ मनाचा प्राध्यापक! हा तर खेड्यातील मुलांचा मित्रच बनायचा. डॉ. पु. ग. सहस्त्रबुद्धे विचारांच्या तारा तापवून टाकत. डॉ. प्रभूदास

भूपटकरांचा नाट्यवेडेपणा, नाटके व सिनेमा दाखविण्याची त्यांची हौस मी अनुभवली होती. हे गुरू-शिष्याचे नात्याचे त्यांनी केलेले संस्कार तळमावल्यासारख्या ग्रामीण भागात माझ्या मदतीला आले. तळमावले मला शिक्षा वाटले नाही. या गुरुजनांमुळेच मातकट रंगाच्या, करपलेल्या चेहऱ्यांच्या मुलांबरोबर सवंगड्यांसारखा मी रमू शकलो. मध्यमयुगातील सरंजामदारी विचारांत वावरणाऱ्या खेड्यातील मुलांच्या मनावर आधुनिकतेचा दरवाजा खोलून पहावा हे मी ठसवू शकलो. परत सातारला बदली करून घ्यावी या गुंत्यातून मी बाहेर आलो. तळमावले व त्याचा परिसर माझ्या गोरेगावइतकाच अगर सातारइतकाच मला रम्य वाटला. भाई वैद्य, लालजी कुलकर्णी, बळवंत गोहाड, कॉ. एस. के. लिमये यांनी दिलेले समाजवादी व साम्यवादी विचारधन येथे माझ्या कामी आले. समाजवादी व साम्यवादी विचारधनामुळेच तळमावल्याच्या ग्रामीण विद्यार्थ्यांच्या शैक्षणिक प्रश्नाकडे निकोप मनाने मी पाहू शकलो. नकळत व्यवहाराची, उक्ती-कृतीची जोड मी देऊ शकलो. डॉ. बापूजी साळुंखे यांनी येथे महाविद्यालयच काढायला नको होते हा प्रारंभी आलेला विचार बदलला. बापूजींनी हे महाविद्यालय काढले म्हणूनच आज या घरा-घरांतून अनेक पदवीधर मुले-मुली निर्माण झाली. अन्यथा मुंबईला जाऊन मांडवीत कापड बाजारात, लोखंड बाजारात 'मी तो एक हमाल भारवाही' हे जिणे त्यांच्या वाटणीला आले असते. या महाविद्यालयामुळेच मुंबईत जाऊन श्रमाला प्रतिष्ठा मिळवून दिली. अण्णा पाटील व बळवंत पवार हे त्याचे उदाहरण होय.

राष्ट्रीय सेवा योजना

शिवाजी विद्यापीठाच्या राष्ट्रीय सेवा योजना विभागाशी माझा १९६९ सालापासून प्रदीर्घ संबंध होता. राष्ट्रसेवादलाच्या साने गुरुजी पथकात १९५२ पासून मी स्वयंसेवक म्हणून काम केले होते. तसेच महाडच्या परांजपे विद्यामंदिरात माझे मुख्याध्यापक आचार्य चांदे यांनी कर्जतजवळच्या राजा नाल्यावर श्रमशिबिरे घेतली होती. विद्यार्थीदशेपासूनच मातीचा व माणसाचा संबंध असला पाहिजे यावर माझा विश्वास होता. पीएच. डी. च्या निमित्ताने अगदी गुजराथीमधून म. गांधी वाचून काढला होता. गांधींच्या जीवन-शिक्षण पद्धतीबद्दल मला आकर्षण होते. यामुळे टिकाव-फावड्याच्या वैचारिक क्रांतीवर माझी श्रद्धा बसली होती. या देशात टिकाव-फावड्याची कोणालाही लाज वाटता कामा नये. स्वातंत्र्यपूर्व काळात म. गांधींनी काँग्रेसशी संबंधित अनेक संस्था स्थापन करून त्यामार्फत विधायक कार्यकर्त्यांची फौज उभी केली होती. पण स्वातंत्र्यानंतर शासनाने तरुण शक्तीला विधायक कामाला प्रोत्साहन देणारे कोणतेही उपक्रम हाती घेतले नाहीत. सत्तेच्या राजकारणाला

अत्यंत महत्त्व दिले. युवक संघटनांचे सरकारीकरण व पक्षीकरण झाले. जगभरही १९६७ च्या काळात हिप्पी, बिटल्स यांच्या रूपात तरुणांच्या विद्रोहाचा उद्रेक झाला. चरणसिंग व कामराज यांच्यासारख्या नेत्यांचा निवडणुकीत विद्यार्थ्यांनी पराभव केला. परिणामी स्व. माजी पंतप्रधान इंदिरा गांधींना तरुण शक्तीच्या उदात्तीकरणाला वाट सापडावी असे वाटले. पहिले अर्थमंत्री सर चिंतामणराव देशमुख यांचा सक्तीचा समाजसेवेचा विचार केंद्र सरकारने राष्ट्रीय सेवा योजनेच्या स्वरूपात स्वीकारला. राष्ट्रसेवा दलाचे नेते राजकारणात ओढले गेल्यामुळे पुरोगामी विचारांच्या तरुणांची मार्गदर्शक संस्था संपुष्टात येत होती. हे सर्व चित्र पाहिल्यावर मी माझे राष्ट्रसेवादल व समाजवादी पक्षातील विचारधनाला तरुण शक्तीत संक्रांत करण्याच्या दृष्टीने राष्ट्रीय सेवा योजनेचे व्यासपीठ हे उत्कृष्ट माध्यम मानले. या दृष्टीनेच मी या योजनेचा उपयोग केला. १९७१ च्या बांगला देशाच्या युद्धामुळे प्रथम कोल्हापुरात 'पेट्रोल वाचवा, देश वाचवा' ही मोहीम हाती घेतली. 'व्यापाऱ्यांनी युद्धाची संधी घेऊन नफ्याच्या आशेने सैन्याचे पाय कापू नका' ही मोहीमही यशस्वीरित्या वापरली. त्याच काळात 'जेव्हा माणूस जागा होतो' हे गोदावरीबाई परुळेकरांचे पुस्तक वाचले. कोल्हापूरच्या विवेकानंद महाविद्यालयात सर्व ऊसकरी मुले होती, त्यांना गरिबीचे दर्शन घडवावे, म्हणून ठाणे जिल्ह्यातील आशागडला प्रा. डी. यू. पवार व मी दोघांनी मिळून शिबिर घेण्याचे ठरविले. बापूजी साळुंखे यांनी आशागडला आदिवासी क्षेत्रात आश्रमशाळा सुरू केली होती. बागायतदारांचे आक्रमण व धनदांडग्यांचा दबाव यामुळे या आश्रमशाळेला त्रास व्हायचा. नदीशेजारी असूनही पाणी नाही. यामुळे तेथे बापूजींना विहिरीची गरज भासली. ऐन उन्हाळ्यात १०० मुले घेऊन आम्ही विहीर खणू लागलो. अभयकुमार साळुंखे त्या चमूमध्ये एक श्रमसेवी स्वयंसेवक होते. रात्री १२-१२ पर्यंत मुले खणत. ४० फुटांवर पाणी लागल्यावर बांधकाम हाती घेतले. तरुण शक्ती हे करू शकते, याचा प्रत्यय आला.

प्राचार्य रा. कृ. कणबरकर आज ९२ वर्षांचे! त्या काळांत कुलगुरू डॉ. अप्पासाहेब पवारांना त्यांनी शब्द टाकला. डॉ. पवारांनी परवानगी तर दिलीच, बापूजींच्या प्रेमामुळे डहाणूच्या आदीवासी क्षेत्रात समोरापालाही मजल दरमजल करीत आले.

रायगड किल्ल्यावर शिवस्मृती

विवेकानंद महाविद्यालयातून माझी बदली लाल बहादूर शास्त्री महाविद्यालय, सातारा येथे झाली. छत्रपती शिवरायांच्या राज्याभिषेकाला १९७४ मध्ये ३०० वर्षे पूर्ण झाली होती. मी विचार केला, छत्रपती शिवाजी महाराज केवळ हिंदुत्ववाद्यांची

मालकी नाही. समाजवाद्यांनी शिवाजी महाराजांचा उपयोग प्रतापगडच्या मोर्चाशिवाय विचारधनाच्या दृष्टीने कमीच केला. रायगडावर आम्ही शिबिरे घेण्याचे ठरविले. शिवाजी महाराज युद्धनीतीचे आदर्श होते. आजच्या काळात युद्धाचे संदर्भ बदलले आहेत. हे लक्षात घेऊन युद्धशास्त्रावरची व्याख्याने 'ब्रिगेडियर' निजानंद बाळ, 'कर्नल', पाटणकर, 'रियल ॲडमिरल' करमरकर यांच्या मदतीने रायगडावर घेतली. मोरोपंत पिंगळे व सकवार बाईंचे वृंदावन साफ केले. हिरकणी बुरुजाचा रस्ता तयार केला. उत्खननशास्त्र मुलांना शिकविले. प्रा. आचार्य, प्रा. एम. आर. जाधव, प्रा. संभाजीराव मोटे, अविनाश सप्रे या मित्रांची या कल्पकतेला जोड होती. १९८० साली शिवाजी महाराजांच्या ३०० व्या पुण्यतिथीला असेच शिबिर रायगडावर घेतले. शिवरायांच्या समाधीकडे जाणारा पालखीचा रस्ता तयार केला. मुलांनी खडकसुद्धा लोण्यासारखा मऊ केला. शिवाजी विद्यापीठ शिवाजीचे नाव लावते. माझ्या महाविद्यालयातील विद्यार्थ्यांना शिवसेवा करून आपले तारुण्य वेगळ्या कामाला मार्गी लावले. आपल्या विद्यापीठाचे शिवाजी हे नाव सार्थ केले.

"याच महाविद्यालयात मी आल्यावर लाल निशाण गटाच्या कार्यकर्त्यांशी माझा संबंध आला. त्यामुळे साम्यवादी विचारांचा सहप्रवासी झालो. कॉ. एस. के. लिमये यांनी मार्क्सवाद मला समजावून दिला. कोयना धरणग्रस्तांच्या प्रश्नांचा अभ्यास यांच्यामुळे झाला. महाबळेश्वरला मोळी विकणाऱ्या स्त्रियांच्या व्यथा कळल्या. कॉ. शारदा साठे, छाया दातार यांच्यामुळे श्रमिक स्त्रियांच्या समस्यांचे आकलन झाले. परिणामी या महाविद्यालयाची काही शिबिरे कोयना धरणग्रस्तक्षेत्रात घेतली. रशियन राज्यक्रांतीच्या वाढदिवसानिमित्त मार्क्सवादावर व्याख्याने ठेवली होती. याच काळात वनाधिकारी विश्वासराव वाळके यांच्या संपर्कात आलो. 'जंगल तोडो' हा आमचा नारा होता. वाळकेसाहेबांनी भर पावसात मला वासोट्याला नेले आणि जंगलाच्या भूल-भुलैय्यात भटकविले. माझ्या समाजवादी अधिनायकाची जागा वासोट्याने घेतली. तेव्हा वासोटा किल्ला कोणालाही माहीत नव्हता. तो अलिबाबाची गुहा होता. १२०० वनस्पतींना कवेत घेऊन उभा असलेला हा किल्ला ताई तेलिणीशी संबंधित एक ऐतिहासिक वस्तुस्थिती असेल. भूगोलाच्या पुस्तकात त्याच्या पदरी दुर्लंघतेचे माप काढले असेल. पण माझ्या छोट्याशा वनयात्रेच्या जीवनात त्याला एका जिवंत नायकाचं स्वरूप प्राप्त झालं आहे. वासोट्यानं मला वन्य प्राण्यांच्या जीवनाचं दार किलकिलं केलं. वनस्पतींच्या 'सिक्रेट लाइफ' चं रहस्य त्यानं समजावलं. जंगल तोडलंच पाहिजे, या भूमिकेपासून जंगलाच्या कायमच्या प्रेमात त्यानं मला पाडलं. वनप्रेमाचं टोपडं माझ्यातील विद्रोही कार्यकर्त्याला घातलं. कोयनेचा हिरवागार पट्टा व शिवसागरचे निळेशार पाणी माझ्या भटकंतीच्या कायमच्या

जागा झाल्या. या किल्ल्यानं वनाच्या भूल-भुलैय्यातून झुलवत नेत वन-नीतीच्या ठोस कार्यक्रमापर्यंत मला नेले. यामुळेच तळमावल्याच्या बदलीबद्दल माझी खंत कमी-कमी होत गेली. नकळत त्या बरड माळावर वनस्पतीचं हिरवं बेट मी निर्माण करू शकलो. या किल्ल्याच्या अंगा खांद्यावर प्राचार्य ए. के. भागवत यांच्या मदतीने विद्यार्थ्यांना वर्डस्वर्थ समजावून दिला; तर व्यंकटेश माडगूळकरांना आमंत्रण देऊन विद्यार्थ्यांना जंगल कसे पहावे याचे धडे दिले. बालकवीच्या कवितेचा आस्वाद घनदाट जंगलात वाहणाऱ्या इंदोली नदीच्या पात्रात प्रचंड शिळांवर बसून प्रा. तानाजी भोसले यांच्या मदतीने घेतला, तर नीलिमा आणि प्रेरणा राणे यांनी सरपटणाऱ्या नागराजापासून धामणीपर्यंतच्या सापांना पकडायला शिकविले.

वाल्मिकी पठार

तळमावल्याला गेल्यावर माझे वनप्रेम कायमच होते. राष्ट्रीय सेवा योजनेच्या कामाबद्दल अहंकार होता. प्राचार्य अभयकुमार साळुंखे यांना ही पार्श्वभूमी माहीत असल्याने त्यांनी माझे वासोटा प्रयोगाचे साथीदार सुहास साळुंखे, चंद्रकांत शिंदे व माझ्यावर तळमावल्याच्या राष्ट्रीय सेवा योजनेची जबाबदारी टाकली. आम्ही मंडळी चिवट व हेकट. विश्वासराव वाळके हा साहेब मनाने राजा. मित्रांच्या मदतीला कायम हजर. तळमावल्याच्या दूर क्षितिजावर वाल्मिकीचे प्रचंड मोठे पठार आहे. ३० मैलांत माणूस नावाचा द्विपाद प्राणी राहत नाही. रस्ता वर्षातून ३ महिनेच खुला. खुरटी झुडपे. कोठे घनदाट राईचा पुंजका! छातीसारखे उंच गवत अशा पठारामागे १५ मैल लांबीचा, ५ मैल रुंदीचा जांभ्या दगडाचा टेबललँप! साहेबांनी सुचविले, ‘‘शेठ, वासोट्यासारख्या एस्किमो टाइप झोपड्या बांधून देतो. तू तेथेच शिबिर घे.’’ अभयकुमारांनी माझ्या साहसाला हिरवा कंदील दाखविला. वाल्मिकी मंदिरासमोर शोले सिनेमातील दृश्यासाख्या १० झोपड्या उभ्या राहिल्या. मध्यभागी माझी झोपडी. विद्यार्थ्यांची सभा बोलावली, तेव्हा विद्यार्थ्यांनी पहिला झटका दिला, ‘‘सर, आम्ही वाल्मिकी पठार पाहिलेच नाही.’’ तळमावल्याचा खोऱ्यापासून १५ मैलांवर असलेल्या या निसर्गरम्य प्रदेशाचा पत्ताच मुळी या महाविद्यालयातील विद्यार्थ्यांना नव्हता. याचाच अर्थ डोंगराळ भागात माणसांचे मैदानी प्रदेशासारखे जाणे-येणे नसते. परस्परांशी व्यवहार नसतात. या पठारावर फक्त धनगरांची वस्ती! चरीव रान असल्यामुळे धनगरच तेथे निवासी. १००-१०० गायींची खिल्लारे त्यांचीच. आठवड्याच्या बाजारापुरता खोऱ्यातल्या लोकांशी त्यांचा संबंध. डोंगरी सामाजिक जीवन हे तळमावल्यामुळे मला अभ्यासता आले.

शिबिराच्या दिवशी फक्त तीसच मुले आली. उद्‌घाटनाच्या कार्यक्रमाला

थोडेच हजर. लाल बहादूरपेक्षा वेगळा अनुभव आला. मुले लाडावलेली. खोबरेल तेल व साबण दिलाच पाहिजे. अंघोळीसाठी गरम पाणी पाहिजे. मी व सुहास मुलांना समजावतो. रात्र होते आणि माणूस मेल्यावर जसे रडावे तशी मुलांनी रडायला सुरुवात होते. गल्लीतील सर्व कुत्री बेसूर आवाजात रडतात. तसा आवाज प्रत्येक झोपडीतून येऊ लागला. आम्ही घाबरलो. झोपडीतून कंदिल घेऊन बाहेर आलो, तेव्हा ४-५ मुले प्रत्येक झोपडीतील मुलांना रडायला लावत होती. एका विद्यार्थ्याला विचारले, ''काय झाले?'' ''मातम हुआ''. ही मुले केवळ मनोरंजनाखातर खोटी रडत होती. हे बघितल्यावर मुलांच्या मानसिक मर्यादा लक्षात आल्या. शिबिरातील त्यांच्या मनोरंजनाच्या कल्पनेचे थिटेपण जाणवले. परंतु आम्ही हिम्मत हारलो नाही. मी विद्यार्थीदशेत एका उनाड मुलांच्या शाळेत शिक्षकाचे काम केलेल्या ध्येयवादी शिक्षकाच्या जीवनातील अमेरिकन चित्रपट पाहिलेला होता. इटालियन मुलांनी आपल्या शिक्षकांना लिहिलेली पत्रे वाचली होती. त्यामुळे या मुलांचे मानस बदलण्याचा, आत्मविश्वास मी व माझ्या सहकाऱ्यांजवळ होता. सकाळ उजाडताच चंद्रकांतचा पाय दगडावरून घसरला तोच तळमावल्याहून शिपाई हजर. चंद्रकांतच्या वडिलांचे निधन झालेले, शिपायाला यायलाच ८ तास लागलेले. चंद्रकांत या दुर्गमतेमुळे वडिलांच्या अग्निसंस्कारालाही पोहोचू शकला नाही. शिबिरात फक्त मी व सुहास दोन प्राध्यापक उरलो. जवळ वाहन नाही, गाव नाही. दवाखान्याचे नावच नको. परंतु सुदैवाने लाल बहादूर शास्त्री महाविद्यालयात माझ्याबरोबर राष्ट्रीय सेवा योजनेत समरसून काम केलेला राजू निगडे हा शिपाई मी बरोबर आणलेला असतो. त्याच्यावर भोजन व्यवस्था सोपवून 'लोकराई' च्या निर्मितीच्या मागे आम्ही लागतो. अंबराईत निलगिरीचे बन निर्माण करायचे. जिल्हा बँकेने अर्थपुरवठा करून 'लोकराई' जोपासायची, धनगरवाड्याच्या हवाली करायची. काम सुरू होते. परंतु बौद्धिके कोण घेणार? राष्ट्रीय सेवा योजनेच्या संयोजकाजवळ समयसूचकता व परिस्थितीनुरूप निर्णय घेण्याची क्षमता असावी लागते. सुहास इंग्रजीचा नामवंत प्राध्यापक. शेक्सपिअरची स्वगते त्याच्या जिभेवर होती. शेक्सपीयरच्या नाटकांच्या कथा बौद्धिकाच्या काळात तोच साभिनय सांगायचा. तर माझी भटकंती देशभर! मी 'आँखो देखा हाल' सांगायचो. हळूहळू पहिल्या दिवसाचे मुलांचे मानस बदलत गेले. त्यांच्या तारा जुळू लागल्या. डॉ. दादा गुजर, मुकुंदराव किर्लोस्कर, अप्पासाहेब भोसले, खांडेकर सर हे मित्र रात्री ९ लाच पोहोचले. जंगलातला रस्ता त्यांना संपत नव्हता. संभाजीराव पाटणे यांनी असले वेडे साहस न करण्याची मसलत दिली. याच शिबिरात एका वात्रट मुलाने धनगराच्या मुलीची छेड काढली. हातात विळे-कोयते घेऊन धनगरांची फौज हजर. मुलांची झापरच काढण्याच्या धमकावण्या. परंतु यावेळेस डॉ. बापूजी

साळुंखे, एस. एम. जोशी यांनी दिलेला संयमाचा वारसा कारणी आला. राष्ट्रसेवा दलातील चातुर्य पणाला लावले. वृद्धांचे पाय पकडले व त्या मुलाऐवजी मलाच शेकोटीत टाका असे सांगितले. इकडे सुहासला डोळा मारून धनगरांसाठी चहा करायला फर्मावले. चहाचे आतिथ्य पाहताच 'जानी दुश्मन' बनायला आलेले धनगर 'जानी दोस्त' झाले.

वाल्मिकीच्या जंगलात ट्रकची चाके वाजली की काही मुले पळून जायची. परत येताना गावातली १०-१२ मुले आणायची व म्हणायची, "सर आपल्याकडे पाहुणा आला की ताटातले वाटीत करून आपण वाढतोच की, वाढा ना!" रेशनिंगच्या मर्यादा त्यांना कळायच्या नाहीत. शिबिरे म्हणजे "आओ, जाओ घर तुम्हारा" असे वाटायचे. महाविद्यालय त्यांना धर्मशाळाच भासायची. अशा मुलांबरोबर काम करताना तळमावल्याच्या विद्यार्थी-जीवनाचा आलेख समजला. असे अनुभव पदरी होते. परंतु "आम्ही बिघडलो, तुम्ही बिघडा ना. विठ्ठलासंगे तुका बिघडला, विठ्ठल तुकाची झाला." या तुकाराम वचनावरील विश्वास ढळला नाही. या शिबिरातून तळमावल्याच्या विद्यार्थ्यांशी जवळीक निर्माण झाली. मला मानसिक धक्के देणारे अनुभव होते. अपयश मोठे होते. पण या शिबिराच्या अनुभवाची दुसरी उजळाई मोठी होती. या शिबिरात वसंत हरुगडे हा लंगडा विद्यार्थी होता. याने महाविद्यालयीन जीवन संपल्यावर कळंबाई देवीच्या डोंगरावर प्राथमिक शाळेची इमारत बांधली. तेथे तर वाहनही जात नव्हते. उभे कडे होते. त्याच्या विद्यार्थ्यांनी तीन-तीन टप्प्यांत छोट्या भगुल्यांनी वाळू व सिमेंट नेले, तर 'मुरगळ' या मुस्लिम विद्यार्थ्याने वाल्मिकी पठारात धावडवाड्याजवळ चांगली प्राथमिक शाळा चालविली. दिंडे या विद्यार्थ्याने तर डोंगरातल्या मुलांसाठी सातत्याने करमणुकीचे कार्यक्रम केले. याचाच अर्थ होता की, यातील काही मुलांचा अंतरीचा दीप मालवला नव्हता. हे विद्यार्थी आपल्या कर्तृत्वाचे श्रेय तळमावल्याच्या राष्ट्रीय सेवा योजनेच्या आमच्या शिबिराला देतात. माझ्या राष्ट्रीय सेवा योजनेच्या संकल्पनेच्या या ग्रामीण महाविद्यालयात पराभव झाला. हा पराभव मात्र मी शिकण्याच्या भूमिकेने पचविला. शिवाजी विद्यापीठाच्या साह्याने राष्ट्रीय सेवा योजना हाच अभ्यासक्रमाचा विषय बनविला. विद्यापीठात त्याच्या परीक्षा घेऊ जाऊ लागल्या. सातारा जिल्ह्यात हा विषय सुरू करणारे एकमेव महाविद्यालय काकासाहेब चव्हाण महाविद्यालय होते. या विषयाच्या माझ्या अध्यापनामुळे नकळत मुलांत बदल झाला. १० वर्षांत अत्यंत सुसंस्कारी मुले झाली. त्यांच्यात अदब झाली. समारोप व उद्घाटनालाच हजर राहणाऱ्या मुली १०-१० दिवस मुलांबरोबर राहू लागल्या. महाविद्यालयाच्या बागेतील फुलंसुद्धा न तोडण्याचा संयम विद्यार्थ्यांत आला. या सर्वांचे श्रेय राष्ट्रीय सेवा योजनेच्या संस्कारी

सामर्थ्याकडेच जाते.

व्हॉलीबॉल क्लब

तळमावल्याला मी आल्यानंतर माझ्या लक्षात आले की, या खेड्यात मुलांची युवक मंडळे असावीत. पूर्व जर्मनीच्या ३६ हजार स्पोर्टस क्लबसंबंधी वाचलेले होते. पूर्व जर्मनी हे राष्ट्र खेळाच्या मैदानावर घडत गेले. स्पार्टा काइटच्या पद्धतीवर स्पोर्टस क्लब सुरू करण्यासाठी आम्ही सात गावांत व्हॉलीबॉलचे क्लब सुरू केले. माझ्या डोळ्यांसमोर या क्लबचे स्वरूप राष्ट्रसेवा दलाच्या शाखेसारखे होते. आम्ही १० खेडी निवडली. १० व्हॉलीबॉल दिले. २-४ दिवसांचा मुलांचा मोर्चा आला, "सर आम्ही वाडीवर राहतो. वाडीसाठी वेगळा क्लब हवा. प्रत्येक गावाला किमान १० ते १२ वाड्या. तेव्हा आयुष्यात प्रथम कळले, "बच्चंजी, तुला समजलेले खेडे तुझ्या शहरी संकल्पनेचे आहे." मी कोकणातला होतो. कोकणात मुख्य गावाला लागून जी दूरवर वस्ती असायची तिला 'कोंड' म्हणायचे. हा तसलाच प्रकार. याचा खेड्यातील सामाजिक मानसिकतेशी त्याचा संबंध आहे. प्रत्येक गावाचे गावठाण असते. डोंगराळ भागात शेती लांब पडते म्हणून आपल्या शिवाराजवळ माणसे वस्ती करतात. साधारणत: ही माणसे एकाच भावकीची असतात. याचा अर्थ वाडीवरची माणसे अज्ञानी नसतात. तळमावल्याच्या खोऱ्यात वाडीवरच्या मुलीशी मुख्य गावातील मुलाचा विवाह-संबंध होत नसे. माझ्याबरोबर N. S. S. च्या संस्कारात वाढलेल्या केशव कचरे नावाच्या मुलाने विद्रोह केला. त्याने आपल्या गावी उपाशी पोटी राहून माध्यमिक शाळा काढली. चांगली चालवली. परंतु वाडीवरच्या नर्स मुलीशी लग्न केल्यामुळे घर व गाव त्याला सोडावे लागले. जेव्हा या घटनेचा मी विचार करतो की, सामाजिक समतेचे 'एक गाव एक पाणवठा'चे प्रयोग या सामाजिक माणसांपासून शेकडो मैल दूर आहेत. सामाजिक समता शिवाराला शिवार लागून असलेल्या वाडी व गावामध्ये राहिलेल्या माणसांमध्येच नसेल तर युगानुयुगे गावाबाहेर राहिलेल्या वस्तीला ही खेडी कशी समजावून घेणार? आता तर गावाहून रस्त्याच्या बाजूला घरे बांधण्याची नवी कल्पना आली. गावात जुनाट, भकास वाडा असतो. शेजाऱ्यांशी संघर्ष नको म्हणून शेतावर वस्ती करून राहण्याचा नवीन प्रकार खेड्यात येऊ लागला आहे. त्यामुळे किमान स्वच्छ घरे व सांडपाण्याच्या सोयी लोक करू लागले आहेत. १० वर्षांत हळूहळू बदलणारी खेडी मी पाहिली. विलास काकांनी एका गावासाठी ५० सामुदायिक संडास व त्या मैल्यावरील गॅसप्लँट बांधला. परंतु गावातील कोणीही तेथे फिरकलेच नाही. मैल्यावरील गॅसचा स्वयंपाकात उपयोग करायला स्त्रियांची तयारी नाही. परिणामी केवळ संडास

हे सरकारच्या भलेपणाचे लक्षण म्हणून जागेवर उभे आहेत.

तळमावल्याची चिरस्मारके

तळमावल्याचा स्टँड म्हणजे भाऊगर्दी. मधमाशांच्या पोळ्यातील मधमाशांसारखी माणसे वाडी-वस्तीवरून येत. कोणतीही बस येवो. ५-५० माणसे लटकलेली असायची. येथे मुतारीची सोय नव्हती. आमच्या महाविद्यालयाच्या N. S. S. युनिटने लोकवर्गणी गोळा करून ८ मुताऱ्या बांधल्या. मुताऱ्यांना काही ग्रामस्थांनी विरोध केला. पण हळूहळू तोही विरोध कमी झाला. स्वयंसेवा वृत्तीचे काही ग्रामीण तरूण प्रारंभी २०-२० बादल्या पाणी ओतून मुताऱ्या स्वच्छ ठेवीत. परंतु काहींनी त्यांचा उपहास केल्यामुळे त्या मुताऱ्या अस्वच्छतेच्या मार्गावर आहेत.

राष्ट्रीय सेवा योजनेमार्फत प्रा. पवार, प्रा. म्हेत्रे यांनी केलेला शिंगमोडे वाडीचा रस्ता व बांधलेला घाट ही पुनर्रचनेची लक्षणे होती. तळमावल्याच्या आमच्या या विभागारने मी प्राचार्य झाल्यावरही हा वेग कायम ठेवला. तारुखचा रस्ता काढण्याचे समाजमंदिर, भोसगावचा डोंगर खणून नदीचा बांधलेला घाट ही चिरस्मारके आहेत. आमच्या महाविद्यालयाचा विद्यार्थी पंचायत समितीचा सभापती झाला. प्रकाश पाटील व महादेव पानवळ या विद्यार्थ्यांनी थोडे डिवचले. त्यांनी तळमावल्याच्या पाणी प्रश्नासाठी पाझर तलावाचा प्रस्ताव आणला. आम्ही विद्यार्थ्यांमार्फत साइट साफ केली. सांडवे काढून दिले आणि वनखात्याने वरच्या बाजूला हजारो झाडे लावली. पाझर तलावाने खालची जमीन पाण्याखाली आलीच व विहिरीचे झरेही दहामाही झाले बनपुरी हायस्कूलची पाया बांधणी झाली. मुंबईच्या स्वतंत्र कामगार संघटनेचे आर. जे. मेहता हे कामगार चळवळीतील वादळी व्यक्तिमत्त्व. आर. जे. मेहतांनी खेडोपाडी आरोग्य सेवा पुरविण्यासाठी कामगारांचा बोनस व वेतनवाढ यातून एक ट्रस्ट उभा केला. पगारी डॉक्टर ठेवले व हजारो रुपयांची औषधे उपलब्ध केली. राष्ट्रीय सेवा योजनेच्या विभागाने ही आरोग्यसेवा मी असेपर्यंत चांगली राबविली. आपल्याकडे वैद्यकीय महाविद्यालये व आर्टस कॉमर्सची संलग्न विद्यालये यांचा सेतू बांधला जात नाही. माझ्या प्राध्यापक मित्रांनी आर्यांग्ल वैद्यक महाविद्यालय, सातारा व कृष्णा वैद्यक संशोधक, कराड यांची मदत घेऊन आरोग्यसेवेचे प्रकल्प राबविले. कृष्णा हॉस्पिटलजवळ ढेवेवाडी-तळमावले क्षेत्रात प्रवेश करताना भला मोठा फलक आहे की, आपण नारूग्रस्त क्षेत्रात प्रवेश करीत आहात. परगावचा माणूस पाण्याच्या स्पर्शालाही भ्यायचा. डॉ. फडके, डॉ. बगाडे, डॉ. चव्हाण, डॉ. बोरकर या मित्रांनी परिश्रम घेतले. खरूज-नायटे दूर केले. वाकळीची स्वच्छता स्वतः शिकविली. दुर्गम भागात आरोग्य सेवा कशी करता येते हे

तळमावल्याच्या माझ्या महाविद्यालयाने व स्वयंसेवकांनी करून दाखविले. महाविद्यालयाच्या इमारतीचा खर्च मुलांनी वाचविला. फरशा, विटा, डबर यांची वाहतूक केली. तळमावल्याच्या माझ्या महाविद्यालयात 'श्रम ही श्रीराम हमारा' हे वाक्य प्रत्येक विद्यार्थ्यांच्या अंत:करणात कोरले होते. विद्यार्थ्यांच्या स्वेदगंगेचे थेंब-अन-थेंब मला आईच्या अश्रूंइतकेच पवित्र वाटले. डॉ. आयरन मला सांगत की, विद्यार्थ्यांना भाषणे देऊ नकोस. 'एक्पोजर टू सिच्युएशन, एक्स्पोजर टू थॉट, एक्स्पोजर टू ॲक्शन' माझ्या विद्यार्थी व प्राध्यापक मित्रांनी परिस्थिती पाहिली. त्यांनीच त्यांचे निर्णय घेतले व कृतीची सुयोग्य रचना केली. बाबा आमटे यांच्या 'वर्कर्स युनिव्हर्सिटी' चे छोटे स्वप्न स्वामी विवेकानंद शिक्षण संस्थेचे काकासाहेब चव्हाण महाविद्यालयात होते. कुदळ, फावडी, पाट्याच्या संगीताने ऊरफोड्या खडकही लोण्यासारखा मऊशार केला. खडकालाही हे श्रमसंगीत कळले. तो स्वत:च ऊरी-पोटी फुटू लागला आणि रचनेच्या कामासाठी उभा राहू लागला. अशी शेकडो कामे या ग्रामीण महाविद्यालयाने केली. बापूजी साळुंखे व काकासाहेब चव्हाण यांना अभिप्रेत सुसंस्कारी श्रमकरी विद्यार्थी या महाविद्यालयाने N. S. S. मार्फत घडवून ग्रामीण पुनर्रचनेच्या सामाजिक बांधिलकीत फौजेच्या रूपाने उभा केला. विद्यार्थ्यांची फौज, जे राव करणार नाही ते करून दाखवू शकली. प्रोजेक्टर, स्लाइडस, सुरेख कॅसेट यांचाही उपयोग करून देशभर चालणाऱ्या कामाची मूर्त चित्रे दाखवून खेडूतांचा विश्वास वाढविला. जशी एखाद्या मुलीला मागणी यावी तशी खेड्यातून आमच्या श्रमसेनेला मागणी यायची. शिबिराचा मांडव आपल्याच गावात पडावा म्हणून ग्रामपंचायती प्रस्ताव करीत. चढाओढ लागे. ज्या गावात श्रम होत, त्या गावातील ग्रामस्थ महाविद्यालयाला भरभरून थैल्या देत. खेड्यात दानत होती. दुर्गम खेड्यात तर कौतुक फार. शहराजवळची खेडी पक्की बेरकी. श्रमशिबिरे त्यांच्या कुचेष्टेचा विषय असे. त्यामुळे तळमावल्याच्या महाविद्यालयाची शिबिरे घेताना मी शहराजवळचे खेडे कधीच निवडले नाही, कारण सधन शेतकऱ्याची मस्ती, गुर्मी तेथे नांदायची. श्रमसेवा हा त्यांच्या थट्टेचा विषय! प्रारंभी उद्‌घाटनापुरत्या मुली येत. तीन वर्षांत मुलीही मुक्कामास राहू लागल्या व खेड्यात संडास-बाथरूम नसतानाही परिस्थितीशी जुळवून घेऊ लागल्या. कष्टात कोठेही त्या मागे नव्हत्या. स्त्री-मुक्तीचे, व्यसनमुक्तीचे, अंधश्रद्धा निर्मूलनाचे शेकडो प्रयोग केले. काही अंशी मानसिकता बदलली.

यशोगाथा

तळमावल्यात एन. एस. एस. मार्फत अकरा वर्षे केलेले शेकडो प्रयोग

यशाच्या जिवंत कहाण्या होत्या. वाल्मिकीच्या पठारावरील श्रमशिबिरीच्या अपयशातून सावरून मी व माझ्या सहकाऱ्यांनी श्रमगाथा गावा-गावांतून लिहिल्या. कदाचित त्या 'untold' असतील. परंतु या 'Success Story' ग्रामीण उदबोधन कार्याच्या पावत्या होत्या. या पावत्यांनी आमचा खजिना संपन्न झाला होता. बाबा आमटे यांनी सांगितल्याप्रमाणे Love, Faith and Strength ही विचारांची तिपाई मदतीला असेल तर ग्रामीण महाविद्यालयातील प्राध्यापक परिवर्तन करू शकेल. परंतु हे परिवर्तन 'पी हळद, हो गोरी' असे नसेल. म. गांधी यांनी म्हटल्याप्रमाणे 'one step is enough for me' असे असेल. लहान पावलांनी क्रांती होते. क्रांतीचे बेट एका घोषणेने उभे राहत नाही. त्यासाठी खारीच्या पद्धतीने काम करावे लागते. म्हणून विवेकानंदीय सेनेने 'सेतू बांधा रे सागरी' हे म्हणत वसंत बापटांच्या कवितांतील तरुणांच्या बाहूंतील विजेच्या ताकतीचा उपयोग करीत, खडक फोडीत छोटे जग उभे केले.

याच काळात प्राचार्य अभयकुमार साळुंखे माझ्या साहसी प्रयोगासाठी १० दिवस थांबले. मी वाल्मिकी पठाराहून येण्यापूर्वीच आपल्या दमल्या-भागाल्या सहकाऱ्यांसाठी कोंबडीचा रस्सा रटरट शिजवित बसलो. आपल्या सहकाऱ्यांचे असे कौतुक थोडेच प्राचार्य करतात. मला ते म्हणाले, सर, अशा प्रयोगांना मी कधी परवानगी देणार नाही. तुम्ही जंगलात एकांतात असता. परंतु मुला-मुलींचे पालक प्राचार्याकडे क्षेम-कुशलासाठी वहाणा झिजवतात. तुम्ही व सुहास यांसारखे प्राध्यापक असल्यामुळे मी पालकांना सांगायचो, तुमच्या अनामती सुखरूप आहेत. मी म्हणालो, "सर, हिम्मत मर्दा तो मदत खुदा" शैक्षणिक प्रयोग सोडायचे नसतात. माणसाचे मन १० दिवसांच्या शिबिरात बदलत नसते. अंधाऱ्या झोपड्या नव्या जगापासून किती दूर आहेत हे आम्हा शिक्षकांना कळले तरी खूप झाले. बापूजी साळुंखे यांनी स्वामी विवेकानंद शिक्षण संस्थेमार्फत मध्ययुगीन काळात वावरणाऱ्या मनाला संस्कारित करण्यासाठीच हे महाविद्यालय काढले. परंतु वाल्मिकीच्या अनुभवावरून मी सल्ला देईन की, कोणत्याही बदलून आलेल्या नवीन प्राध्यापकांवर N. S. S. ची जबाबदारी टाकू नका. मुलांच्या व्यक्तिमत्त्वाची परिस्थितीशी ओळख झाल्याशिवाय प्रयोग सोपविला तर तो प्रयोग अपयशाच्या कबरीकडे जातो. N. S. S. ही संस्कारांची शाळा आहे. मी प्राचार्य झाल्यावर कधीही बदलून आलेल्या प्राध्यापकांवर एकदम जबाबदारी टाकत नसे. नवीन प्राध्यापकाला सांगायचो, सुरेख शिकव, खेडोपाडी फिर. तुला मुलांच्या मानसिकतेची ओळख होईल. जिव्हाळा वाटेल. वर्ष दोन वर्षांत त्या प्राध्यापकाची प्रतिमा उभी राहायची व मग तो एन. एस. एस. चा प्रकल्प अधिकारी बनायचा. मुलांबरोबर स्वतः फुलायचा. श्रमतीर्थाचा वारकरी

बनायचा. संस्काराची ध्वजा आपल्या खांद्यावर मिरवायचा. माझ्या एका पेताड मित्राने रात्री जाऊन आचारीण बाईला हात लावला. परंतु प्रा. एस. एम. पवारासारख्या प्राध्यापकाने कुठेही वाच्यता न होता त्या प्राध्यापक मित्राला योग्य तो रस्ता दाखविला. प्रा. म्हेत्रे, प्रा. थोरात, प्रा. माने, एस. एम. पवार, सुहास साळुंखे, गोरे अशी कितीतरी नावे असतील की ज्यांनी तळमावल्याच्या महाविद्यालयात N. S. S. च्या संस्कारपीठातून चांगल्या विद्यार्थ्यांची संघटित शक्ती उभी केली. प्रताप देसाई या विद्यार्थ्याने आदर्श ग्रामपंचायत उभी करून दाखविली. प्रकाश पाटील पंचायत समितीचा सभापती झाला. केशव कचरे आदर्श मुख्याध्यापक झाला. दिंडेंनी रंजन व नाटक या क्षेत्रात नावलौकिक मिळविला. एका खेड्यातील महाविद्यालयाने आकार-उकार दिलेली ही मुले काकासाहेब चव्हाणमहाविद्यालयाचे संचित धन आहेत.

गुरूप्रेमाचा धागा

दिवस सरत होते. एका संध्याकाळी वारा खात बसलो होतो. अभयकुमारांनी मला मसलतीसाठी बोलावले. मला सांगितले, “मी तळमावल्याचा निरोप घेणार आहे. संस्थेच्या सचिव पदाची जबाबदारी घेण्याचा निर्णय घेतला आहे.” माझा प्रतिप्रश्न असतो, “सर, नवीन वेतनश्रेणी येत असताना तुम्ही प्राचार्य पद सोडू नये. शैला वहिनीही आमच्याच मताशी सहमत असतील.” ते म्हणाले, “जर विवेकानंद शिक्षण संस्थेचा हा शकट चालवावयाचा असेल तर मला संस्थेची सूत्रे हाती घेतली पाहिजेत. प्रयोग झाले. परंतु जुने आजीव सेवक साठीकडे झुकले आहेत. नंतर जबाबदारी घेण्यापेक्षा आताच तरुण वयात घेतली पहिजे. व्यवस्थापन करताना तरुण व्यक्तीजवळ विश्वास असतो. म्हणूनच मी हे धाडस करीत आहे.” मी थोडासा चक्रावतो व सांगतो, “सर तुमचे व माझे सूर जुळतात न जुळतात तोच तुम्ही बदलून जाणार. मग येथे प्राचार्य कोण?” त्यांच्या दाढीधारी चेहऱ्यावर मिस्कील हसू येते. ते उत्तरतात, “तीन वर्षांनी मला परतही यावे लागेल. माझे आपण गुरुजी. गुरुजींनीच विश्वस्त भावनेने महाविद्यालय सांभाळायचे. मी त्यांना सांगतो, दोन दिवसांची सवड द्या. खोलीत गेल्यावर चंद्रकांत व बी. एस. शी चर्चा करतो. चंद्रकांतला विद्यापीठ कायद्याचा अभ्यास असतो. तो म्हणतो, आमच्यात वयाने तुम्ही मोठे आहात. दुसरा कोणीतरी प्राचार्य घेण्यापेक्षा तुमच्याबरोबर काम करणे अधिक सोयीचे होईल. परंतु माझ्या दृष्टीने मी प्राचार्यपदाला नालायक होतो. १२ वर्षे महाराष्ट्रातल्या प्राध्यापक संघटनेत मी काम केलेले. प्राध्यापकांच्या संघटनेचा संस्थापक सदस्य! अनेक प्राचार्यांशी व विद्यापीठाच्या पदाधिकाऱ्यांशी भांडणे

केलेली. लढाऊ प्रतिमा निर्माण करण्यासाठी 'शॉर्ट टेंपर' झालेला गृहस्थ मी! जिभेवर आग असायची. मोर्चात पुढे. परंतु ते करताना मी माझे अध्यापन व प्राचार्यांनी सोपविलेल्या जबाबदाऱ्या यांच्याशी प्रतारणा केली नाही. वाचन तर खूपच केलेले. प्राध्यापक संघटनेची कामे करताना वेगळी मूल्ये जोपासली होती. त्या काळात प्राध्यापक अक्षरश: प्राचार्यांचा गुलाम होता. पगारापोटी ३२ पैशांचा चेक दिलेला प्राचार्य मी पाहिला आहे. प्राध्यापकांची फौज हजर असायची. प्राचार्यांच्या हलक्या कानांनी अनेक प्राध्यापकांना उद्ध्वस्त केले होते. एका प्रसिद्ध शिक्षण संस्थेत तर एका रात्रीत "मी ज्यादा झालो, मल कमी करावे" असे प्राध्यापकांकडून लिहून घेतले जाई. ६-६ महिने पगार नसायचा. त्या काळात अनेक प्राध्यापकांचे डबघाईस आलेले संसार चालविण्यासाठी कुठे वाण्याला जामीन रहा, डॉक्टरांना बिलाचे सांग, तर कधी मंगळसूत्रे सोडून सौभाग्य अलंकार गहाण ठेवायला मदत करायचो. संघटनेच्या नेतृत्वाच्या मला कैफ होता. प्राध्यापकांवरील अन्याय निर्मूलनासाठी लालेलाल व्हायचो. अरे-तुरेची भाषाही वापरायचो. एका चमचा प्राध्यापकाची संभाजीराव जाधवांना शिवी दिल्याबद्दल गचांडीही पकडली होती.

महाराष्ट्रातील एका मातब्बर नेत्याविरुद्ध उभा राहिलो. अशी घडण झाल्यामुळे प्राचार्य पद हे आपले क्षेत्र नव्हे व चुकूनही कोणतेही व्यवस्थापन माझ्याकडे प्राचार्य पदाची सूत्रे स्वप्नातसुद्धा देण्याची सुतराम शक्यता नव्हती. जर कोणी मला प्राचार्य केले असते, तर इतर संस्था-संचालकांनी त्यांना माथेफिरू म्हटले असते. परंतु हे वेडे साहस अभयकुमार साळुंखे यांनी केले. मी त्यांना माझी पार्श्वभूमी समजावली व सांगितली की, कदाचित आजीव सेवकांनाही माझे प्राचार्य पद भावणारे नाही. त्यातून मी अल्पसंख्य जमातीतला! माझी जन्मभूमीही वेगळी! त्यामुळे मी प्राभारी प्राचार्य पदासही 'unfit' आहे असे अभयकुमारांना सांगितले. परंतु त्यांच्या मनात गुरुप्रेमाचा धागा असतो. बापूजी साळुंखे हयात असताना मी आशागड व जोहे येथे केलेली विधायक कामे त्यांना परिचित असतात. ते मला समजावतात, "सर संघटनेचे काम करणे सोपे आहे. विध्वंस व विनाश एका मिनिटात करता येतात. संघटनेच्या कार्यकर्त्याने एक महाविद्यालय संघटनेच्या मूल्यांनुसार चालवून दाखवावे. तुम्हाला कळेल की, प्राचार्यांना शिविगाळ करणे सोपे! प्राचार्यांची मल्लीनाथी तुमच्या हातचा मळ. पण प्राचार्य झाल्यावर कळेल की, खुर्चीखाली खूप खिळे-मोळे आहेत." "घी देखा पर बडगा नही देखा" आणि शेवटी मी एका अटीवर होकार देतो की, मला प्रभारी प्राचार्य पद द्यावे. माझे १९ तासांचे अध्यापन मी करीत राहीन. या जंगलात मी मित्रांवाचून एकाकी राहू शकणार नाही. बोलायला कोणीतरी हवे. तेव्हा खोलीत मित्रांना राहण्याची परवानगी द्या. मला जर प्राचार्यपद

जमले नाही अशी पुसटशी शंका जरी आली, तरी मला तुम्ही सन्मानपूर्वक निरोप दिला पाहिजे व तुमच्या व्यवस्थापनास जर मी आवडलो नाही, तर गोडी-गुलाबीने कोणतीही कटुता न येता प्रभारी प्राचार्यपदाच्या खुर्चीतून मला पायउतार करण्याचा अधिकारही आपल्याला आहे व दर महिना आपण एक खेप मारावी व बापूजींप्रमाणे माझे आर्थिक व्यवहार तपासून पाहावेत. मी जरी बनिया असलो, तरी सरळ साधा समाजवादी. समाजवाद्यांना कोणीही टांग लावतो! पैशाच्या व्यवहारात मी मामा बनू नये याची काळजी आपणच घ्यावी. ४ वर्षांनी प्रभारी प्राचार्यपदातून मुक्त करून सातारला बदली करावी. मात्र मी टपालफोड्या प्रभारी प्राचार्य असणार नाही, तर निर्मितीचा आनंद लुटणारा राष्ट्रसेवा दलाचा सैनिकही माझ्यात जागा आहे. अभयकुमारांना निरोप देऊन प्रभारी प्राचार्य पदाची सूत्रे मी भीत भीत हाती घेतो. व्ही. पी. पाटील व महिंद मला प्राचार्यंच्या खुर्चीत बसण्यास सांगतात. मी नकार देतो. कारण ज्या खुर्चीवर बसायचे धाडस आपल्यात नाही, त्या खुर्चीवर बसा कशाला? प्रभारी प्राचार्यपद कधीतरी जाणार. परंतु दोघेही जिद्दी. अक्षरश: उचलून खुर्चीवर बसवितात. अभयकुमारांचा धाक, दरारा, जरब माझ्याजवळ नसते. त्यामुळे त्या खुर्चीचा रुबाब मी टिकवू शकेन की नाही, या शंकाकूल मनाने या खुर्चीवर विसावतो.

अभय कुमार साळुंखे यांच्यामुळे मी प्राचार्यपद स्वीकारतो. मी त्यांना सांगितले. तुमच्या पादुका मी सांभाळून ठेवेन व तुम्हाला कमीपणा येणार नाही अशा तऱ्हेने हे महाविद्यालय आम्ही सर्वजण चालवून दाखवू. माझ्यापेक्षा ते वयाने लहान! बालपणी अत्यंत हूड! त्यांचा दोस्तानाही थोडासा तसाच. परंतु बापूजींच्या सहवासामुळे तोल कधी गेला नाही. बापूजी आपल्या भटकंतीत अभयकुमारांना बरोबर घेऊन जात. त्यामुळे लहान वयातच त्यांनी मुख्याध्यापकांपासून शिपायांपर्यंत अनेक नमुने पाहिले होते. त्यामुळे विचारांची परिपक्वता अधिक होती. त्यांनी मला बजावले, "गुरुजी पादुका शब्द वापरून तुम्ही आपले अवमूल्यन करू नका. तुमचे स्वत:चे शिक्षणाबद्दल स्वतंत्र विचार आहेत. तुमची मूस माझ्याहून वेगळी आहे. माझी सावली म्हणून वावरायचे नाही. तुमच्या प्रयोगशीलतेला माझे पूर्ण स्वातंत्र्य राहील. कोणीही आजीव सेवक तुमच्या कामाबद्दल आक्षेप घेणार नाही. तुम्ही संघटनेचे काम करणारे कार्यकर्ते असलात तरी आपली संस्था महत्त्वाची मानता. सत्तेवर नसतानाही तुम्ही बापूजींबरोबर कामे केली आहेत. बापूजी कळलेला कोणाताही गुरुदेव कार्यकर्ता वाट चुकला तरी संस्थेच्या मशिदीतच येणार. समाजवादी म्हणून तर तुमच्यावर अधिक विश्वास! त्यांना निरोप दिल्यानंतरही माझी छाती धडधडत होती. जबरदस्त मानसिक दबाव माझ्यावर होता. वैद्यकीय रजा काढून पळून जावे असेही वाटायचे. सुभाष भेंडेंची 'बोनसाय' ही कादंबरी मी वाचली होती. भालचंद्र

नेमाडे यांच्या 'जरिला' व 'बिढार' या प्राध्यापकांच्या जीवनातील कादंबऱ्यांची पारायणे केली होती. प्राध्यापकांचे जग १२ वर्षे संघटनेचे काम केल्याने जवळून पाहिले होते. असूया व मत्सर यांचा रोग या जमातीत का बळावतो, हा मला नेहमीच प्रश्न पडलेला. तळमावल्याच्या प्राचार्यपदात काही लोकांना रस असावा. त्यामुळे वेगवेगळ्या पद्धतीने मला आपल्या प्याद्यांमार्फत त्रास देऊन अभयकुमारांवर वजिरी मात करण्याचा प्रयत्न होता. विद्यार्थ्यांमार्फत मला दोन निरोप-समारंभ घ्यायला लावले. परंतु अभयकुमार कणखर होते. त्यांनी आपल्या गुरुजींना उघडे पडू द्यायचे नाही, असेच ठरविले होते. महिन्याने एकदा येऊन आर्थिक व्यवहार पाहून जात. यामुळे माझा आत्मविश्वास दुणावत गेला. माझा स्वभाव छक्क्या-पंजांचा नव्हता. सरळ हत्तीची चाल असायची. प्रामाणिकतेची कवच-कुंडले कोणाला तशी हिरावून घेता येत नाहीत. काही प्राध्यापक संस्थेत राहून विशेष बदल्या न होता पोटातले पाणी ही न हलता बाग-बगीचा, बंगला करून राहिले तरीही उंटाच्या चालीने बुद्धिबळ खेळतच असतात. मला प्यादी, मोहरा हे शब्दच माहीत नाहीत.

मी प्रभारी प्राचार्यपदाचा चार्ज घेतला व दोन दिवसांतच कराडच्या सायन्स कॉलेजचे २ विद्यार्थी व लष्करातून सुट्टीवर आलेला जवान आवारात आले. वर्गात घुसून सायकलच्या चेनने एका मुलाला मारायला सुरुवात केली. तळमावल्याला हे तमाशे नेहमीच चालत. मुले वर्गातून बाहेर येऊन हे दृश्य बघू लागली. रामपुरी पाहून सर्वच हतबुद्ध झाले. त्या वेळी एस. एम. अण्णा मला आठवले. अण्णांची मूर्ती डोळ्यांसमोर आणली. धावत जाऊन रामपुरी सुरा काढून घेतला. तळमावल्याचे शिपाईही स्थानिक. त्यातील एकाने पोलिस स्टेशनला फोन केला. तळमावल्याच्या काकासाहेब चव्हाण महाविद्यालयात रक्तपात चालू आहे. मुडदे पडतील. हा फोन जाताच १० मिनिटांत इन्स्पेक्टरचा फौज-फाटा हजर. त्यांनी मुलांना गाडीत कोंबून ढेबेवाडीच्या लॉक-अपमध्ये टाकले. क्षणभर मी चक्रावलो. तेव्हा माझे फर्ग्युसनचे प्राचार्य डॉ. माइणकर यांची आठवण झाली. चीनच्या आक्रमणाचे दिवस होते. त्या काळात कॉ. नंबुद्रीपादां' चे व्याख्यान होते. काही विद्यार्थ्यांनी ते उधळायचे ठरविले. त्या वेळेस पोलिसांनी फर्ग्युसनच्या आवारात प्रवेश केला. परंतु डॉ. माइणकरांनी पोलिसांना सांगितले की, आपण बाहेर जा व माझ्याही लक्षात आले की, पोलिसांच्या मदतीने महाविद्यालय चालविणे हा प्राचार्यांचा पराभव आहे. महाविद्यालय प्राचार्यांच्या व्यक्तिमत्त्वाने चालले पाहिजे. शिरजोर व माजोरांना प्राचार्यच वठणीवर आणू शकतात. प्राचार्य पानवळ यांनी पंढरपूरला हे धाडस दाखविले होते. पण दहशत, धमकी, कायद्याचे आधार या पांगूळगाड्यापेक्षा ऊरी-पोटी विद्यार्थ्यांबद्दल प्रेम बाळगणारा प्राचार्यच हे करू शकेल. प्राचार्य सोनोपंत दांडेकर, बॅ. बाळासाहेब खर्डेकर, प्रिं.

गोकाक, प्राचार्य श. कृ. कणबरकर बॅ. पी. जी. पाटील, डॉ. माईनकर हे आम्हा सर्वांचे आदर्शच होते आणि मी हे सर्व आठवून ढेबेवाडीला गेलो. फौजदार ओळखीचे निघाले. आणीबाणीत माझ्या सर्व हालचालींचा मागोवा घेणारे फौजदार ते होते. जयप्रकाश नारायण यांच्या रामलीला मैदानावरच्या भाषणाची ध्वनिफीत मी मुद्रित करीत असे, हे त्यांना माहीत होते. तरीही आणीबाणीत ह्यांनी माझी सांसारिक घडी विस्कटू नये म्हणून न कळत संरक्षण दिले. पोलिस खात्यात होते तरी 'मेरे जूते भी काले, दिल भी काला' असे त्यांचे वर्तन नव्हते. दयाळू होते. मी त्यांना सांगितले, हे विद्यार्थी काही माझ्या महाविद्यालयाचे, काही कराडच्या सायन्स कॉलेजचे आहेत. या जवानाची नोकरी जाईल. नुकताच लष्करात भरती झालेला व रजेवर आलेल्या जवानावर कारवाई करू नका. माझ्या बोलण्यातले आर्जव लक्षात येताच त्यांनी चांगल्या वर्तणुकीच्या बाँडवर लॉक अपचे दरवाजे खुले केले व विद्यार्थ्यांना मोकळे केले. विद्यार्थ्यांनी माझ्या पायावर डोके ठेवले. पाय अश्रूंनी भिजले होते. ४ तासांपूर्वीच्या तिरस्काराची जागा प्रेमाने घेतली होती. तो जवान म्हणाला, "सर, आज तुम्ही होतात म्हणून मी वाचलो. विद्यार्थ्यांना मी समजावले की, एकदा पोलिस स्टेशनला नोंद झाली की आपण आपल्या हातून भविष्य अंधारतो."

ग्रामीण विद्यार्थ्यांच्या समस्या

तळमावल्याच्या विद्यार्थ्यांसंबंधी मी विचार करू लागलो. माझ्या लक्षात आले की, या विद्यार्थ्यांचे प्रश्न नागरी विद्यार्थ्यांपेक्षा वेगळे आहेत. टीचभर जिरायत जमीन. त्यावर गुजराण होत नाही म्हणून बाप मुंबईला भात बझार, लोखंड बझार, कापड बझार येथे हमाली करणार. मुलगा सुट्टीत मुंबईला गेला तर त्याच्याबरोबर झोपडपट्टीत राहणार किंवा पेढीवरच्या गुदामात राहणार. घरी आई एकटीच! नियंत्रण कोणाचे नाही. झोपडपट्टीची भाषा त्यांच्या तोंडात असायची. धड ग्रामीण नाही, धड शहरी नाही अशी त्यांची अवस्था. महाविद्यालय सुटताच घरी जाऊन कोरडी भाकर खायची, बैलांना वैरण टाकायची, संध्याकाळी नदी/विहिरीवरून घागरी वाहायच्या, रात्री देवळाच्या कट्ट्यावर बसून गप्पा हाणायच्या. ना करमणुकीचे साधन. परिणामी त्यांची वेगळीच संस्कृती बनायची. अरुण साधूंची 'झिपऱ्या' कादंबरी मी वाचली होती. झिपऱ्याचे जग व तळमावल्याच्या मुलांचे जग समान पद्धतीचे होते. यामुळे या मुलांवर जर प्रेम केले तरच ही मुले बदलू शकतील. त्यांच्याबद्दल घृणा बाळगून उपयोग नाही. विद्यार्थ्यांचे व्यक्तिमत्त्व तो कोठे राहतो, कोणाला भेटतो या घटकांवरही अवलंबून असते. यामुळे त्यांच्याबद्दल माझ्या

हृदयात एक कोपरा आपलुकीचा होता. डॉ. लोहिया, गांधी, जयप्रकाश यांचे सर्व वाचन या मुलांकडे पाहण्याच्या माझ्या दृष्टिकोनात परिवर्तन करायला उपयोगी आले. त्यामुळे त्यांची शिविगाळ, अश्लील भाषा, मुलींकडे पाहण्याचा दृष्टिकोन यांचा अंदाज मला आला, तरी राग आला नाही. राष्ट्रसेवा दलात माणसांच्या अंत:करणात कसे घुसायचे हे प्रा. प्रधान, भाई वैद्य, लालजी कुलकर्णी यांनी मला शिकविले होते. ते श्रम, ते संस्कार सावलीसारखे माझ्याबरोबर होते. शिवाजी मराठा हायस्कूलच्या समोरील जागेवर निळू फुले, दशरथ कोळेकर, राम ताकवले, मुरलीधर थोरात अशी माणसे भाईंनी एकत्र आणली. त्या चमूत मीही होतो. भाईंचा झोपडपट्टीवासीयांकडे पाहण्याच्या दृष्टिकोनाचा उपयोग मला तळमावल्यात झाला.

तळमावल्याला असे शेकडो प्रसंग वाटणीला आले. एक घरंदाज मुलगी अत्यंत देखणी होती. महाविद्यालयामध्ये एका बावळट मुलाला कोणीतरी चावी दिली. परिणामी महाविद्यालयाचे रक्तांगण होण्याची पाळी आली. मी माझ्या कार्यालयात बसलो होतो. एकदम पाच-पन्नास मुलांचा जमाव घोषणा देत फिरत होता. त्यांनी माझी कार्यालयीन खोली सोडून स्टाफरूम व इतर वर्गांचे दरवाजे बंद केले. इमारतीचे काम चालू होते. तेथील पाच-पन्नास सळया उचलल्या आणि १२ वीच्या वर्गात ती मुले घुसली. त्वरित मी पळत गेलो. एक सळीचा फटका माझ्या खांद्यावर पडला, परंतु त्या मुलांच्या हातांतील सळया काढून घेण्याचे धैर्य माझ्यात एकवटले. मुलीला चिठ्ठी लिहिणारा मुलगा मागास सांगितले, पहिली सळी माझ्या अंगावर येऊ द्या. त्या विद्यार्थ्यांनी सळ्या खाली टाकल्या व मला सांगितले की, तुम्ही याला कॉलेजमधून काढून टाका. ती मुले खाली जाताच पोलिसांचा ताफा हजर. त्या वेळी माझ्या लक्षात आले की सळीवाल्या मुलांना पोलिस अटक करणार. त्यांनी मला विचारले, "या मुलांना तुम्ही ओळखता काय?" त्या वेळी मी काय करावे? शिक्षक म्हणून वागावे की प्रामाणिक नागरिक म्हणून पोलिसांची मदत करावी, या श्रृंगापत्तीत सापडलो व त्या वेळी 'नरो वा कुंजरोवा' ही भूमिका घेतली. त्यामुळे मुले अटक झाली नाहीत व त्या मागास मुलाच्या पालकाला बोलावून त्याला दुसऱ्या गावी हलवावे लागले. तो बावळट मुलगा मला म्हणाला, "सर, ती माझ्याकडे पाहून मला दमवित होती." तो मुलगा कुचेष्टेचा विषय होता. पण कधी कधी एखादी कृती अंगावर बिब्बापण उठविते.

एका सवर्ण मुलीने मागासवर्गीय मुलावर प्रेम केले. ८ दिवस ती पळून गेली. शोध करून ग्रामस्थांनी आणली. परीक्षेच्या काळात दोघे परीक्षेला आले. त्या वेळी मोठ्या झाडाच्या खोडाआड मुलीच्या गावातील तरुण जमले. हातात भाले, बर्चा! शेवटचा पेपर सुटताच. 'मारो साले को' हा आवाज कानी आला. ती सवर्ण

मुलगी त्या मुलाच्या अंगावर पडली व म्हणाली, "त्याची कोणतीच चूक नाही. तुम्ही मला मारा." येथे प्रेमावरची निष्ठा होती. मी धावत गेलो. हत्यारे ओढली. त्यावेळी माझ्या लक्षात आले की, परीक्षेची केंद्रे या बदला घेण्याच्या सुरक्षित जागा आहेत. रिंकू पाटील प्रकरण व तळमावल्याचे प्रकरण या एकाच नाण्याच्या दोन बाजू आहेत. ग्रामीण महाविद्यालयात आपल्या गावातल्या मुलीची कोणी छेड काढली तर सारा गाव महाविद्यालयाला युद्धभूमीचे स्वरूप आणतो. अशा वेळी प्राचार्यांना तारेवरची कसरत करावी लागते. १० वर्षांत हळूहळू पालकांचा व मुलींच्या नावाने संक्रांती कार्ड येणे, दिवाळी कार्ड येणे हे तर नित्याचेच प्रकार होते. मला त्यातली शेर-शायरी खूप आवडायची. पण ही प्रेमपत्रे प्राचार्यांच्या बासनातून महिन्यातून एकदा जाळली जायची.

परीक्षेचा धक्का

एकदा तर परीक्षेचे चक्रमुद्रण चालू असताना शेजारच्या शाळेतील शिक्षक येऊ बसायचे. त्यांनी आपल्या इचलकरंजीला असलेल्या बहिणीच्या नावे प्रश्नप्रत्रिका मागितली. ती प्रश्नप्रत्रिका शिपायाने सहानुभूती म्हणून त्यांना दिली. त्यांनी आपल्या प्रेमिकेला पोहोचविली. प्रेमिकेने ते प्रेमपत्र व प्रश्नप्रत्रिका साऱ्या मुलांना दाखविली. परिणामी कॉपीला ऊत आला. मी शोध घेतला तेव्हा तो शिक्षक याचे मूळ कारण होता, हे लक्षात आले. 'व्याधी व वैरी जोवरी कोवळे तोवरच खुंटावे' असा चाणक्याचा उपदेश आहे. मुलीच्या वडिलांना बोलावून घेतले. मुलगी पक्की आग्या वेताळ! तिने शिक्षकाला वर्गात जाऊन एक श्रीमुखात दिली व सांगितले, "भाड्या, मी तुला प्रश्नपत्रिका मागितली होती का? तूच माझ्या घरात टाकलीस." हा सर्व प्रकार पाहिल्यावर त्याची बदली झाली व त्या वेळी मी विचार करू लागलो की, शहरापेक्षाही रोडसाइड रोमियोंची संख्या खेड्यात अधिक असते. मला सर्वांत शॉक बसला एका वैद्यकीय क्षेत्रातील मित्राने सांगितलेल्या अनुभवामुळे. तो म्हणाला, या क्षेत्रात मी गर्भपात अधिक करतो. याचे मूळे कारण दारिद्र्यापेक्षा मुंबईतून येताना झकपक कपडे घालून येणारी मुले काही कन्यकांना मोहात गुरफटून टाकत. याचा परिणाम असा झाला की, मी हिरामण कोकणेच्या मदतीने लैंगिक शिक्षणाचा वर्ग घेतला. भैय्यासाहेब देशपांडे यांना बोलावून खजूराहो, कोणार्क येथील कामशिल्पांची पारदर्शिका दाखवून सटीप व्याख्याने दिली. काम हा एक उदात्त पुरुषार्थ आहे, हे त्यांना पटवून दिले. इतकेच नव्हे तर दोन विरुद्धलिंगी व्यक्तींमध्ये मैत्री असू शकते. पण मैत्रीच्या लक्ष्मणरेखाही त्यांना आखायला लावल्या. शिक्षेने अगर भावनांचे दमन करून प्रश्न सु टत नसतात. आई वडील मुलीचे महाविद्यालयाचे

दरवाजे बंद करतील. ते जास्त धोक्याचे आहे. यावर उपाय म्हणून मी महाविद्यालयात सुंदर चित्रपटांचा संग्रह केला. 'पेस्तनजी', 'का पुरुष व महापुरुष', 'पथेर पांचाली', 'साहब, बीबी आणि गुलाम' हे चित्रपट दाखविले, 'बॉबी' सिनेमा कसा पाहावा हे शिकविले. परिणामी हळूहळू त्या महाविद्यालयात मुलींकडे पाहण्याची निरोगी प्रवृत्ती मी वाढवू शकलो. स्त्री विषयक विकृती कमी होत गेली. मैत्रीचा व स्वातंत्र्याचा नवा अर्थ त्या महाविद्यालयातील मुला-मुलींना कळू लागला. त्यांचे किडलेले भावजीवन सुदृढ झाले.

या महाविद्यालयात विद्यापीठाच्या दृष्टीने परीक्षा म्हणजे विडंबन होते. पूर्वी तर विद्यापीठाने हे केंद्र बदनाम केले होते. मी व माझ्या सहकाऱ्यांनी कॉपी बंद करण्याचा निर्णय घेतला. प्राध्यापक अण्णा माडगुळे, अर्जुन जाधव व मला जिवावर बेतणाऱ्या प्रसंगातून जावे लागले. एकदा तर एकाला कॉपी करताना आम्ही हटकले. त्याने कलिंगड कापावयाच्या सुरीने माझ्यावर वार करायचा प्रयत्न केला. आम्ही हळूहळू महाविद्यालयाच्या प्रांगणात त्याला आणले. अण्णा माडगुळेचा आवाज उंच झाला. तो म्हणाला, "मी अस्सल वाळव्याचा आहे. ढुंगणावर बंदुकीचा बार काढीन." परिणामी तो घाबरला. खेड्यात काम करणाऱ्या प्राध्यापकाजवळ टगेपणापण हवा. सशाचे काळीज घेऊन काम करता येणार नाही. हरिणीसारखे निष्पाप राहूनही चालणार नाही. शेरास सव्वाशेर तुम्ही राहिलात तर हीच माणसे बदलतात. तुमच्यावर प्रेमही करतात. गावगन्ना पुढारी तुमचे पाणीही जोखतात. तळमावल्याच्या अशा अनेक प्रसंगांतून मी शिकत गेलो. एका मुलाने बागेतील कच्ची डाळिंबे तोडली. मी त्याच्या वडिलांना बोलावून घेतले आणि त्यांना म्हटले की, "आपण जातिवंत शेतकरी आहात, ही कच्ची डाळिंब रडतायतं." त्यांनी तेथल्या तेथेच मुलाच्या गालाला डाळिंबी रंग दिला. पालकांनाही गैर गोष्टी आवडत नसत. तळमावल्याच्या क्षेत्रातील कोणत्याही पालकांनी आपल्या मुलांच्या चुकीचे समर्थन केले नाही हे सर्वात मोठे समाधान होते.

साधारणत: जी मुले वांडपणा करत ती पाहता माझ्या लक्षात येई की, याचे आई अगर वडील असे सुख हरपले आहे. आई/वडील नसणाऱ्यांना प्रतिकूल परिस्थितीशी सामना करावा लागतो किंवा ती अती लाडावलेली असतात. आपल्या अस्तित्वासाठी त्यांना झगडा करावा लागतो. बापाचा दुसरा घरोबा त्यांची उपेक्षा केल्याने विकृतीत परिवर्तित होतो. परिणामी आपल्या परिस्थितीचा राग महाविद्यालयाच्या भिंतीवर काढत किंवा वर्गात आवाज काढून मुलांकडून कौतुक करून घेत. आईविना मूल किंवा बापाविना आलेले पोरकेपण जर शिक्षकाच्या लक्षात आले, तर शिक्षकाचा मायेचा स्पर्शही या मुलांच्या दुर्गुणांचे सगुणात रूपांतर करतो असे भाग्याचे क्षण

तळमावल्यात माझ्या वाटणीला असंख्य आले. शिक्षकाच्या स्पर्शात परीसाची शक्ती आहे फक्त तो स्पर्श मायेचा हवा. मी बालपणीच आईचा स्पर्श हरवून बसलो होतो. आई नसलेल्या मुलांच्या यातना नकळत मी भोगल्या होत्या. जरी माझ्या वाटणीला सावत्रपणा आला नाही तरी ते जिणं बेवारशी कुत्र्यांसारखंच असत. तशी घरात कोणाला आस्था अगर प्रेम नसते. दावणीला बांधलेल्या कुत्र्याला वाढावे एवढ्याच मायेने अशा मुलाला वाढले जाते. मित्रांच्या आया याच त्यांच्या आया होतात. अशा मुलांच्या जीवनात बालमैत्रिणी महत्त्वाच्या भूमिका बजावतात; त्यांचा जाणारा तोल सावरतात व चुकते पाऊल फिरवितात. या बाबतीत मी सुदैवी होतो. मित्र-मैत्रिणींच्या प्रेमाचा प्राजक्ती सडाच माझ्या वाटणीला आला. अशा मुलांच्या आयुष्यात आत्या व मामा हे घटकही महत्त्वाचे असतात. मी सहा मामांचा एकुलता एक भाचा. गुजराती समाजात भाच्यामध्ये देवाचे रूप पाहतात. त्यामुळे माझी मोठी बहीण, मामे बहिणी व मामी यांनी मला पदराखाली घेतल्यामुळे जगाची धग माझ्या वाटणीला त्या मानाने कमी आली. परंतु वर्गातून अशी मुले असत. परिणामी प्रौढ वयात प्राध्यापक व शिक्षक झाल्यावर वांड मुलांच्या मानसिकतेचा विचार करताना प्रामुख्याने मी पोरकेपणाचाही घटक लक्षात घेई. तळमावल्यात तर अशा असंख्य, मुलांशी माझा संबंध आला. कोणत्याही शिक्षकाने, खेड्यातील किंवा शहरातील असो, अशा मुलांच्या कौटुंबिक जीवनाची पार्श्वभूमी सहानुभूतीने विचारात घेतली पाहिजे.

एक दिवस मुलांच्या घोळका आला. मुलींनी तर लाजेने माना खाली घातल्या. बोलायचा धीर होईना. एक धीट मुलगा म्हणाला, ''सर, 'के' ने वर्गातच पँटची चेन खोलून सर्वांसमक्ष लघवी केली.'' मी थोडक्यात विचार केला, त्याने महाविद्यालयाच्या खोलीचा, एस. टी. स्टँडवरचा संडास केला. 'के' ला बोलावून घेतले. माझा डावा हात नेहमीच शिवशिवतो. तो शिवशिवला. 'के' म्हणाला, ''सर मी बीयर प्यायलो होतो. माझे नियंत्रण राहिले नाही.'' त्याची थाप लक्षात आली. टी. सी. लिहायला सांगितला, तेव्हा तो रडू लागला व म्हणाला, ''माझे वडील सुरतला असतात. माझे गाव या भागातील हातभट्टीचा मोठा अड्डा आहे. गावातल्या कुत्र्यांनाही दारूची सवय आहे. त्याक्षणी मी किर्लोस्करमध्ये वाचलेली अशोक चिटणीसची 'जॉर्ज, तू परत आलास' ही गोष्ट आठवली. माझा सूर खाली आला. या मुलाला मी एन. एस. एस. मध्ये निवडले. आकार देत गेलो. गुजरातमध्ये नर्मदा छावणीमध्ये ३० मुलांच्या चमूचे नेतृत्व त्याला देऊन पाठविले. आंतरभारतीच्या चंद्रकांतभाई शहा यांनी त्याच्या नेतृत्वगुणांवर शिक्कामोर्तब केले. तो एम. कॉमही झाला व त्या वेळी मी विचार करू लागलो, जर टी. सी. याच्या हातात दिला

असता तर कदाचित एका तरुण नेतृत्वाची भ्रूणहत्या माझ्या हातून झाली असती. शिक्षकांच्या त्याच्याबद्दलच्या रागाची जागा नंतर कौतुकाने घेतली.

अपंग विद्यार्थी

तळमावल्याच्या महाविद्यालयात अपंग शिष्यवृत्त्या घेणाऱ्या मुलांची संख्या अधिक होती. दारिद्र्य व कुपोषणामुळे, अज्ञानी समजुतीमुळे पोलिओग्रस्त मुले असत. यात विश्वास मगरे हा आंधळा विद्यार्थी माझ्या 'यादागस्त' मध्ये कायम राहिला. मुंबईच्या अंधशाळेतून आला. त्याचे गाव सणबूर. एस.टी. पकडायला लांब यायला लागायचे. या महाविद्यालयात तो अकरावीत आला. बी. ए. ला मराठी घेऊन उत्तीर्ण झाला. कधी मुलींनी, मुलांनी त्याची थट्टाही केली नाही. एस. टी. च्या धक्काबुक्कीत त्याला व्ही. आय. पी. ट्रिटमेंट मिळायची. भगवंताने बासरीचा सुरेख सूर काढण्यासाठी त्याच्या बोटात जादू दिली आहे. दुसऱ्या एका विद्यार्थ्याचा पाय तुटलेला. पण आंतरमहाविद्यालयीन कुस्ती स्पर्धेत हा लंगडा भीम इतरांना तैमूरलंग करायचा. पोहण्याच्या विभागीय स्पर्धेत सर्वप्रथम अपंग मुलांबाबत एक डोळा तळमावल्याच्या महाविद्यालयाने मला दिला. तळमावल्याला जाण्यापूर्वी अपंगत्वचा एक कणव यापेक्षा अधिक विचार मी केलेला नव्हता. मगरेने प्रवेश घेतानाच मला सांगितले होते. "सर, मला दयेची भीक नको. इतर मुलांसारखाच मी येईन." करुणेची खोटी नाटके नकोत. अपंगांना असलेला स्वाभिमान व त्यांच्या अस्मिता मला अधिक भावल्या. मी माझ्या लग्नानंतर १९६० साली मुंबईत वाडिया अंधगृहात गेलो होतो. माझ्या पत्नीला गाता गळा होता. तिने "कळा या लागल्या जीवा, कुणाला काय, हो त्यांचे, चहूकडे दिसे पाणी, पिण्याला थेंबही नाही." ही यशवंतांची कविता भावपूर्ण आवाजात म्हटली होती. त्या वेळी आज अंध कार्यातले प्रमुख पंड्या बंधूंनी दिलेली दाद व वाजवलेल्या टाळ्या कानात गुंजतात. ताई देशमुखांनी पोलिसी सेवानिवृत्तीनंतर लल्लूभाई पार्कमधील ब्लाइंड वुमेन वर्कशॉपमध्ये एक तप (१२ वर्षे) संचालक म्हणून काम केले. तांईकडे गेल्यावर आंधळ्या मुलींचे भावजीवन ताई उकलून सांगत असे. परिणामी महाविद्यालयाचा प्राचार्य यापेक्षा एक माणूस म्हणून अपंग मुलांबद्दल माझे दान महाविद्यालयात उजवीकडे पडत असे. तळमावल्याच्या मातीत मी ज्या गोष्टी शिकलो, त्यात अपंगाचे शिक्षण व त्याबद्दलचा विचारही माझ्या प्रशिक्षणाचाच एक भाग झाला.

तळमावल्याचे महाविद्यालय बापूजी साळुंखे यांनी खरे तर मुलींसाठीच काढले. या पहाडी कन्यकांना नव्या जगाचे भान या महाविद्यालयांमुळे आले. नवे स्त्री जागरण माझ्याकडे लोकविज्ञानामधील माझ्या सहकारिणी डॉ. प्रेरणा राणे व

लक्ष्मीसुंदरम षठी-सामासी उगवायच्या. नकळत सहवासाने विद्यार्थिनींना आणि विद्यार्थ्यांना स्त्रीचे स्वातंत्र्य व मैत्री, स्त्री पुरुषांच्या मैत्रीच्या लक्ष्मणरेषा याचा अर्थ कळत गेला. थरथर कापणाऱ्या मुली आत्मविश्वासाने टारगटांच्यासमोर उभ्या राहू शकल्या. रंगमंचावर घुमू लागल्या. आपल्या भावना अक्षरबद्ध करू लागल्या. मी तर शरदचंद्र चॅटर्जी, ह. ना. आपटे, वा. म. जोशी यांच्या कादंबऱ्यांचेही वाचन करून घेऊ लागलो. मराठीच्या प्राध्यापकांचा त्यामधील वाटा नाकारता येणार नाही.

मुलींकडे पाहण्याचा शहरी आणि ग्रामीण दृष्टिकोनात तसा फरक कमीच! डोंगरातील गावे तर मध्ययुगीन पडदाशीन संस्कृतीचे गड! स्त्रीही भोग्य मानली जायची. या महाविद्यालयातील मुलांचा प्रारंभिक चष्मा तसाच होता. परंतु हळूहळू माझ्या सहकारी प्राध्यापक व प्राध्यापिकांनी खुलेपणा आणायला सुरुवात केली. ग्रामीण पालकांच्या भावना न दुखावता १० वर्षांत बदलत्या पालकांना हे नवे स्त्री जागरण भावले.

माझ्याकडील कार्यालयात कधीतरी लाजत मुरकत मुली येत. हातात पत्रिका देत. तेव्हा लक्षात यायचे की नुकताच पदर आलेल्या बारावीचा उंबरठा ओलांडण्यापूर्वीच ही मुलगी कोणाच्यातरी गळ्यात वरमाला घालून उंबरठ्याच्या आतील जगात कैद होणार. हे वय हसायचे, फुलायचे त्या वयातच त्या मुलीला प्रौढ लक्ष्मी व्हायला लागायचे. काही मुलींच्या बातम्या कानावर यायच्या. छळाच्या दुःखद कहाण्या ऐकून मन आतल्याआत रडायचे. मुलगी फक्त उजवायची. तिच्या भावनांचा कोणीच विचार करायचा नाही. हळूहळू दहा वर्षांत पालकांशी घसट वाढली. अनेक घरे माझी झाली. काही पालकांना मी मित्र वाटू लागलो. परिणामी बालविवाहाचा अर्थ व त्याचे दुष्परिणाम समजावून देऊ शकलो. डॉ. शैला दाभोळकर, डॉ. विनीता पाठक, डॉ. पानवळ यांची मदत झाली. त्यांनी मुलींना आपले शरीर ओळखायला शिकविले.

माझ्या महाविद्यालयाच्या आवारात छात्रभारती आणि विद्यार्थी परिषद, स्टुडन्टस फेडरेशन या तिन्ही संघटनांचे नेते येत. माझे सहकारी प्रा. अर्जुन जाधव कुशल विद्यार्थी संघटक. सतत खेडोपाडी दौरे. त्यांनी या मुलींना व मुलांना स्वातंत्र्याचा अर्थ समजावून दिला. नकळत विद्यार्थी विद्यार्थिनींच्या विकासाला या संघटनांची मदतच झाली. या संघटनांनी विद्यार्थिनींना मूक नायिकेतून बोलक्या नायिकेचा प्रवास करायला लावला. पथनाट्ये, गीते, झाडाखालील विचारसभा यामुळे मुलींबरोबर मुलांनाही अन्यायाच्या तिरस्काराबरोबर सामाजिक जीवन जगण्याचा आवाजही त्यांनी दिला. तळमावल्याच्या बरड माळावर स्त्री स्वातंत्र्याची जी ललकारी माझ्या सहकाऱ्यांनिशी देऊ शकलो त्यामधे छात्रभारती, विद्यार्थी परिषद, स्टुडंटस फेडरेशन ऑफ इंडिया

या विद्यार्थी संघटनांचे छोटे-मोठे कार्यकर्ते, मार्गदर्शक प्राध्यापक, माझे सहप्रवासी होते.

तळमावल्यात मी असताना दोशी वकील एकदा माझ्याकडे आले व त्यांनी मला प्रश्न टाकला, "कॉलेजमध्ये शाळेसारखाच गणवेश असतो काय?" मी चक्रावलो. दुसऱ्या दिवशी मुलींना न्याहाळू लागतो. तेव्हा ट्यूब पेटली की, अनेक मुली शाळेचा गणवेश घालूनच येतात. दारिद्र्यापायी एक परकर-पोलके पुरेसे असते. हळूहळू मुलींच्या शिक्षण व विकासासंबंधी मेंदूला झटके देऊ लागलो. महाविद्यालयीन क्रीडा स्पर्धांत एकही मुलगी भाग घ्यायची नाही. कार्यालयात आली, तर गवताचे पाते थरथरावे अशा थरथरत्या कायेने प्रवेश करायची! प्रथम माझे अधिक्षक महिंद्र यांना मी सांगितले, "तुझ्या मुलीला खेळायला पाठव. सातारला माझ्या घरी राहील." तिने पहिला भाला फेकला. ती भालाफेक महाविद्यालयाच्या मातीत अनेक मुलींच्या अंत:करणात रुतली. सविता चव्हाण एक हासरी सदाफुली! वडील बी. डी. ओ. असल्याने अनेक गावांत, शहरांत तिची भटकंती! १२ वी सायन्सहून माझ्याकडे आलेली! त्यातून व्यक्तित्त्व विकास घडविणाऱ्या N.S.S.ची ती विद्यार्थिनी. या मुलीने छात्रभारतीचे काम सुरू केले. बघता-बघता मुली बोलक्या झाल्या. शारदा साठे, प्रेरणा राणे, डॉ. सुधा कोठारी, मंगल पाध्ये या वर्षातून एकदा टेकडीवर उगवत. या मुलींच्या मनाची मशागत करत. मंगल पाध्येच्या शाहिरी खड्या आवाजातून 'पहिलं नमन ज्योतीबाला' हे नांदीवाक्य यायचं. बघता-बघता मुलीच्या अंत:करणात पडसाद यायचा.

लोकसत्तेच्या उपसंपादिका उज्वला पाटील बेलोशीसारख्या खेड्यात जन्मलेल्या! इचलकरंजीमधील माझ्या विद्यार्थीनी! साहसी! त्यांना बोलावले, 'लंडन टू बॉम्बे' हा स्लाईड शो, त्यांनी केला. त्यांचा साधेपणा खेड्याशी जुळणारा. नकळत त्यांचे साहस मुलींना प्रेरणा देऊन गेले. हळूहळू मुलींत बदल झाला. भित्रेपणाची जागा साहसाने घेतली. एका मुलीला १२ वीतल्या मुलाने प्रेमपत्र लिहिले. तिने त्याला योग्य ती समज दिली. प्राचार्यांकडे फिर्यादी बंद झाल्या. मुलींचेच कोर्ट भरू लागले. 'जूत्यां'पासून 'भाड्या' म्हणण्यापर्यंत सर्व प्रयोग माझ्या कन्यकांनी केले. परिणामी त्या महाविद्यालयात मुलींची छेड काढण्याचे प्रसंग कमी होत जाऊन मी सातारला येईपर्यंत निरागस मैत्रीचे अंकुर फुटू लागले. जयश्री भिसेच्या लग्नाला तर आपल्याच बहिणीचे लग्न आहे असे समजून सर्व करवले मांडवशोभेला हजर झाले. ११ वर्षांत खेड्यातील बदलणारी मुलगी मी पाहत होतो. परकर पोलके व पातळाची जागा सलवार, पंजाबी कुडत्याने घेतली. द्रौपदीचे सावळे सौंदर्य त्या मुलींच्या वाटणीला होते. मेक-अप नसेलही. पण खेड्यातील मातीचा मस्ताना रंग होता. स्वभावात

अदब होती. गुरुजनांबद्दल आदर होता. रंजल्या-गांजल्याबद्दल मुलींच्या मनात अनुकंपा होती. कोणी मुलगा आजारी पडला तर वर्गणी गोळा करायला त्या पुढे. शिक्षकांची झोळी त्यांनी कधीच रिकामी ठेवली नाही.

मातीची लेकरे

माझ्या महाविद्यालयातील मुले माथाडी कामगारांची होती. बाप मुंबईत जू ओढायचा. घरची टिचभर जमीन या मुलांनी सजवायची. गुरांच्या चिंतेचे ओझे त्यांच्यावरच! आईला बाजार त्यांनीच आणायचा! एका प्रकारे वडिलांच्या अनुपस्थितीत घरचा प्रौढ संरक्षक तोच असायचा. परिणामी अध्ययनाबरोबर घरच्या बाजाराच्या याद्या त्याच्या सांगाती असायच्या. या मुलांना समजावून घ्यायला समर्थ प्राध्यापक असले पाहिजेत. मी प्राध्यापकांना डोंगर-दऱ्यांतून घुमवायचो. पाय दुखरे व्हायचे. मजल-दरमजल केल्यावर त्यांच्या लक्षात यायचे की, आपली रजा आपला हक्क असेल, पण या मुलांना आपल्या रजेची चैन परवडणारी नाही. झुंजुमुंजु होताच, कोंबड्याने बांग देताच या मुला-मुलींना उठायला लागायचे. सूर्याच्या पहिल्या किरणापूर्वीच वाडी-वस्तीवरून दोन-चार मैल चालत मुक्कामाची एस. टी. पकडायला लागायची. ती पकडली तरच पहिला तास मिळायचा. १२ वाजता ऊन डोक्यावर आल्यावर महाविद्यालयाची शाळा सुटायची. एस. टी. त जागा असली तर ठीक, नाहीतर २-२ वाजेपर्यंत उपाशी पोटी हॉटेलातला एक कप चहा चौघांत चार घुटके घेऊन घसा गरम करायचा. तंबाखू गुटख्याचा बार भरायचा. ३ वाजता घरी पोहोचयचे. सुके-टाके खायचे. अशा मुलांकडून गुणवत्तेची अपेक्षा काय करणार? गुणवत्तेचे देव्हारे सजवणाऱ्यांना भुकेल्या रामांचे काय? शबरीसारख्या रानोवनी भटकणाऱ्या मुलींच्या दुःखाचे काय? अशा महाविद्यालयात बर्फाळलेल्या अंतःकरणाचा शिक्षक उपयोगी नाही. ज्यांची मने बधिर झाली आहेत, ज्यांचा फक्त दामाशीच संबंध आहे, ते प्राध्यापक या मुलांचे सर्वात मोठे दुश्मन आहेत. माणसाचा खून केला तर ३०२ कलम लागू होते, पण शैक्षणिक हत्या केली तर कलम कोणते? अशा मुलांच्या बाबतीत अत्यंत संवेदनशील वृत्तीचाच शिक्षक असला पाहिजे. सुदैवाने माझ्या संस्थासंचालकांनी या मुलांना न्याय देण्याच्या दृष्टीने मी मागेन तो शिक्षक दिला. स्वामी विवेकानंद शिक्षण संस्थेत प्राचार्य अभयकुमार साळुंखे यांचे लाडके अपत्य तळमावल्याचे महाविद्यालय होते. या मुला-मुलींना त्यांनी नोकरीची संधी दिली. संस्थेची थैलीही काही वेळा या लेकरांसाठी मोकळी केली. या मुलांचे शैक्षणिक शोषण न करणारा सचिव भेटला. त्याने खर्चाबद्दल मला कधीच विचारले नाही. त्यामुळे पथेर पांचालीपासून पेस्तंजीपर्यंतच्या, माहात्म्यापासून मालगुडी डेजपर्यंत

अनेक इंग्रजी चित्रपटांच्या कॅसेट या मुलांना दाखविल्या. परिणामी अभिरुची संपन्न झाली.

या विद्यार्थ्यांची चित्र रंगवायला मी अपुरा पडेन. या मुलांनी सर्वांवरच प्रेम केले. मला टेकडी उतरू लागा हे प्रारंभी सांगणारे विद्यार्थी, सर येथेच वानप्रस्थाश्रम घ्या असे सांगतात. सर येथेच सेवानिवृत्त व्हा! याहून श्रेष्ठ पुरस्कार कोणता? हीच ११ वर्षांच्या परिश्रमाची यशस्वी कहाणी होय.

विद्यार्थ्यांत भावसाक्षरता

ग्रामीणच नव्हे, तर शहरी महाविद्यालयातही तरुण मुलांच्या विश्वात कधीतरी खळबळ माजते. 'बुलाओ, हटाओ' मोहिमा सुरू होतात. यामागे मुलांच्या लहरीपेक्षा कोणीतरी हितसंबंधीयांचा हात असतो. त्यापेक्षाही मुलांचा आणि प्रशासकीय कर्मचाऱ्यांचा संघर्षच अनेक महाविद्यालयांत अशांतता निर्माण करतो. तळमावले याला अपवाद नाही. मुलांना हवे असते बोनाफाइड! परीक्षेचा अर्ज, कधीतरी दाखला, वर्षाच्या प्रारंभी पुस्तक पतपेढीची पुस्तके. ही मुले दूरवरून येत. १२ पर्यंत रांगेत उभे राहिल्यानंतरही नन्नाचा पाढा ऐकल्यावर तरुण रक्त उसळू लागे. अरे-तुरेची भाषा सुरू होई. निरीक्षणाने मी अनुभवले की, प्रशासकीय कर्मचाऱ्यांना, विद्यार्थ्यांना चांगली वागणूक देण्यास शिकविले पाहिजे. ज्या दिवशी वायदा केला असेल त्याच दिवशी त्याचे कागदपत्र दिले पाहिजे. मुलांना ग्रामीण भागात महाविद्यालयात छोट्या कामासाठी यायला ८ ते १० रु. भाडे मोजावे लागे. उपाशी पोटी जावे लागे. मुलांच्या अशांततेचा एक धागा प्रशासकीय कर्मचाऱ्यांशी जातो, हळूहळू प्रशासकीय कर्मचाऱ्यांना मुलांच्या मन:स्थितीत जाण्यास शिकविले. परिणामी मी तळमावले सोडेपर्यंत हे संघर्ष होत्याचे नव्हते झाले.

मी कार्यालयात बसलो होतो. एक मुलगी धावत आली. कपडे फाटलेले. हात व पायावर जखमा. चेहरा धुळीने माखलेला. ती रडू लागली. मी थोडासा घाबरलोच. ती म्हणाली, "सर, एस. टी. वाल्याने मला दरवाजात चढत असतानाच खाली उतरायला सांगितले. मी खाली उतरण्यापूर्वीच बेल वाजवली. फक्त चाकाखाली सापडून मरायचीच राहिले होते. तुम्हाला शोकसभा घ्यावी लागली असती." त्यावेळी माझ्या लक्षात आले की, ग्रामीण भागातील महाविद्यालयात विद्यार्थ्यांची वाहतूक ही समस्या आहे. एस. टी. चे टाइम टेबल करताना कधीही महाविद्यालयाच्या प्राचार्यांना विश्वासात घेतले जात नाही. कधी गाडी बंद, तर कधी कंडक्टरची लहर महत्त्वाची. यामुळे एकदा प्राध्यापकांच्या मदतीने 'रास्ता रोको आंदोलन' ही करावे लागले. लोकप्रतिनिधींनाही जाग आणावी लागली. विद्यार्थ्यांच्या वेळा व एस. टी.

च्या वेळा यात सुसंगती पाहिजे. काही ड्रायव्हर व वाहनचालक दयाळू असत. मुलांच्या विद्येत अडथळा नको म्हणून भरभरून एस. टी. त विद्यार्थ्यांना प्रवेश देत. परीक्षेच्या काळात तर विद्यार्थ्यांना V. I. P. ट्रिटमेंट देत. डेपो मॅनेजर मात्र या जगाचे व आपले काही नाते आहे हेच विसरून जात. गाड्या पकडताना मुले धक्काबुक्की करत. अशांत मनाने टेकडी चढत. त्यांचा कंडक्टर व सहाध्यायावरचा राग बेंचिसवर काढत. प्राध्यापकांकडे लाल डोळ्यांनी पाहत. तेव्हा या रागावरचा उताराही मी शोधून काढला. ब्रिगेडीयर निजानंद बाळ मला नेहमी म्हणत, ''तुला राग आला की दहा वेळा रामाचे नाव घे.'' हा मंत्र जपत मी या टेकडीवर हनुमानाचे छोटे मंदिर बांधले. अश्वत्थ मारुती हा शुभदायी मानला जातो. पिंपळाच्या झाडाखाली या मारुती मंदिराचा परिसर पाना-फुलांनी, झोपाळ्यांनी बहरून टाकला. विद्यार्थी वर येताच त्या मारुतीला नमस्कार करीत. मग वर्गात जात. नकळत त्यांचा राग मारुतीच गिळून टाकायचा. हे मारुती मंदिर माझ्या महाविद्यालयातील कन्यकांचे आरामाचे ठिकाण बनले. मी म्हणायचो, ''चारों ओर गोपियाँ, बीच में कन्हैया'' असा हा मारुती! विनोबांचा मी हुनमानावरील लेख वाचला होता. विनोबांनी

''मनोजवं मारुततुल्य वेगं जितेंद्रियं बुद्धिमतांवरिष्ठम्।
वातात्मजं वानरयूथ मुख्यं श्रीरामदूतं शरणं प्रपद्ये।।

या श्लोकाचे सुरेख विवेचन केले होते. ते विद्यार्थीदशेशी संबंधित होते. गती व काळाबरोबर जाणारा, मनावर संयम ठेवणारा, पवन मारुती हाच तरुणांचा आदर्श मानला पाहिजे. रामदासांनीही याच दृष्टीने मारुतीच्या स्थापना केल्या होत्या. महाविद्यालयाच्या आवारात मारुती मंदिर ही अनेकांना अंधश्रद्धेची खूण वाटे, तर काहींना निधर्मी राज्याची चेष्टा वाटे. माझ्यासारखा समाजवादी मूर्तिपूजक कधी झाला याचे प्रश्नचिन्ह पडे. पण माझ्या लेखी हा मारुती तेथील मुलांच्या मानसिक अशांततेवरचा उतारा होता. डोळे मिटताच रागाचा पारा खाली येई. मन प्रसन्न होई. परिणामी महाविद्यालयातील अध्ययन व अध्यापनाला रंगत येई. मी व्यक्तिशः असे मानत असे की, तळमावल्यात पहिली वास्तू मंदिराची बांधली. मारुती स्थानापन्न होताच हळूहळू त्या टेकडीवरील मुलेच नव्हे, तर दगड-धोंडेही बदलले. माझ्या तळमावल्याच्या दिवसांत असंख्य आठवणी या मारुतीपाशी आकारल्या गेल्या आहेत. तळमावल्याच्या मुलांचे विश्व मला चैतन्य देणारे ठरले. प्रेरणा त्यांनीच दिल्या. या मुलांपासून मी शेतीची भाषा शिकलो. शिव्या शिकलो आणि माणुसकीची जाण याच मुलांनी मला दिली. दारिद्र्याचा अर्थ व त्याची भाषा या विद्यार्थ्यांमुळेच मी वाचू शकलो. कुठेतरी हृदयाच्या खोल कप्प्यात या विद्यार्थ्यांची न पुसणारी अक्षरे माझ्या मृत्यूपर्यंत माझ्या सांगाती राहतील.

मिले सूर मेरा तुम्हारा

मी प्रभारी प्राचार्य झालो. परंतु प्राध्यापकाचे काम सुटले नव्हते. १९ तासांचे अध्यापन मला करावेच लागे. प्रभारी प्राचार्याला आपले दैनंदिन अध्यापन व प्रशासकीय काम यांचा ताळ-मेळ बसविणे अवघड होते. हे काम मी जवळ-जवळ पाच वर्षे केले. प्रभारी म्हणून कारभारी राहिलो नाही. अभयकुमारांनी मला टपालफोड्या प्रभारी प्राचार्य बनविले नाही. माझ्या कल्पकतेला व सृजनशीलतेला सर्व दारे मोकळी केली. या प्राचार्यपदाच्या जागेत काही व्यक्तींना प्रारंभी रस होता. त्यांनी आपल्या अनुयायांमार्फत प्रचारही केला होता, "शेठाची काय बिशाद आहे, ग्रामीण महाविद्यालय चालविण्याची? बाढबिस्तारा घेऊन पळता भुई थोडी होईल. ग्रामीण भागात त्याने कधी काम केले आहे काय?" मी या प्रश्नांची उत्तरे देत बसलो नाही. माझ्या दृष्टीने अशा प्रश्नांची उत्तरे देणे म्हणजे आपला वेळ वाया घालविणे. आपल्या कामातूनच या मित्रांवर प्रेम केले पाहिजे. आपले कामच ग्रामीण व शहरी माणसांमधील सीमारेषा दूर करील. प्राध्यापकांचा हा वर्ग माझ्याबरोबरच तेथे होता. मी प्रारंभी ३ वर्षे प्राध्यापक मित्रांसमवेत राहत असे. पहिल्याप्रथम मी एक निर्णय घेतला की, प्राध्यापकांशी जर आपला सूर जमला नाही, तर विवेकानंद संस्थेला अपेक्षित परिणाम दिसणार नाही. एकटा प्राचार्य काहीही करू शकत नाही. प्राचार्यपदाची मस्ती उपयोगी नाही. प्राचार्यपद म्हणजे एक दरारा, रूबाब, खुर्चीची मस्ती, चमच्यांचा दरबार अशा अवस्था संघटनेचे काम करताना मी पाहिल्या होत्या. प्राचार्यांच्या हलक्या कानांनी अनेक चांगल्या महाविद्यालयांना गटबाजीच्या रणांगणाचे स्वरूप आणले होते. दिल्लीला गेलो असताना माझे मित्र विंग कमांडर सुरेश कर्णिक यांच्याकडे राहिलो होतो. त्यांनी सुरेख पार्टी आयोजित केली होती. मनमुरादपणे जेवणाचा मात्र आस्वाद घेत होतो. दारूचे पेग रिचविले जात होते. मी अलिप्तपणे हे सारे पाहत होतो. पहाटे-पहाटे पार्टी संपली. तेव्हा मी सुरेशला विचारले, "हा खर्च उधळपट्टी नाही काय?" तेव्हा तो म्हणाला, "परसू ही उधळपट्टी नाही. ही सहकार्याची बेगमी आहे. आम्ही सारे वैमानिक व त्यांचे कर्मचारी मृत्यूचे साथीदार! युद्धात तर यमराजाकडे आमची नावे प्रथम! विमान चालविणे ही एक 'ग्रुप ॲक्टिव्हिटी' आहे. एकटा कमांडर शत्रूंच्या लक्ष्याचा भेद करू शकत नाही. सारेजण एकाच वेळी एकवटतो, तेव्हाच शत्रूच्या गढ्या उदध्वस्त होतात." प्रशासन ही अशीच यंत्रणा आहे. यामुळे प्राचार्यपद सांभाळताना मी एक लक्षात ठेवले.- "Feature belongs to those who can think collectively, consult and co-operate." याचाच अर्थ मैत्रीच्या वातावरणातच महाविद्यालयाचा विकास केला पाहिजे. साऱ्यांचेच सूर जमले तर महाविद्यालयाच्या प्रगतीला वेग येईल. अन्यथा

दोन पक्षांच्या राजकारणाचे भक्ष्य महाविद्यालय बनेल. "मिले सूर मेरा तुम्हारा, तो सूर बने हमारा" हे प्राचार्यांनी आपले 'प्रियांबल' बनविले पाहिजे. कण्या टाकून कोंबड्या झुंजविता कामा नये.

मित्र हा प्रशासनाला अडथळा

मी तर प्रभारी प्राचार्यपदाच्या काळात माझ्या ३ मित्रांना एकाच खोलीत घेऊन राहत होतो. तेव्हा माझ्या लक्षात आले की, मैत्रीसुद्धा अडथळा होऊ शकते. यातील काही मित्रांनी माझ्या नावावर कोंबड्या खाण्याचा उद्योग केला होता. Intellectual Ragging केले होते. परिणामी मित्रांचा माझ्या मार्गातील हा 'क्रॉस बार' मी बदलायचे ठरविले. हे काम अवघड होते. या खेड्यात मी एकट्याने राहायचे, तर सोबतीची गरज होती. किमान खोलीत बोलायला कोणीतरी हवे. जेवताना कधी एकट्याला जेवण जात नसते. या हेतूनेच मी या प्राध्यापक मित्रांना थारा दिला. त्यांच्या सहवासात वसतिगृहाचे जिणे मी परत जगलो. एकदा मी उठलो. स्टोव्ह पेटविला. पाणी गरम केले. व्यायाम केला व हे सारेच तोंडावर पांघरूण घेऊन डाराडूर. एक तास झाला, दोन तास झाले, कोणीच उठेना. तेव्हा सखारामच्या तोंडातून हास्याचा धबधबा फुटला. घड्याळ पाहिले, तर प्रत्येकाच्या घड्याळात पाच वाजलेले. सखाराम म्हणाला, "तू लवकर उठणार नाहीस असे वचन दे. आम्ही सर्वांची घड्याळे २ तास मुद्दाम पुढे केली. कारण तुझे पहाटेचे वाचन आमच्या झोपमोडीचे कारण आहे." मला पहाटे वाचायची सवय होती. हे ज्ञानयोगी वाचनशत्रू कसे? हा प्रश्न मला पडे. एकदा तर शुक्रवारी घराचे वेध लागले. कपडे शबनममध्ये कोंबले. घरी आलो. धुण्याचे कपडे गंगूच्या आईसमोर टाकले. पँटच्या फोल्डमधून एक गाऊन बाहेर आला. दमयंती व गंगूची आई चक्रावल्या. या माणसाने तळमावल्यात दुसरा घरोबा तर केला नाही ना? मी म्हणालो, हे सखारामचे काम दिसते किंवा शारदा चार दिवसांपूर्वी येऊन गेली, तिचा गाऊन राहिला असेल. आम्ही दोघे सिनेमाला गेलो. चंद्रकांत हजर. त्याने पप्पूला विचारले, "काय रे, तुझ्या घरात आईने कडक लक्ष्मीचा अवतार धारण केला की नाही?" असे असंख्य प्रसंग वाटणीला यायचे. माझी अशी फिरकी, तर इतर प्राध्यापकांचे काय हाल या मित्रांनी केले असतील व यामुळे मी पहिला निर्णय घेतला की, प्राचार्यांनी एकाकी रहायला हवे. मित्रप्रेम घरच्या चुलीपर्यंत! माजघरापर्यंत! प्रशासनामध्ये मित्रप्रेम प्राचार्यांच्या अंगावर बिब्बासारखे उठू शकते. परिणामी मी मनापासून एकलकोंडेपणा स्वीकारला. खरे पाहता मी चाळीत राहणारा शिक्षक! एक बोलका ढपला. कोकणी असल्यामुळे गजाली व गप्पांची आवड! मारुतीच्या

शेपटासारख्या गप्पा रंगत जायच्या. गप्पा नसल्या तर कोकणी माणूस माशासारखा तडफडतो. तळमावल्यासारख्या एकांतात तर मित्रांचा सहवास ही एक मानसिक गरज होती. पण माणुसकी, मैत्री व प्रशासन यांची तिपाई जुळविताना माझी दमछाक व्हायची. नकळत पहिली दोन वर्ष बदनामीच माझ्या वाटणीला आली. काही प्राध्यापक तर चंद्रकांत, सखाराम, बी. एस व मला चांडाळ चौकडी म्हणत. इतकेच नव्हे तर तिरक्या नजरेने पाहत. जर प्रशासन नीट करायचे असेल तर मित्रांना दूर केले पाहिजे. अभयकुमारांना माझे म्हणणे पटत गेले. नकळत त्यांनी माझ्या मित्रांच्या अजगरी विळख्यातून माझी मुक्तता केली. मित्रांची सोय झाल्याने तेही सुखावले व हळूच गालात हसत हसत म्हणाले असतील, ''मर बेट्या, नागटेकडीवर. तुझा ध्येयवाद तुलाच लखलाभ होवो.'' मी सुस्कारा सोडला व कामाला लागलो. 'कदम-कदम बढाये जा, खुशी के गीत गाये जा' कामाच्या धुंदीत माझे एक एक पाऊल वामनासारखे पडत चालले.

मी तळमावल्यात किमान ६० प्राध्यापकांबरोबर काम केले. एका प्राध्यापकाने तर माझ्या बदनामीसाठी पत्रे तयार केली. वार्ताहर बोलावले. त्याच्या वेतन निश्चितीच्या वेळी माझ्या घरी धार्मिक कार्य होते. बहिणी जमल्या होत्या. व्याही आले होते. पण त्यांच्या पंगतीची रंगत वाढविण्यापेक्षा पंगतीतून उठून जाऊन मी प्राध्यापकांच्या वेतन निश्चितीला प्रथम स्थान दिले. पाहुणे रुसतील, रागावतील. पण त्यांची वेतननिश्चिती व्हायला पुन्हा ६ महिने लागतील. मला अनेक सभा-परिसंवादाला निमंत्रण येई. मी माझ्या तरुण मित्रांना बरोबर घेऊन जाई. त्यांना नवे जग दाखवी. केवळ प्राचार्यांच्या खुर्चीची उंची वाढवून चालणार नाही. त्याचे सहकारी जेव्हा उंच होतील, तेव्हाच प्राचार्यांच्या खुर्चीच्या उंचीला संदर्भ प्राप्त होतील. 'बोनसाय' निर्माण करण्यासाठी प्राचार्य नाहीत. चिनार वृक्षापरी माणसांना मोठे करण्यासाठी प्राचार्य असतात. नकळत हळूहळू प्राध्यापकांचा आदर व प्रेम मला प्राप्त झाले. 'Respect is not demanded. It will be commanded' माझ्या सहकाऱ्यांच्या वैयक्तिक सुख-दुःखांशीही मी समरसून जायला लागलो. आम्ही सारे एक झालो. तारा जुळल्या. नकळत तळमावल्याच्या माळावर प्राध्यापकांनी रचनेचे संगीत फुलविले. माझी भूमिका कुटुंबप्रमुखाची होती. एक गोकुळ आम्ही सर्वजण नांदवत होतो. बदल्या जरी झाल्या तरी मधून-मधून बदली झालेल्या प्राध्यापकाला तळमावल्याची आठवण यायची. तळमावल्याच्या टेकडीवर गप्पांची मैफल रंगवायला तो पुन्हा यायचा, हसायचा, खिदळायचा आणि थोडासा हलका होऊन जड पावलाने आपल्या महाविद्यालयाची पायवाट चालायचा.

स्टाफरूम शवागार नव्हे

सुरुवातीला प्रा. जे एस. पाटील आणि ए. जे. पाटील यांच्या शेतीच्या आवडीला मोकळे रान मिळाले. ए. जे. पाटील हाडाचा शेतकरी! त्यांनी आंब्याची कलमे आणली आणि आमराईचा शुभारंभ केला. ते बदलता न बदलता तोच अण्णा माडगुळे रसद घेऊन तयार. अण्णांची रिकामी जागा घ्यायला एम. जी. थोरात व एस. डी. पाटील हजर! बिल्डिंगची कामे काढली. एस. एम. पवार, संभाजी मोटे, चंद्रुअण्णा राबते झाले. बापूजींच्या पुतळ्याचा संकल्प सोडला. माझ्या अनुपस्थितीत प्रा. साबळे, प्रा. बी. के. जाधव, प्रा. मोटे, प्रा. गोरे, प्रा. दिवेकर श्रमले. देखणी शिल्पे उभी राहिली. माझे ग्रंथपाल शिवाजीराव जगताप व शिवाजीराव पाटील हे धनाजी-सूर्याजीच होते. विटांच्या भट्ट्यांवर जा. वाळूचे ट्रक पहा. उपाशीपोटी टनावारी लोखंड आण. प्राध्यापक गुरव यांना तर तेथील तेवीस एकर जमिनीच्या नकाशाची रेघन् रेघ माहीत होती. असे नामी बेनामी प्राध्यापक मित्र राबले. बापूजी साळुंखे यांच्या संस्कार दिंडीचे वारकरी बनले. स्वामी विवेकानंद शिक्षण संस्थेचे हे संस्कृती केंद्र सजविण्यात ते समरस झाले.

प्राध्यापकांचे काम केवळ इमारती बांधणे नव्हे. त्यांच्या विद्वत्तेची खोलीही महत्त्वाची होती. प्राध्यापक कुर्लेकर म्हणजे नर्मविनोद, व्यासंगाचा अखंड झराच. प्राध्यापिका जयश्री खांबेटे यांनी तर रोज जाऊन-येऊन न थकता पीएच. डी संपादन केली. किमान चार ते सहा प्राध्यापकांनी एम. फिल. केले. प्राध्यापक साबळे, सुहास साळुंखे, करांडे यांनी तर खेड्यापाड्यांतील प्राथमिक शिक्षकांचे इंग्रजी सुधारावे म्हणून इंग्रजीचे वर्ग घेतले. डॉ. सखाराम यादव, प्रा. बरकडे, प्रा. चौगुले, प्रा. पाटणे यांनी एकही नामसप्ताह सोडला नाही. ज्ञानियाच्या वाणीचा अर्थ सामान्य जनांना त्यांनी समजावला. प्रा. मोटेंमुळे शिवाजी विद्यापीठाची दुसरी इतिहास-परिषद झाली. तळमावले हे प्राचार्यंचे रिक्रूट सेंटर झाले.

साधारणत: प्रत्येक महाविद्यालयात स्टाफरूम म्हणजे अटेंशनची परेड! प्राचार्य येताच शवागारात बसल्यासारखे सर्वांचे चेहेरे दिसायचे. इतकेच नव्हे तर खाली मान वाकवून लोक चहाचा घुटका गळ्याखाली उतरवायचे. हे संघटनेचे काम करताना बऱ्याच ठिकाणी अनुभवले होते. माझ्यासारख्या स्टाफरूममध्ये एका जागेवर न बसणाऱ्या गप्पिष्टाला हे सहन होणारे नव्हते. स्टाफरूम ही हसरी पाहिजे.

Laughter is the last medicine of stress and conflict.

स्टाफरूममध्ये गटबाजी आणि तणावाला स्थान असू नये. मी प्रभारी प्राचार्य म्हणून चाडेचार वर्षे काम केल्यामुळे प्राध्यापकच होतो. डॉ. सखाराम यादव, डॉ. जयश्री खांबेटे व प्रा. डॉ. यशवंत पाटणे माझ्या स्टाफरूममधील हसरी फुले.

एखादा शब्द असा फेकत की स्टाफरूम त्यामुळे खळखळून हसायची. त्या पंधरा मिनिटांत या तिघांमुळे आम्ही 'कोट्यधीश व्हायचो. काही वेळा वळ्या पडायच्या. प्रा. गोरे यांचे अस्सल आणि इरसाल ग्रामीण विनोद प्राचार्यांची फिरकी घ्यायचे. माझे काही सहकारी फारच गंभीर असत. उदा. प्रा. कांबळे, प्रा. वाघमारे परंतु त्यांच्याही गालावर तंबाखूचा बार भरता भरता खळी यायची. बी. के. जाधवांचे तिरकस बाण काहींना जखमी करायचे; परंतु जखम पुवाळायची नाही.

अशा या मैत्रीपूर्ण वातावरणातच एक ग्रामीण महाविद्यालय आकाराला आले. एकदातर शहाबादहून मावळतीच्या वेळेस फरशीचे तीन ट्रक आले. तळमावल्यात 'हमाल दे धमाल' ही चीजच नाही. इन मीन चार शिपाई ट्रक खाली कसे करणार? करमणूक नसल्यामुळे प्राध्यापकांचा व्हॉलीबॉल क्लब चालायचा. माझे ग्रंथपाल शिवाजीराव पाटील हे ट्रकमध्ये चढले. मी फरशीला खांदा दिला. तीन-चार फरशा अशा उचलताना प्राध्यापकांनी पाहिले. व्हॉलीबॉल हवेतच राहिला व सारेजण ट्रकशी जमा झाले. सर बाजूला व्हा. चार-पाच ट्रकमध्ये चढले. लाइन उभी राहिली. बघताबघता प्राध्यापकांनी तीन ट्रक फरशी उतरविली. विवेकानंद शिक्षणसंस्थेच्या सचिवाला याहून कोणती निष्ठा ते देणार? स्वामी विवेकानंद शिक्षण संस्थेच्या 'निष्ठा' या शब्दाचा अर्थ त्यांनी कृतीने शब्दबद्ध केला. विवेकानंद संस्थेचे सचिव प्राचार्य अभयकुमार साळुंखे यांनी या प्राध्यापकांना न्याय दिला. जेव्हा बदलीची चर्चा होई, तेव्हा चार वर्षे तळमावल्यात पूर्ण केलेल्या प्रत्येक प्राध्यापकाला त्यांनी त्याच्या सोयीच्या महाविद्यालयात बदली करून न्याय दिला. अभयकुमारांनी ही गुणग्राहकता दाखविली. अभयकुमारांजवळ गुणग्राहकता असल्यामुळे तळमावल्याच्या जीवनात प्राध्यापकांना रूक्षता भासलीच नाही. व्यवस्थापनात माणूस आणि माणुसकी या दोन गोष्टी महत्त्वाच्या आहेत. कोरडे, रूक्ष व्यवस्थापन दहशतीमुळे काम करून घेईल; परंतु काम करणाऱ्याचा आत्मा तेथे नसेल हे प्राचार्य अभयकुमार साळुंखे व मी लक्षात घेऊन होकायंत्राची भूमिका घेतली. स्टाफरूममध्ये एक पोस्टर लावले. *we are in the same boat now.*

अब्राहम लिंकनचे हेडमास्तरांस लिहिलेले पत्र फ्रेम केले. नकळत बापूजींना अभिप्रेत समर्पण वृत्तीचे संस्कारही तळमावल्याच्या प्राध्यापकांवर होत गेले. तळमावल्याचा परिसरच इतका रम्य आहे की, येणारा प्राध्यापक टिपकागदासारखा तिथला रस शोषतो आणि आनंदयात्री बनूनच तळमावल्याच्या टेकडीला अलविदा करतो. याचे बरेचसे श्रेय प्राचार्य अभयकुमार साळुंखे यांनाही द्यायला हवे. त्यांच्यात व आमच्यात पदप्रतिष्ठेचे संघर्ष उडाले असते तर कदाचित आम्ही भरकटलो असतो. ग्रामीण महाविद्यालयाचा प्राचार्य कसा असावा व आपल्या सहकाऱ्यांना त्याने कसे वागवावे

याचा पाठ त्यांनी मला दिला होता व त्यामुळेच ग्रामीण भागात काम करण्याचा प्राध्यापकांचा न्यूनगंड नाहीसा होऊन प्राध्यापक पेटत्या मनाने काम करत. नवीन प्राध्यापकांना मी तर खेडोपाडी फिरवायचो. टिमटिमत्या दिव्यासमोर पुस्तक वाचणारे विद्यार्थी त्यांना दाखवायचो. कुठेतरी वाडी-वस्तीवर अंग चोरून उभी राहिलेली जुनेऱ्यांतील विद्यार्थिनी दाखवायचो. ही सर्व चित्रे रोज सुधारित आवृत्तीत प्राध्यापक पाहत. एकदा तर माझ्या प्राध्यापक मित्राला महिंद नावाच्या गावी घेऊन गेलो. दोन फर्लांग चिखलाची राड तुडवत गुडघाभर चिखलातून तोल सावरत जायला लागायचे. गुडघ्याएवढा गमबूट, पण तो चिखल निकामी करायचा. त्याने मला आल्यावर सांगितले, "सर, ही शिक्षा मला नको. त्यापेक्षा मेमो परवडला. मी शिकविणे पसंत करीन." हळूहळू या मुलांशी तो समरूप झाला. असे अनेक प्रयोग प्राध्यापकांवर चालू असायचे. कधी-कधी एकत्र सहभोजने व्हायची. सहभोजनाच्या जागेवर मैत्र जुळायचे आणि सृजनशीलतेची कवाडे उघडी व्हायची. डॉ. बापूजी साळुंखे शिक्षकांचे स्थान मान कल्याण सुरक्षित ठेवत. ते शिक्षकांना-प्राचार्यांना व शिपायालाही 'गुरुदेव कार्यकर्ते' म्हणत. पगाराची श्रेणी वेगळी असली तरी बापूजींच्या लेखी सर्वजण विवेकानंदीय परिवाराचे भाऊ-भाऊ! नकळत तळमावल्याच्या माळावर शिपायापासून लिपिकांसहित प्राध्यापक-प्राचार्यांचा धागा जुळून गेला. बापूजींच्या विचारांचा प्रभाव पडला. संघटनेच्या कार्याचाही मला उपयोग झाला. मी प्राध्यापकांच्या संघटनेचे नेतृत्व १२ वर्षे केले. प्राचार्य वर्गाबद्दल एक सुप्त रोष, नकळत येणारा कडवटपणा माझ्या मनाच्या खोल कप्प्यात होता. शिवाजी विद्यापीठाच्या विधिसभेचा सदस्य म्हणून अनेक प्राध्यापकांवरील अन्याय दूर करण्यासाठी मी लेखणी व वाणी झिजवली होती. याचाही अप्रत्यक्ष प्रभाव माझ्या व्यवस्थापनावर होता. प्राध्यापक संघटनेचे काम करताना जी मूल्ये उराशी बाळगली, ती मूल्ये प्राचार्यांच्या टाचेखाली तुडवली जाऊ नयेत असा प्रयत्न असायचा.

अनेक प्राध्यापकांचे गैरसमज होत. मी केव्हाही गैरसमज दूर करत नसे. एस. एम. अण्णांनी आम्हाला शिकविले होते, की 'गैरसमज दूर करताना आपण अपराधी आहोत ही भावना लोकांच्या डोळ्यात तरळते. चूक केली असशील तर त्वरित कबूल कर.' अण्णांचा हा समाजवादी धडा मला मिळालेलाच होता. म. गांधींचे समग्र वाङमय मी मुळातून वाचले होते. त्यामुळे चूक कबूल करण्याचे धैर्य माझ्यात होते. मी माझ्या चुकीचे केव्हाही समर्थन केले नाही. आधी लाथ मारायची, मग माफी मागायची हाही प्रकार केला नाही. मित्रांशी संवाद ठेवण्यातच अधिक यश मिळते. माझ्या हातून एकदा एका प्राध्यापक मित्राच्या चुकीच्या संदर्भामुळे मेमो दिला गेला. मला प्राध्यापिकेची न्याय्य बाजू पटल्यावर केव्हाही माझी लेखणी मी

तेथून परतेपर्यंत मेमोसाठी आसुसली नाही. एक पथ्य मी कायम बाळगले की, फिरायला एकट्यानेच जायचे. कोणालाही बरोबर घ्यायचे नाही. जर नवे वाचन केले असेल तर बरोबर जायचे. कोणत्याही सहकाऱ्याकडे जेवायला जायचे नाही. लग्न, बारसे, वास्तुशांती हे प्रसंग व सर्वांचे सामुदायिक भोजन अपवाद केले होते. जेवताना जिभेचे चोचले पुरवताना जीभ सैलही होते, परनिंदा करू लागते व माणसाला खुशामद आवडते. स्तुतिपाठक काही वेळा धोक्याचे ठरतात. माझी बालमैत्रीण प्रमोदिनी पोतनीसने मला बजावले होते,—

'Those who are sweet-tonguer; they are always dangerous.'

त्यामुळे घोळका मी करत नसे. मी पट्टीचा खवैय्या असूनही भोजनभाऊ झालो नाही. काही वेळा प्राध्यापकांच्या घरी गप्पा मारताना त्यांनी चुकून संदर्भ सोडून दुसऱ्या सहकाऱ्याला सांगितले, तर 'ध' चा 'मा' व्हायला वेळ लागत नाही. लोक कदाचित तुसडा, माणूसघाणा म्हणतील! मी चाळकरी असल्याने माणसावर प्रेम करणारा. परंतु प्राचार्य पदाच्या प्रतिष्ठेसाठी स्वत:लाच एक कुंपण घालून घेतले. हे कुंपण कोणाला आवडेल, न आवडेल, पण गटबाजीपासून सर्वांना सारखे वागवावयाचे असेल तर प्राचार्य पदावरील अधिकाऱ्यांनी न्यायाधीशाप्रमाणेच एकटे राहायला हवे. एकांतच आत्मपरीक्षण करायला लावतो. यामुळे माझे अनेक सहकारी माझ्याबरोबर मन:पूर्वक काम करू शकले.

ग्रामीण भागातील प्राध्यापकाला तर सुख-दु:खाचे साथीदार कोण असतात, त्यांचे समवयस्क प्राध्यापक! खेड्यात तर पाणवठ्यावर वाडीतील बायका पाणी भरण्याच्या वेळेस प्राध्यापकांना, पोट भरायला आलात अशा शब्दात अपमानित करत. सुरुवातीला मी वेळी अवेळी प्राध्यापकांना बोलवायचो. मग एक प्राध्यापकच म्हणाला, "सर, तुमचे पाणी भरायला शिपाई आहे. मी सायकलवरून चार घागरी भरून आणल्या, तरच रात्रीचा स्वयंपाक होईल." तळमावल्याला स्त्रिया पाणी कमी भरत. प्राध्यापकाच्या बायकोला कपडे धुवायला ओढ्यावर नदीवर जायला लागायचे. दोघा पती-पत्नींना फिरायलाही जाता यायचे नाही. भूकंपामुळे आढ्यापर्यंत घराला भिंत नसायची. त्यामुळे शेजाऱ्याला ऐकू जाऊ नये इतक्या हळू आवाजात पती-पत्नींचा संवाद चालायचा. सिनेमा नाही, टी. व्ही. नाही. त्या वेळी माझ्या लक्षात आले, ग्रामीण महाविद्यालयातील प्राध्यापक मनाने वाढायचा असेल तर त्याच्या सांसारिक सुखाची काळजीही संस्थेने घेतली पाहिजे. आम्ही डिश अँटिना घेतला, टी. व्ही. घेतला, व्ही. सी. आर. घेतला. संध्याकाळी स्टाफरूमला थिएटरचे रूप आणले. भावगीत, सिनेगीते, नाट्यसंगीत ते व. पु. काळे, बाबासाहेब पुरंदरे, पु. ल. देशपांडे यांची कथाकथने यांच्या शेकडोंनी ऑडिओ कॅसेटस घेतल्या. प्राध्यापकांना

त्या घरी न्यायला परवानगी दिली. परिणामी प्राध्यापकांच्या दांपत्य जीवनात मधुरता राहिली. काही प्राध्यापकांनी मात्र आपल्या जुन्या भंगार कॅसेट आमच्या कॅसेटच्या खजिन्यात बेमालूमपणे मिसळून आमच्या सवलतीचे नाणे खोटे ठरविले. मी मात्र ज्याची त्याची संस्कृती असा शब्द उच्चारून मौन धारण केले.

तळमावल्यासारख्या खेड्यात पती-पत्नी फिरायला जात नसत. मी विचार करायचो की, हा प्राध्यापक पत्नीशी काय बोलत असेल? फक्त आपली भावकी व स्टाफरूममधले रामायण. असल्या बेचव जीवनाची सवय लावायची काय? यातूनच बालोद्यानाची कल्पना माझ्या मनात आली. नानासाहेब गोरे व पु. ल. देशपांडे या दोन सहृदयांनी ग्रामीण महाविद्यालयातील प्राध्यापकांच्या व आजूबाजूच्या गरिबांच्या मुलांसाठी बालोद्यान उभे करायला आपले उत्तम व्यवहारे जमविलेले धन उदास विचारे वेंच केले. यामुळे ग्रामीण भागात काम करणाऱ्या प्राध्यापकाच्या पत्नीलाही हे अनेक अडी-अडचणींनी ग्रासलेले ग्रामीण जीवन जगणे सुसह्य झाले.

हळूहळू तळमावल्याच्या या नागटेकडीवर रंग फुलत गेले. तळमावल्यात धामिणी फार! धामिणीच्या नृत्यासारखे एक सुसंवादाचे नृत्यच आकार धरत होते. मी, शिपाई, प्राध्यापक, लिपिक सारेच 'एका नव्या सत्याची आस, नव्या प्रयोगाची रास! आम्ही सारे एकाच मातीचे गोळे' या पद्धतीने काम करीत होतो. कॅलेंडरवरची वर्षे बदलत होती. सूर्य उगवत होता, मावळत होता. पण याचेही भान नव्हते. १० वर्षे ३ महिने कोठे सरली हेच कळले नाही. जर भांडण-तंटे, गटबाजी, कटबाजी यांची शिकार आम्ही झालो असतो, तर तळमावल्याच्या टेकडीवरून एक रणछोडदास पळाला अशीच नोंद विवेकानंद संस्थेच्या इतिहासात झाली असती. प्रत्येक प्राध्यापक "बचेंगे तो और भी लडेंगे" या दत्ताजी रागाला आळवत तळमावल्याच्या कर्मभूमीत रमून राहिला. प्राचार्यांनी संशयकल्लोळापासून आपल्याला दूर ठेवले. कानसेन न बनता स्वत:चे निर्णय स्वत: घेतले तर प्राध्यापकांना प्राचार्यांबद्दल विश्वास येतो. त्यांची विवेकी शक्ती घाम गाळायलाही तयार असते. मी प्राध्यापकांना सांगायचो की, व्यवसायानिमित्त एकत्र येणारे आपण सर्वजण 'प्रोफेशनल फ्रेंडस' आहोत तशी मैत्री थोड्यांशीच असते. मैत्री हे एक मूल्य आहे. प्राध्यापकांच्या व्यवसायात समवयस्क अगर प्रथम एकत्र काम करणारे किंवा एका प्रदेशातील असले तर त्यांच्याच नकळत जिव्हाळ्याचे नाते असते. त्या आपुलकीच्या नात्याचा अर्थ त्यांचा गट आहे, असा अर्थ प्राध्यापकांनी अगर प्राचार्यांनी घेता कामा नये. मला एक जाणवायचे की, प्राध्यापकांत बौद्धिक उंचीबरोबर मानसिक रुंदी आणि खोली त्यामानाने वाढलेली नाही. काही प्राध्यापक प्राचार्यांना पांगळेही करतात. प्राचार्यांना भेटलो नाही म्हणून कोणी पगार कमी करीत नाही, अगर वाढवितदेखील नाही. एखादा चिवट माझ्या

कानी लागला तर मी सांगायचो बाप दाखव नाही तर श्राद्ध कर. माझा स्वभाव मुलुखाचा फटकळ! माझ्या धारधार शब्दांमुळे माणसांच्या जिव्हारी शब्द लागायचे! काही वेळा जळते निखारेही निर्माण व्हायचे. माझी ही सवय अंतर्मुख होऊन मी हळूहळू कमी करत आणली. अतिस्पष्टवक्तेपणा हा माझा दोष आहे. ईश्वराने मला विस्मरणाचे वरदान दिले आहे. चांगली झोप दिली आहे. त्यामुळे मी कडवट प्रसंग विसरायचो. हसत हसत प्राध्यापकाला म्हणायचो, "क्या हुक्म है? मुजरीम हाजिर है" तो गालात हसत मनात म्हणायचा, "हा माणूस मुलुखाचा निलाजरा दिसतो." त्याच्या मनात गाठ राहिली तरी धागा जुळायचा. बदली झाल्यावर त्याला पटायचे की, हा माणूस मनाचा सच्चा आणि शब्दाचा पक्का आहे.

माझ्या सहकाऱ्यांना अखंड परिश्रमामुळे पटू लागले होते की, केवळ 'वर्कलोड' पुरते काम पुरेसे नाही. ग्रामीण महाविद्यालयात जर प्राध्यापकाने कामाला 'लोड' मानला तर सृजनाचा तो आनंद हरवून बसेल व निर्मितीचा अभिमान गमावून टाकील. तळमावल्यात प्राध्यापकांवर हा संस्कार होत गेला, त्यामुळे या टेकडीवर प्राध्यापकांची उर्जा अहंकाराच्या संघर्षात वाया गेली नाही. मैत्रीपूर्ण वातावरणात प्राध्यापकांनाही तळमावल्याचे दिवस स्मरणात राहिले. त्यांच्या हुन्नराला, उत्साहाला येथे वाव मिळाला. डॉ. बाबूजी साळुंखे यांचा पुतळा बसविताना प्राध्यापकांना आवाहन केले. बदलून गेलेल्या प्राध्यापकांपासून तेथे असलेल्या प्राध्यापकांपर्यंत सर्वांनी हसत हसत पंचवीस हजारांचा निधी जमवून संस्थेबद्दलची कृतज्ञता व्यक्त केली, तळमावल्याच्या मातीत रमणाऱ्या प्राध्यापकांनी हे आपले धर्मकर्तव्य मानले. असे प्राध्यापक निर्माण करण्याची क्षमता तळमावल्याच्या मातीच्या कुशीतच आहे.

दुखऱ्या जखमा

तळमावल्याच्या मातीतच काही दुखऱ्या जखमा मनाच्या सांदीफटीतच सलत राहिल्या. एका आत्मकेंद्रित मित्राची बदली झाली. त्याच्या घराचा बालेकिल्ला सुरक्षित राहिला. सहज प्राचार्य चिटणीसांकडे गेलो होतो. तेथे हा स्नेही भेटला. प्राचार्यांसमोर पाच-सहा प्राध्यापक बसलेले होते. एकदम कडाडला, "तुम्ही माझ्या पत्नीला काल दम दिलात." त्याचे डोळे लालबुंद होते. आवाजाला धार होती. माझ्या सुदैवाने तेथे दुसरे स्नेही हजर होते. ते म्हणतात, "तुम्ही सांगता ते घडलेच नाही." माझे डोळे खोट्या आरोपाने पाणवले. दुसऱ्या प्राचार्यांच्या समोर मैत्रीचे विडंबन होऊ नये म्हणून मी गप्प बसलो. आपल्या मित्रांच्या पत्नी मला भगिनीतुल्य असतात. त्यांच्या मुलांवर माझ्या मुलांपेक्षाही कांकणभर अधिक प्रेम मी करतो. त्यांच्या यशाचे कौतुक करतो. असाच दुसरा प्रसंग आला. माझ्या एका मित्राला

प्राचार्य करण्यासाठी मी शब्द टाकला. तो प्राचार्यही झाला. त्याची कोठेतरी बदली झाली. या बदलीच्यासंदर्भात कोणीतरी त्याला चुकीचे संदर्भ दिले व त्यामुळे माझ्या या मित्राने आपल्या सत्त्वशील, आतिथ्यशील पत्नीला हुकूम फर्मावला, "पुरुषोत्तम शेठ यांचे घरात नाव नको." रडवेली वैनी पुरुषी अहंकारासमोर काय करणार? असाच अनुभव नंतरही आला. ज्या विभागासाठी मी महाराष्ट्र शासनाच्या दरबारी कैफियत मांडली, प्राध्यापक संघटनेला अस्मितेचा प्रश्न बनवायला लावला, प्राध्यापक संभाजीराव जाधव आणि ठेकेदत्त यांच्या मदतीने तो विभाग टिकविला, बेकारीचे सावट दूर केले, कालांतराने त्या मित्र-मैत्रिणींना मी तो विभाग बंद करतो असे वाटावे, याहून त्या धडपडीचा दैवदुर्विलास काय? वैयक्तिक अहंकार जोजावताना किमान कृतज्ञता असावी. बैद्धिक उंची मनाचा मोठेपणा वाढवितेच असे नाही. एका परिषदेच्या वेळेस माझ्या प्राध्यापक मित्राने भरदुपारी जेवणाचा राडा सौ. दमयंतीला करायला लावला. ती अन्नपूर्णा होती. द्रौपदीची थाळी दमयंतीच्या हाती होती. कोंड्याचा मांडा करायची तिला सवय होती. माझ्या पत्नीचा आदर्श कबीर होता. कबीर म्हणत असे "साई मुझे इतना दीजिए, जामे कुटुंब समाय। मै मी भूखा न रहूँ, साधू न भूखा जाय।।"

यामुळे अतिथी उपाशी गेलेला तिला आवडत नसे. त्यावेळेस तिने अखंड परिश्रम केले; परंतु दुसऱ्या एका प्राध्यापकाच्या भांडणाचा राग एका भोळ्याभाबड्या स्त्रीवर काढला. रुसवा केला. ती खपली मनात घर करून राहिली. प्राचार्य अभयकुमार साळुंखे यांच्याशी जेव्हा मी या संदर्भात बोललो तेव्हा ते म्हणाले, "गुरुजी बदली झाल्यावर माणसे मूळ स्वरूपात दिसतात. तुमच्यासारख्या भोळ्या सांबांना असे फटके हवेत." त्यावेळेस दुसरीही आठवण झाली...माझ्याबरोबर तीन वर्षे राहिलेला प्राध्यापक मित्र होता. शिपायालाही त्याने दास मारुती केले होते. अभयकुमारांच्या मैत्रीच्या जीवावर जिभेचे चोचलेही पुरवून घेतले होते. बापूजींच्या पुतळ्याच्या वेळेस मी त्याला शब्द टाकला, प्राध्यापक कुर्लेकर व प्रा. ए. जी. भोसले यांच्यासारख्या अतिसज्जन मित्रांनीही त्याच्या घरी पुतळा निधीसाठी सतत जाऊन चपला झिजविल्या. पण त्याने एक कवडीही मोजली नाही. या प्राध्यापक मित्रावर माझे अती प्रेम होते. माणसे प्रसंगातूनच समजतात. दुसऱ्या एका प्राध्यापक मित्राच्या पत्नीच्या आजारात प्राचार्य वाळके यांनी मला सांगितले, 'हा संसार उद्धवस्त व्हायला नको असेल तर तू मदत कर.' मला व्यक्तिगत जीवनात उपकाराची फेड नको होती. त्याचेही तळमावल्याच्या मातीशी काही नाते होते. परंतु दहा पत्रे लिहूनही या मित्राने एका याचकाला दाद दिली नाही. त्याचे अंत:करण दगडी होते. तिसऱ्याने तर कुत्सितपणे, काय मागतोयस? रेल्वेच्या भाड्याला माझ्याजवळ पैसे नाहीत. (बँकेच्या सेफ

डिपॉझिट व्हॉल्व्हमध्ये याचे लाखोंचे शेअर्स आहेत) मी चिकाटीचा भिकारी असल्याने पाठ सोडली नाही. तेव्हा त्याने २ रु. ची मळकी नोट अंगावर भिरकावली. कोणीही प्राध्यापक आल्यानंतर तळमावल्यात खानावळ नसल्याने ८ दिवस माझ्याकडेच राही. कोणालाही तो दरवाजा खुला होता. ११ वर्षांत कुलूप नसलेली, दरवाजा बंद नसलेली खोली माझीच होती. काही माणसे अशी भेटतात की, जिव्हाळा कापरासारखा उडून जातो. प्राध्यापकांना नवीन वेतनश्रेणीने श्रीमंती मिळवून दिली. परंतु काही माणसे मनाने दरिद्रीच राहिली. मीही शेवटी मातीचाच माणूस आहे. या बुद्धिवादी मित्राचे पायही गुडघाभर चिखलात असतात, हे पाहिल्यावर काळजात चटका बसतो.

माझे राजकीय गुरू लालजी कुलकर्णी म्हणत, ''शेठ, ही नाती लटकी असतात. माणसे आपला शिडीसारखा उपयोग करून घेतात. शिडी चढून आपला हेतू साध्य झाल्यावर शिडी ढकलून तुम्हाला मामा कसे बनविले याचीच वर्णने करीत असतात.'' याचा परिणाम काही वेळा माझ्यावर व्हायचा की, ''माणसाने चांगले वागणे बरे नव्हे. आपण काही जगाच्या कल्याणा संतांच्या विभूती नाही. संतांच्या पायरीवर स्पर्श करण्याची आपली लायकी नाही. हे मळभ धुक्यासारखे मनावर यायचे, परंतु पूर्व दिवस आठवायचे. माझ्या पत्नीच्या आजारात मदत केलेले बापूजी साळुंखे दिसायचे. प्रा. सी. आय. पाटील, प्रा. जे. बी. पाटील, प्राचार्य कणबरकर, भाऊ बर्वे, या मित्रांनी मोकळ्या केलेल्या थैल्या दिसायच्या. प्रा. सुधाकर कुलकर्णी, खंडेराव नलवडे, प्रा. गुळवे यांची धडपड आठवायची! इचलकरंजीचे नगराध्यक्ष मामा वेगुर्लेकर जनसंघाचे गंगाधर थोरात आठवायचे! ॲम्बुलन्स घेऊन हजर! प्रा. कुर्लेकर तर चोवीस तास सोबतीला असावयाचे! राष्ट्रसेवा दलाच्या हसऱ्या आवाबेन देशपांडे व डॉ. देशपांडे डोळ्यांसमोर यायचे. प्रा. ग. प्र. प्रधानांचा मऊ-शार स्पर्श आठवायचा. मला पत्नीच्या आजारानंतर कधीच न भेटलेला बच्चू दिसायचा. सतत माझे पाऊल पुढे टाकणारी ताईची मूर्ती समोर यायची. मग लक्षात यायचे की, असंख्य मित्रांनी तुझ्यावर प्रेम केले आहे. जगाच्या चांगुलपणावर तुला विश्वास ठेवलाच पाहिजे. काळे ढग स्नेहाच्या प्रकाशाला अडवू शकत नाहीत. एवढेच समज की ती मैत्री, मैत्रीच नव्हती. कोणत्यातरी हितसंबंधांसाठी तो देखावा होता. तुझ्या व अभयकुमारांच्या गुरू-शिष्यांच्या नात्याचा फायदा घेऊन त्यांना आपले भले करायचे होते. त्याच्या बायका मुलांच्या शुभेच्छा नक्कीच तुझ्यामागे असतील. हे दुःख कुरवाळता कामा नये. मित्रांना त्यांच्या गुण-दोषांसहित स्वीकारले पाहिजे. तुझ्यात असंख्य दोष असूनही मैत्रीत सुस्नात करणारे खूप मित्र तुला आहेत. एवढेच समज की, 'You can't predict the man'. माणसांच्या आचरणात सुसंगती असलीच पाहिजे, असे गृहीत धरण्याचे कारण नाही. त्या प्रसंगापुरता

कदाचित तू त्यांना जानी दुश्मन वाटला असशील. पण दोस्ती सिनेमातील आंधळ्या व लंगड्याच्या मैत्रीप्रमाणे तुला मितवाँ राहिलेच पाहिजे. आणीबाणीत जयप्रकाश नारायणाची ध्वनीफीत तू पुनर्मुद्रित करायचा, तेव्हा माझा संसार उद्ध्वस्त होऊ नये म्हणून पोलिसांनीच मला मदत केली. बापूजी साळुंखे त्यांनी पांघरूण घातले. महाविद्यालयीन जीवनात माझ्या दोन शस्त्रक्रिया मित्रांनीच पार पाडून मदत केली. जग हे चांगल्याच लोकांचे आहे. Man is kind. Men are cruel.

स्वार्थाच्या जगात काही पामरे रडणारच. स्वार्थापोटी रक्ताची नातीही माणसे विसरतात. व्यावसायिक क्षेत्रातील माणसांकडून अपेक्षा काय करायच्या? हे सर्व चिंतन मी तळमावल्यात केले व त्यामुळे माझ्या मनातली कडवटपणाची राड तळाला गेली. तरीही एक खंत मनी उरली.

तळमावल्याच्या महाविद्यालयातील काही विद्यार्थ्यांनी प्राध्यापकपद मिळविले. पण मी १० वर्षे तेथे असेपर्यंत हे माझे महाविद्यालय म्हणत. त्या टेकडीवर चढण्याचे कष्टही बापड्यांनी घेतले नाहीत. मी माझा अल्बम पाहतो. तेव्हा अल्बममध्ये पहिले फोटो फर्ग्युसन महाविद्यालयाच्या माझ्या वर्गखोलीचे. ग्रंथालयाच्या इमारतीचे व जेथे संभाषण कला शिकलो त्या ॲम्पिथिएटरचे आहेत. त्यामुळे माझे अल्मामेटर या शब्दाशी खरे-खुरे नाते आहे. या प्राध्यापकांनी मात्र या हरळीत यायचे का नाकारले? त्यांच्या स्वागताला मी कमी पडलो असेन किंवा तळमावल्याच्या मातीचे नंदनवन करणारा हा उपरा कोण? असा प्रश्नही त्यांना पडला असेल. त्यामुळे कदाचित त्यांचे माझे जमले नसेल. पण मी त्यांच्यावर या महाविद्यालयाचे माजी विद्यार्थी म्हणून आजही प्रेम करतो. माझ्या आयुष्यात ज्यांचे हितसंबंध गुंतलेले नाहीत अशा मित्र-मैत्रिणींचा मोठा खजिना माझ्याजवळ आहे. पापणी लवावी इतक्या सहजतेने ते माझ्यामागे उभे राहतात. ती माझी हिरे-माणके आहेत. व्यावसायिक क्षेत्रातील मित्रांकडून अपेक्षा काय करायच्या? आपला मार्ग 'एकला चलो रे' चालत रहायचे. ऊन लागते म्हणून रस्ता सोडायचा नाही. खेळ हरलो म्हणून पत्ते पिसायचे सोडायचे नाही. फक्त लक्ष्मणरेषा आखूनच आपण वागायचो. आपलं निष्पाप, निरागस मन कधी करपू द्यायचं नाही. तळमावल्याच्या झाडा-फुलांनी मला जी साथ-संगत दिली, त्यांनीच माझ्या अंधारलेल्या मनाला ही दिशा दिली.

संघटनेची बांधिलकी

मी प्राध्यापक संघटनेचा लढवय्या कार्यकर्ता! तळमावल्याला माझी बदली झाली, तेव्हा एम. पूक्टो. चे अध्यक्ष संभाजीराव जाधव पदवीधर मतदार संघातून निवडणूक लढवीत होते. त्यांच्या निवडणुकीची सर्व आर्थिक सूत्रे माझ्या हातात

होती. त्यावेळेस मला केंद्र सरकारने राष्ट्रीय सेवा योजना सल्लागार म्हणून कोणतीही लेखा परीक्षा न घेता बोलावले. त्यावेळेस वैयक्तिक जीवनात आलेली सोन्यासारखी संधी आणि प्राध्यापक संघटनेची प्रतिष्ठेची निवडणूक यात काय घ्यावे, काय सोडावे हा प्रश्न पडला. प्राध्यापक संघटनेच्या बाजूने अंतर्मन उतरले. सातारा जिल्ह्यात १२ वर्षे ऊन पावसात कुटुंबाची पर्वा न करता मी प्राध्यापकांची संघटना बांधली होती. कोणत्याही जिल्ह्यापेक्षा सातारा जिल्ह्याने संभाजीरावांना अधिक मते दिली. प्रभारी प्राचार्य झाल्यावर त्यांच्या निवडणुकीचे पै अन् पैचे हिशोब मी पूर्ण केले. प्रश्न पडेल मी संघटनेशी नाते तोडले काय? नाही! जे आपण जन्माला घातले त्याची नाळ तोडता येते काय? उलट तळमावल्यांत प्राध्यापक संघटनेचे सदस्य व्हायला भीत. त्या काळात प्राचार्य म्हणून मीच पुढाकार घेऊन प्राध्यापक संघटनेची वर्गणी गोळा करून दिली. संघटनेच्या मित्रांमध्ये मी वादग्रस्त होतो. त्यांना माझ्याबद्दल राग यायचा. परंतु रागावता यायचे नाही. माझी सामाजिक बांधिलकीची भूमिका व त्यांची हक्काची भूमिका यामुळे मतभेद होत. माझे वृक्षप्रेम हा त्यांच्या चेष्टेचा विषय असे. झाडांची कलंदर दुनिया त्यांनी अनुभवलेली नसल्यामुळे त्यांना खिल्ली उडवावीशी वाटे. इतके करूनही माझे संघटनेशी जिव्हाळ्याचे संबंध राहिले. प्राध्यापकांची सुरक्षितता व वक्तशीर वेतन, वाढीव वेतनश्रेणी याचा फायदा प्राचार्यांना अधिक झाला. यासाठी प्राचार्यांची संघटना एकदाही रस्त्यावर आलेली नव्हती. काही मित्रांनी तर 'लढनेको तुम और कपडे संभालनेको हम,' अशी भूमिका घेतली. याच काळात प्राध्यापक संभाजीराव देसाई यांनी संघटनेला धर्मादाय आयुक्ताच्या न्यायालयात खेचले. माझी बदली झाल्यावर कोणीही पदाधिकाऱ्यांनी धर्मदाय आयुक्तांना बदलाची कल्पना दिली नाही. दहा वर्षांचे सर्व कागदपत्र मला गोळा करावे लागले. डॉ. जयश्री खांबेटे व त्यांचे पती ॲड. देवदत्त खांबेटे, माझी मानसपुत्री सायरा बागवान, प्रा. अण्णासाहेब माडगुळे यांनी कागद नी कागद जुळवून दिला. त्यामुळेच न्यायलाच्या या लढाईत आम्ही सर्वजण सहीसलामत सुटलो. त्यावेळेस संघटनेच्या पदाधिकाऱ्यांचे अलिप्त वर्तन मला खूपच खटकले. काही प्राध्यापक आपणालाच प्रेषित स्वरूपात उभे करून गोबेल्स टाइप प्रचारात प्राचार्य प्राध्यापकांत झगडे उभे करीत. पूर्वी यातील काहीजणांनी प्राचार्यांचे कान फुंकून प्राध्यापकांचा प्रामाणिक छळ केल्याचे मला माहीत होते. एक पदाधिकारी तर खांबेटे वकिलांच्या दाराशी आला. मोटारसायलवर बसून राहिला. तेथूनच फर्मान सोडले, "मला थांबायला वेळ नाही. वकीलपत्रांचे कागद बाहेर आणा. बुटाची लेसही सोडणार नाही." वकील लालबुंद झाले, परंतु माझ्याकडे पाहून त्यांनी मोटारसायकलवरच बसलेल्या मित्राची तेथेच सही घेतली. हा बेगुमानपणा, बेपर्वाईसुद्धा स्वातंत्र्याच्या मस्तीतून

आलेला होता. असे प्रसंग मी अनुभवलेले होते. त्यामुळेच ना खंत! ना खेद! प्राध्यापक संघटनेचे काम केल्याबद्दल मला कधीही पश्चात्ताप झाला नाही; परंतु सुधारित वेतनश्रेणी व स्वातंत्र्य मिळाल्यानंतर अध्यापनाबद्दलची बेफिकिरी वाढली, विद्यार्थ्यांबद्दलची संवेदनशून्यता अढळ राहिली. त्यामुळे कधीकधी कपाळाला हात लावून मी म्हणत असे "लोगों को हमने निकम्मा कर दिया!"

टीचर्स मॅनेजमेंट

श्री. स्वामी विवेकानंद शिक्षण संस्थेचे संस्थापक प. पू. बापूजी साळुंखे यांनी मला संघटना स्वातंत्र्य दिले. प्रोत्साहन दिले. विवेकानंद शिक्षण संस्था ही 'टीचर्स मॅनेजमेंट' आहे. शिक्षकांच्या स्थान मान कल्याणाची भूमिका बापूजींनी हयातभर बजावली. अपराध्यांना क्षमाशीलता दाखविली. आणीबाणीत माझ्या प्राचर्यांनी मला मिसाखाली अटक करावी, म्हणून प्रयत्न केले. त्यावेळेस बापूजी साळुंखे यांनी माझा संसार उद्धवस्त होऊ नये म्हणून ते स्वत: डी. एस. पी. च्या कार्यालयात गेले. माझी अटक टळली. त्याठिकाणी जर दुसरा संस्थासंचालक असता तर त्यांनी तुझे तू निस्तर असे सांगितले असते किंवा पोलिसांकडून कैद करून न्यायला लावले असते. बापूजींच्या डोळ्यांसमोर माझी पत्नी, लहानगी मुले, माझ्यावर अवलंबून असलेली भावंडे यांच्या सुरक्षिततेची अधिक कळकळ होती. त्यांनी माझाच नव्हे, माझ्या दोन मित्रांच्या संसाराची उधळ-माधळ होऊ दिली नाही. त्यांच्यानंतरच्या वारसदारांनीही शिक्षकांना स्वातंत्र्य दिलेच होते. विवेकानंद शिक्षण संस्थेएवढे शिक्षकांना लोकशाही स्वातंत्र्य अन्यत्र भोगायला मिळाले नसते. पण 'घर की मुर्गी दाल बराबर' या न्यायामुळे आपल्या संस्थेची महती अनेकांना समजली नाही. संस्थानिष्ठा व प्राध्यापक संघटना निष्ठा यांत माझ्या मनात संघर्ष आला नाही. अनेक मित्रांना माझी दुहेरी निष्ठा दांभिकतेची वाटे. मी संस्थासंचालकांशी शरणवृत्तीने वागतो असे त्यांना वाटे, परंतु विवेकानंद शिक्षण संस्थेत अनेक मित्रांना अभयदान मिळाले. याचे श्रेय संस्थेच्या उदार भूमिकेलाही द्यावे लागेल. प्राध्यापकांना डोंबाऱ्याच्या पोरासारखे नाचवणारे अनेक संस्था-संचालक मी पाहिले होते. प्राध्यापकांना पाणके बनविणारेही लोक होते. त्या तुलनेत स्वामी विवेकानंद शिक्षण संस्थेची प्राध्यापकविषयक भूमिका बापूजींच्या भूमिकेशी मिळती-जुळतीच राहिली. एखादा अन्याय झालाच नसेल असे मी म्हणणार नाही. संघटनेतील काही लोकांनी आपल्या बदल्यांच्या सुरक्षिततेसाठी सौदेही केले होते, हे मी नाकारू शकत नाही. भले कोणाला राग येवो. तळमावल्याच्या माझ्या १० वर्षांच्या काळात संघटनेत असताना ज्या मूल्यांसाठी मी लढा दिला, त्यांच्याशी प्रतारणा केली नाही. उलट संघटनेचे नेते प्रा. काळे

यांच्याकरवी माझे स्वयंमूल्यमापन करवून घेतले. स्वयंमूल्यमापनाचा निर्णय थोडासा माझ्याविरुद्ध होता. त्या वेळी अभयकुमारांना मी पायउतार होतो असे सांगितले. तेव्हा ते उत्तरले, "बच्चे कंपनीच्या प्रश्नोत्तरांना फार महत्त्व देऊ नका. तुम्ही त्यांना कळायला काही वर्षे लागतील." मी माझ्यात सुधारणा करीत गेलो. परंतु संघटनानिष्ठ व संस्थानिष्ठा यात शक्यतो द्वैत येऊ दिले नाही. तळमावल्याच्या १० वर्षांच्या काळात प्राध्यापकांना न्याय मिळवून देण्याचीच भूमिका घेतली. अभयकुमार साळुंखे यांच्या मनाचे मोठेपण होते की, त्यांनी पदाचा कैफ न येता प्राध्यापकांची बाजू पटवल्यावर त्यांना न्याय दिला आहे. ते प्राध्यापक माझे अगर अभयकुमारांचे पै-पाहुणे नव्हते. जाती-धर्माचे नव्हते, समवयस्क मित्र नव्हते, प्रदेशाप्रेमाचा दुवाही नव्हता. हे तळमावल्यात काम केलेल्या माझ्या सहकाऱ्यांना विसरून चालणार नाही. माझ्या तळमालवल्याचा १० वर्षांत मी माझे सुदैव मानतो की, माझे संघटनेबद्दलचे प्रेम तसूभरही कमी झाले नाही. तळमावल्यांच्या विवेकानंद शिक्षण संख्येने प्राध्यापकांना न्याय दिला.

व्यवस्थापनातील अडी-अडचणी

प्राचार्य पद ही तारेवरची कसरत. व्यवस्थापनाचा दांडगा अनुभव असणाऱ्यांनीच प्राचार्य व्हावे. मी प्रभारी प्राचार्यपदाचा अधिकार घेतला तेव्हा मला जमा नावेही कळत नव्हते. P. L.A. अकाउंट कशाला म्हणतात, याचे सामान्यज्ञानही मला नव्हते. संघटनेचे जमाखर्च सांभाळले होते. शिवाजी विद्यापीठाच्या बहि:शाल शिक्षणमंडळाचे हजारो रुपये हिशोबानिशी दिले होते. सामाजिक संस्थांचा अल्पसा जमाखर्च व महाविद्यालयाचा जमाखर्च यात खूप अंतर आहे. विद्यापाठाच्या सिनेटचा सदस्य असल्याने मला विद्यापीठाच्या खाचा-खोचा माहीत होत्या. पण बाकी बाबतीत 'घी देखा, पर बडगा नही देखा' अशीच अवस्था होती. व्यवस्थापनाबद्दल मी अक्षरशत्रू होतो. मी चार्ज घेतला आणि प्रसंग घडला. मागसवर्गीय शिष्यवृत्तीचा एक लाखाचा चेक आला. तळमावले पाटण तालुक्यात येते, म्हणून तो पाटण ट्रेझरीवरचा होता. तळमावल्याच्या व्यवस्थापनात शिपाई वरचढ होते. लेखनिक वर्ग आपल्या पोटातील पाणी हलू न देता शिपायालाच दावणीस बांधत, शिपाई कराडहून पाटण ट्रेझरीत गेला. सरकारकडून आलेली रक्कम कोणाच्यातरी सांगण्यावरून सरकारदरबारी जमा करता झाला. मागासवर्गीय विद्यार्थ्यांना शिष्यवृत्तीचे वाटप मी कसे करणार? उद्या मोर्चे, घेराव होणार आणि महाविद्यालयाच्या नावाने बोंबाबोंब! दरदरून घाम फुटला. झोप उडाली. सरकारदरबारी जमा झालेले पैसे म्हणजे मगरीच्या पोटात जमा झालेले खाद्य. मगरीच्या पोटात हात कोण घालणार?

मुळातच दरिद्री असलेल्या महाविद्यालयावर तोहमत येणार. सातारला आलो. डॉ. अनिल जोशी आमचा जुना मित्र. त्याचे भाऊ ट्रेझरी ऑफिसर होते. त्यांनी धीर दिला. समाजकल्याण अधिकाऱ्याला माझ्या प्रामाणिकतेचा, इतिहासाचा पाढा वाचविला. दिवस २८ मार्चचा... रविवारी २९ मार्च... पाटण ट्रेझरी दीडपर्यंत उघडी... समाजकल्याण अधिकारी शब्दाचे सच्चे... त्यांनी ती रक्कम अनामत खाती जमा झाल्याचे खात्री पटल्यामुळे त्वरित परत हुकूमनामा काढला. ट्रेझरी ऑफिसर जोशींनी सकाळी आठलाच येऊन सर्व कागदपत्रे तयार केली. ३० मार्च... सकाळचे १० वाजलेले... पाटण ७० कि. मी. दूर... ट्रेझरी एक वाजेपर्यंत उघडी... काळ-काम वेगाचे गणित कसे सुटणार? मुश्ताकभाय मदतीला आला. दीड तासात मोटारसायकलने पाटण ट्रेझरीत पोहचलो. ट्रेझरीचे सोपस्कार करून स्टेट बँकेत हजर. एक लाख रुपये ताब्यात घेतले. दामूअण्णा मालवणकरांच्या 'देव पावला' या हास्याची छाप माझ्या काळवंडलेल्या चेहऱ्यावर उमटली. माझ्या गालावरची रुसलेली कळी तीन दिवसांनी प्रथमच हसली. 'जीतंमया' या आविर्भावात नोटा कोंबून नागटेकडीचा रस्ता पकडला व यावेळी मला प्राचार्यांच्या प्रशिक्षणाची गरज भासली. प्राचार्य हा केवळ पदव्युत्तर असून चालणार नाही. त्याला खरोखर M.B.A., D.B.M., L.L.B. च्या पदव्यांची आवश्यकता आहे. पहिल्याच प्रसंगामुळे मी सावध झालो व लहान मुलासारखे व्यवस्थापनाचे गणित शिकू लागलो. विद्यापीठाच्या कायद्यांची, अधिनियमांची चिकित्सा केली. माझ्या लक्षात आले, प्राचार्यांना खूप सासरे असतात. कनिष्ठ महाविद्यालयाचे नियंत्रण Z. P कडे, पगार वेतनपथकाकडे. मान्यता हा शिक्षण उपसंचालकाचा अधिकार. वरिष्ठ महाविद्यालय, उच्च प्रशासन अधिकाऱ्याच्या हाती. पण विद्यापीठाच्या हातात प्राचार्यांचा लगाम! स्कॉलरशिपच्या शेकडो भानगडी. मागासवर्गीयांपासून ते जवानांपर्यंत, अपंगांपासून मुलींपर्यंत, दुष्काळग्रस्तांपासून भूकंपपीडितांपर्यंत असे शिष्यवृत्तीचेही सासरे अनेक! मॅनेजमेंट तर डोक्यावर बसूनच प्राचार्यांना मिऱ्या वाटायला लावणार! मला आठवले, एका कुत्र्याला आपल्या मालकाचा राग आला. तेव्हा त्याने उपोषण केले. देव कुत्र्याचे उपोषण मिटवायला आला. देवाने सांगितले, 'वर माग'. कुत्रा म्हणाला, 'देवबाप्पा. माझ्या मालकाला प्राचार्य कर. म्हणजे त्याची खोड जिरेल.' या विनोदातील हलकेपणा सोडला तर खरोखरी प्राचार्यपदाचे जिणे हे केविलवाणे जिणे आहे. समाजात या पदाला प्रतिष्ठा आहे. पण सरकारदरबारी याच्याइतकी दुरावस्था कोणाची नाही.

'धोबी का कुत्ता, न घर का, न घाट का' अशीच प्राचार्यांची अवस्था!

सत्त्व परीक्षा

व्यवस्थापनशास्त्राचा अभ्यास केल्याशिवाय कोणीही प्राचार्य होऊ नये. प्राचार्यांच्या कार्यालयात अधिक्षकापासून ते शिपायापर्यंत सर्वांचा विश्वास महत्त्वाचा आहे. पण येथे विश्वासरावही पानिपताच्या लढाईसारखे गारद होतात. जवळचा लेखनिकही गारदी होतो. माझ्या एका सहकारी लेखनिकाने सहीचा शिक्का चोरला. महाविद्यालयाची खोटी ओळखपत्रे विकण्याचा व परीक्षेस डमी बसविण्याचा धंदा त्याने सुरू केला. माझ्या कानावर ही हकिकत येण्यापूर्वीच, कामचुकारपणाबद्दल मी रागावलेल्या प्राध्यापकाने संधी शोधली ती अशी, माझ्या मुलाची १० वी ची परीक्षा होती. तो म्हणाला, "किमान माझ्या पहिल्या पेपराला आशीर्वाद देण्यासाठी तरी तुम्ही घरी या." माझ्या २ दिवसांच्या अनुपस्थितीचा त्यांनी फायदा घेतला व काही काळ व्यवहाराचा सौदा त्याने जमविला. त्या वेळी मी माझ्यामागे काय चालते याबाबत अंधाऱ्या रात्रीत होतो. माझ्या रागावलेल्या प्राध्यापक मित्राने या संधीचा फायदा घेण्याचे ठरविले. त्यांनी यासाठी अभयकुमारांच्या नात्यातील प्राध्यापकांची निवड केली. हे प्राध्यापक असे समजत होते की, अभयकुमारांचा परिचय म्हणजे प्राचार्यांना हलविण्यापासून शरण आणण्याचे स्वातंत्र्य! मी तळमावल्यात येताच त्यांनी सांगितले, "मी आपला खुलासा मागतो. तुम्ही प्रत्येक मुलाकडून ५०० रू. घेऊन डमी मुले बसविली आहेत. ५-१० हजारांचा धंदा केला आहे. खाली वार्ताहर बसविले आहेत. उद्या विवेकानंद संस्थेच्या बदनामीचे रकाने भरून येतील. खुर्ची सोडा. नाहीतर बदनामीला तयार व्हा."

परिचयाची मस्ती माणसाला कोठे नेते हे त्यालाच समजत नाही. पण ज्याच्यावर आपण वार करतो त्याची पूर्ण माहितीही न घेता कोणाचेतरी खेळणे होतो, याचे भान त्यांना नव्हते. क्षणभर मी स्तब्ध झालो. माझ्या महाविद्यालयात नसलेल्या व १० वर्षांत या महाविद्यालयाला पैचीही मदत न करणाऱ्या प्राध्यापकाने मला आरोपीच्या पिंजऱ्यात उभे केले. माझ्या हातात एक कागद दिला. त्याला जोडून दुसरा स्वतंत्र कागद दिला. एका कागदावर मजकूर होता. मागे काहीच नव्हते. तर दुसऱ्या स्वतंत्र कागदावर मुलांच्या सह्या होत्या. त्या क्षणीच लबाडी माझ्या लक्षात आली. कोणीही व्यक्ती मजकूर संपतो तेथेच सही करतो. या सह्या मुलांना फसवून घेतल्या होत्या. माझा आत्मविश्वास जागा झाला. मी त्याला म्हणालो, "महाराष्ट्रातील कोणत्याही वर्तमानपत्राच्या संपादकाकडे जा. ते मला नावाने ओळखतात. त्यांना सांगा, पुरुषोत्तम शेठ यांनी पैसे खाल्ले" मी त्या प्राध्यापकांच्या डोळ्याला डोळा भिडविला. डोळ्यातला लालपणा व जरब नकळत समोरच्याला जाणविले. आवाजाला आवाज चढवून उत्तर देण्यापेक्षा डोळ्याच्या रोखठोक भाषेने उत्तर द्यावे.

तीच भाषा अधिक समजते. आपण गैर नसलो तर समोरील माणसे अर्धीमुर्धी होतात. आपला धोबीघाट होता कामा नये. मी मनातून अस्वस्थ होतो. माझ्या मनात आले, आपण आपली सत्त्वपरीक्षा दिली पाहिजे. व्याधी आणि वैरी जोपर्यंत कोवळे आहेत, तोपर्यंतच ते खुडून टाकले पाहिजेत. या पापाचे आपण धनी नसलो तरी धूर निघतो, याचाच अर्थ खाली काहीतरी जळते आहे. अशा मन:स्थितीत कोल्हापूरला सचिवांच्या दारात थडकलो. रात्री ९ ची वेळ. दरवाजावर थाप पडताच दरवाजा उघडला. सर म्हणाले, ''बसा!'' माझ्या डोळ्यातून अश्रू व गळ्यातून हुंदके येत होते. अशा अवस्थेत सचिवांनी मला प्रथमच पाहिले होते. मी त्यांच्या हातात कागद सरकवला. त्यांनी कागद डोळ्यांखाली घातला. तो कागद माझ्या राजीनाम्याचा होता. त्यात अट होती की, जर मी दोषी असेन तर गुरूलाही शिक्षा करण्याचे धैर्य ईश्वर तुम्हाला देवो. सेक्रेटरी हसले. मी म्हणालो, ''सर हसता काय? मी उघडा-वाघडा तुमच्यासमोर आहे. जर माझ्यामुळे विवेकानंद संस्थेची बदनामी झाली असेल, कर्तव्यात मी चुकलो असेन तर संपूर्ण चौकशी करून आपण माझी हकलपट्टी केली पाहिजे. व्यक्तीपेक्षा संस्था मोठी आहे. तुमच्या जवळचा परिचित माझ्यावर आरोप करतो. त्याचा अर्थ 'पाणी नसले तरी चिखल असावा' अभयकुमार मोठ्याने हसले, ''सर, असे शेकडो असतात. काम करणाऱ्यांनी लक्ष द्यायचे नसते.'' माझा हट्ट पाहिला व पहाटे पाचला गाडी काढून आम्ही तळमावल्याला आलो.

तळमावल्याला येताच संबंधित लेखनिकाला त्यांनी कार्यालयात घेतले. आपल्या परिचिताला घेतले व थर्ड डिग्री लावतो असे म्हणता, तो लेखनिक म्हणाला, ''या प्रकरणाशी शेठ सरांचा संबंध नाही. मला खुनाची धमकी दिल्यामुळे मी विद्यार्थ्यांना खोटी ओळखपत्रे देण्याचा प्रयत्न केला.'' त्याचे लेखी जबाब घेतले. या मुलाला मीच नोकरीला लावले. सरांच्या काळात ते गरीब विद्यार्थी निधीतून त्याला मदत करीत. सरांनी हा कृतघ्नतेचा अवतार पाहिला. या लेखनिकाची मन:स्थितीच अशी होती की, एक खून केला तरी फाशीची शिक्षा, दहा खून केले तर फाशीची शिक्षा! संभावितपणाचा आव तो आणायचा. अभयकुमारांनी त्याची तेथून लाल बहादूरला बदली केली. तेथेही हेच दशावतार त्याने दाखविले. प्राचार्यांच्या खोट्या सह्या करून रकमा लांबविल्या. दुसऱ्या ठिकाणी बदलल्यानंतर एकाच आठवड्यात प्राचार्यांना १०००० चा फटका दिला. कृतघ्नता व विश्वासघात याचा मूर्तिमंत पुतळा हा गृहस्थ होता. यावरूनच लक्षात येईल की, प्रशासकीय कर्मचाऱ्यांची सर्व माहिती प्राचार्य व संस्था-संचालकांना असलीच पाहिजे.

मला बंदिस्त खोलीइतक्याच, खुल्या चौकशीची गरज वाटली. माझा शिक्षक व विद्यार्थ्यांसमोरील प्रतिमेचा प्रश्न होता. या प्रकारामुळे नकळत त्यांच्या डोळ्यात

माझ्याबद्दल शंकेचीच प्रतिमा असणार. सेक्रेटरींनी प्राध्यापक व कर्मचाऱ्यांची सभा घेतली. सभा सुरू होतानाच, मी प्रारंभ करतानाच हसमसून रडलो. आईच्या प्रेतासमोर बसून जे दु:ख झाले असेल त्यापेक्षाही आपल्या चारित्र्याचा खून जर कोणी पाडत असेल तर त्याच्या शतपटीने दु:ख होणार! चारित्र्यावरचा हा प्रहार मला सहन होणार नव्हता. माझ्याकडून स्वप्नातसुद्धा पैशाचा अपव्यवहार होणार नाही. मोहाच्या क्षणाचा मी बळी होणार नाही अशी अनेकांची खात्री होती. ग्रामीण भागात आपल्यावरील विश्वासाला तडा जाणार याहून दुर्दैव कोणते? माझ्या डोळ्यांसमोर माझ्यावर संस्कार करणारे प्रधान मास्तर, भाई वैद्य, लालजी कुलकर्णी हे डोळ्यांत तरळू लागले. डॉ. बापूजी साळुंखे यांनी तर लेकरासारखी माया केली. आज जर हे हयात असते, तर त्यांना काय वाटले असते? डॉ. बापूजी साळुंखे यांना माणसे घडविण्यात रस होता. परस्पर मतभेदांपायी घरच्या भांडणाचा कोणी धोबीघाट केला तर त्या महान पुरुषाच्या स्वप्नातील सुसंस्काराचे काय? माझे अश्रू व हुंदके थांबत नव्हते. साने गुरुजींच्या 'अश्रू' कवितेची मला आठवण झाली. स्टाफ मीटिंगमध्ये लहान मुलासारखा रडणारा प्राचार्य प्राध्यापकांनी पहिल्यांदाच पाहिला असावा. अभयकुमारांनी स्वत:च सूत्रे हाती घेतली व माझ्या निरपराध; निर्दोषपणाची ग्वाही दिली. त्यावेळेसच माझे हुंदके व शब्द बंद झाला. मी एवढेच म्हणालो, ''चारित्र्य हे महत्त्वाचे असते. प्रशासक आणि प्राचार्य यांच्यावरून संस्थेचे चरित्र व चारित्र्य ओळखले जाते. माझ्या वैयक्तिक बदनामीपेक्षा श्री. स्वामी विवेकानंद शिक्षण संस्थेच्या संस्कृतिकेंद्राची बदनामी अधिक हानिकारक आहे. व्यक्तीच्या सेवेला मर्यादा असतात. व्यक्ती जातात व येतात. स्वामी विवेकानंद संस्थेला प्रदीर्घ आयुष्य आहे. जोपर्यंत काळाचे अस्तित्व आहे तोपर्यंत श्री. स्वामी विवेकानंद शिक्षण संस्थेच्या सुसंस्कारांचा अभिलेख कोणालाच पुसता येणार नाही. माझ्यापायी संस्थेच्या संस्कृतिकेद्राची बदनामी अधिक हानिकारक आहे. मी तापल्या भट्टीतूनही जाण्यास तयार आहे. या प्रसंगाचा अर्थ एवढाच आहे की प्राचार्य व प्राध्यापकांत मतभेद असू शकतात. मतभेद दूर करण्याच्या यंत्रणा आहेत. कायद्याने 'सेफ्टी व्हॉल्व्ह' निर्माण केले आहेत. माणसाचा अहंकार आपल्याच घराला चूड लावतो. माणसे परस्परांना समजावून घेण्यात असमर्थ ठरतात. मला ज्यांनी घडविले त्यांनी सांगितले होते, "First loyal to the national educational ideal, next to institution, last to individual."

या प्रकरणानंतर इचलकरंजीच्या कन्या महाविद्यालयात माझी प्राचार्य म्हणून बदली करावी असे संस्थेत घाटत होते. प्राचार्य टी. ए. गवळी हे माझे जुने स्नेही! ह्यांना मी कन्या महाविद्यालयांत यावे असे वाटे! मी हो म्हणून शब्द फिरवायचो! मी

ज्येष्ठ आजीव सेवक भाऊसाहेब डुके यांना भेटलो. त्यांना म्हणालो, "सर माझ्या इमेजचा प्रश्न आहे. परीक्षा प्रकरणाच्या पार्श्वभूमीवर जर माझी बदली झाली, तर एका प्रकारे त्याची शबल छाया माझ्याबरोबर राहणार. माझ्यावर अन्याय होणार. या ग्रामीण भागातील थोरा-मोठ्यांना वाटणार, शेठ सरांचा यात नक्कीच हात आहे. इचलकरंजी हे तर माझे आवडते शहर. प्राध्यापक व सामाजिक कार्यकर्ता म्हणून या शहरात मला शेकडो मित्र आहेत. त्यांना आनंदही होईल. पण मी त्या शहरात जाण्यापेक्षा तळमावल्याच्या डोंगरातच पाय रोवून उभे राहणे अधिक पसंत करतो. याच विचारांची पुनरावृत्ती सचिवांशी केली. त्यांना माझे संघटना वेड माहीत होते. परंतु आजीव सेवक म्हणून जोह्यात, जेथे एस. टी. बसही जात नव्हती, त्या खेड्यात केलेले काम त्यांना ज्ञात होते. आमदार सुरेश पाटील संस्थेचे कार्यालयीन अधिक्षक असल्यापासून माझ्यातील निर्मिती क्षमतेवर खूष असत. ते म्हणत, 'शेठ, you are in wrong path' मोर्चात तुणे उंचावणारे हात रचनेच्या कामाचे आहेत. भाऊसाहेब दुके यांनी बदली कमिटीसमोर माझी वकिली केली. माझी निर्मितीक्षमता हजारो फुलांच्या रूपात फुलावी म्हणून रदबदलीने बदली रद्द केली. त्यांच्यामुळेच मी स्वच्छ प्रतिमेचा आविष्कार करीत तळमावल्याच्या रचनेच्या कामात गाढून घेता झालो. डमी मुले बसविण्याचा प्रसंग ही एका प्रकारे इष्टापत्ती ठरली. मी कात टाकली. घर-दार, तहान-भूक सर्व विसरलो. डॉ. बापूजींनी नकाशात गाव नसलेल्या गावी जे महाविद्यालयच स्थापन केले, ते शिवाजी विद्यापीठाच्याच नव्हे, तर महाराष्ट्राच्या शैक्षणिक नकाशात ठळकपणाने आले पाहिजे, या जिद्दीने कामाचे नियोजन केले. सेवादलातील अंबिकेने नियोजन शिकविले होते. लालजी कुलकर्णींनी संघटनाकौशल्य आत्मसात करायला लावले होते. भाई वैद्यांचा जनसंपर्क साधण्याचा आदर्श डोळ्यांसमोर होताच. प्रधान मास्तरांचा साधेपणा, जिव्हाळा हा टिपकागदासारखा टिपला होता.

डॉ. बापूजींनी या खोऱ्यात घरे जोडली होती. माणसे पेरली होती. मशागत मी करायची होती. बेभान होऊन मी या मशागतीला लागलो. व्यवस्थापनापासून जमाखर्चापर्यंतच्या बाबी एखाद्या विद्यार्थ्यासारखा समजावून घेऊ लागतो. माझ्यासारख्या रायगडच्या भूमिपुत्राने जाग येताच तळमावल्याचे भांडार समृद्ध करण्याचा विडाच उचलला. अभयकुमारांची साथ व विश्वास, संस्थेचे स्वातंत्र्य या तिपाईवर रचनेचे युद्ध सुरू झाले. बाबा आमटे यांनी सांगितल्याप्रमाणे प्राचार्यांची त्रिसूत्री **Love, faith, strength** हीच असली पाहिजे. तुमच्या निष्पापप्रेमाचा अर्थ सुरुवातीला सहकारी तुम्ही बावळट आहात असे समजून बनवतील, परंतु तुम्ही तरीही प्रेम करीत राहिलात तर एक दिवसात ते तुमच्या श्रमदिंडीचे घामकरी बनतील. सर्वांची

शक्ती व संस्था संचालकांच्या हेतूवर विश्वास असेल तरच संस्थेचा संस्कृतीकेंद्राचा चेहरा बदलतो.

शिक्षणसंस्थांत माणसांची निर्मिती क्षमता परस्परांच्या भांडणाच्या टकरीत वाया जाते. अशांततेत कोणत्याही महाविद्यालयाचा अगर संस्थेचा विकास होत नसतो. या घटनेचा माझ्यावर परिणाम झाला की, आपण गाफील राहता कामा नये. सर्व कागदपत्रांचे आपण कस्टोडियन आहोत. कार्यालयीन अधिक्षकांपासून लेखनिकांपर्यंत सर्वांना शासनाने केलेले कर्तव्याचे अधिनियम वाचून दाखविले पाहिजेत. प्रशासनाला माणुसकीबरोबर कायद्याचा व्यवहारही पाळला पाहिजे. माणसांवरील अंधविश्वास एखाद्या चांगल्या संस्कृतिकेंद्राचे कायमचे नुकसान करू शकेल. या प्रसंगापासून माझ्यातला प्राध्यापक हळूहळू मरत चालला आणि एका प्रशासकाला जन्म देऊ लागला. यावेळी मला प्राचार्य दादासाहेब पाटील यांची आठवण झाली. ते म्हणत, 'लातो के भूत बातों से नही मानते' मी लाथेची भाषा वापरली नाही. परंतु आवाजात जरब आणली, डोळ्यांत आत्मविश्वास आणला. लेखनिकांचा पांगुळगाडा वापरण्यापेक्षा प्रत्येक गोष्ट मुळातून तपासून पाहण्याचे प्रयत्न करू लागलो. कायद्याचे अर्थ व अन्वय समजावून घेऊ लागलो. प्राचार्य चिटणीस यांचे वडीलधारे मार्गदर्शन व कराडच्या वेणूताई चव्हाण महाविद्यालयाच्या, प्राचार्य पी. टी. थोरातांच्या स्नेहाचा उपयोग झाला.

काही शिकण्यासारखे

महाविद्यालयीन व्यवस्थापन अत्यंत गुंतागुंतीचे असते. माझ्या सुदैवाने याच काळात मनोहर महिंद्रसारखा अधिक्षक माझ्या वाटणीला आला. विवेकानंद संस्थेतील जी अत्यंत प्रामाणिक, परिश्रमी व्यक्ती आहे, त्यात महिंद्रचा उल्लेख कोणालाच टाळता येणार नाही. तो 'वर्क अल्कोहोलिक' होता. कामाचा उरक व नशा होता. विवेकानंद संस्थेतील पहिला अधिक्षक तोच होता. मी माझा अहंकार बाजूला सारून महिंद्र व रामदास बर्गे यांना गुरू केले. त्यांनी संलग्नीकरणापासून ज्युनिअरच्या प्राध्यापक मान्यतेपर्यंतचे अनेक बारकावे, मला समजावले. माझे अकौंटंट वसंत पाटील यांच्या वडीलभावामुळे घरोब्याचा संबंध होता. लाल बहादूर शास्त्री महाविद्यालयात आम्ही काम केलेले होते. या घटनेनंतर ॲडव्होकेट ए. पी. पाटील तळमावल्याला आले. त्यांनी त्यांच्या भावाला प्रेमाची तंबीच दिली, ''शेठ सर हे आपल्या वडीलभावासारखेच आहेत. त्यांना कमीपणा येईल अशी एकही गोष्ट करू नकोस.'' नकळत वसंतरावांवर परिणाम होत गेला. त्यांनी जमाखर्चाच्या सर्व नाड्या मला समजावल्या. लहान मुलाला आई जसे पाढे शिकविते त्या पद्धतीने प्रत्येक अनुदानसूत्र

व जमाखर्चाचे बारकावे मला कळू लागले. यात तर मी त्याच्यापेक्षाही उस्ताद झालो. पूर्वीचा जोह्यांतील हेडमास्तर पुरुषोत्तम शेठ पुन्हा जागा झाला. बापूजींनी जमाखर्च लिहिण्याचे दिलेले धडे २० वर्षांच्या काळानंतर पुन्हा घोकू लागलो. नकळत जमाखर्चावर माझी मांड पक्की झाली. जमाखर्च ही महाविद्यालयीन जीवनात अलीबाबाची गुन्हा असते. भेटले तर चाळीस चोर, अन्यथा महाविद्यालयाच्या विकासाचा खजिनाही गवसतो. कराडला मी शिपायांबरोबर खडूचे बॉक्स व कागद आणायला गेलो. मी रस्त्यावर उभा होतो. माझा शिपाई गयावया करीत होता. दुकानदार उत्तरत होता, "उधार नाही. पायरी उतर." शिपायाने, साहेब, बाहेर उभेआहेत, असे सांगितले. पण तो जोरात म्हणाला, "तुझ्या साहेबाच्या वरचा आला तरी तळमावल्याच्या महाविद्यालयाला उधार देणार नाही." त्या क्षणी मला महाविद्यालयाच्या आर्थिक स्थितीची कल्पना आली. जर पैसेच खर्च करायला नसतील, तर ते महाविद्यालय कसले? दरिद्री माणसाचा संसार व काकासाहेब चव्हाण महाविद्यालयाचा संसार यात काहीच फरक नव्हता. याचा अर्थ होता की, या महाविद्यालयाचा आर्थिक कणा ताठ केला पाहिजे. नकळत मी आर्थिक व्यवस्थेच्या मागे लागलो. दहा वर्षांत वळून पाहतो, तेव्हा लक्षात आले की, ज्या महाविद्यालयाला खडूही उधार मिळत नव्हता, त्या महाविद्यालयाला युनायटेड वेस्टर्न बँकेसारखी बँक लाखो रुपये कर्ज द्यायला उभी राहते. हा आपल्या परिश्रमाचा परिणाम आहे. एच. टी. पाटील यांना तर मी जमाखर्चाबाबत गुरुस्थानी मानतो. प्राचार्या विजयाताई भेटीत भोंगळ व्यवस्थापनाचा परिणाम काय हे मोठ्या बहिणीच्या मायेने मला समजावीत.

व्यवस्थापनामध्ये शासकीय अधिकाऱ्याचा दृष्टिकोन महत्त्वाचा असतो. शासकीय अधिकाऱ्यांना जर तळमळ पटली तर ते तुम्हाला 'जहाँ चाह, वहाँ राह' दाखवितात. लाल फितीचे अंत:करण प्रशासनाला असतेच असे नाही. तेथेही विकासाच्या दिशा दाखविणारे हिरवे सिग्नल असतात. तळमावल्याला जेवणाची सोय नव्हती. निवासाला विश्रामधाम नव्हते. शासकीय अधिकारी व कर्मचारी माझ्याच खोलीत मुक्कामास असत. रात्री गप्पांच्या मैफिली झडत. मी राजकारण, समाजकारणातल्या प्रश्नांची उकल करीत असे. एरवीच्या शासकीय जगापासून त्यांना दूर नेई. नकळत, त्यांचा स्नेह-लोभ मिळत गेला. उच्च प्रशासन अधिकारी मानेसाहेब, बाबुराव निगवे, किकलीकर जगताप यांना सच्चाई पटत गेली. आत्मीयता निर्माण झाली. त्यांनी तळमावल्याचे महाविद्यालय आपलेच मानले. नकळत त्यांनी अनेक महाविद्यालये पाहिलेली असल्याने महाविद्यालयीन आर्थिक सुबत्ता कशी मिळवितात, याची चित्रे मला दाखविली. त्यांना माझी तळमळ व आस्था दिसत होती. त्यावेळी त्यांनी

विकासाचे सर्व मार्ग खुले केले. आमच्या संस्थेतील प्राचार्य एच. टी. पाटील हे जमाखर्चाचे उस्ताद. मधून-मधून भेटीगाठीत त्यांनीही काही संकेत दिले. तळमावल्याची प्रचंड जागा, हाच मुळी त्या महाविद्यालयाच्या आर्थिक पायाचा आधार होता. मी झाडे लावताना रम्यता म्हणून लावली. परंतु या झाड-झाडोऱ्यांनीच अक्षरश: कल्पवृक्ष बनून तळमावल्याच्या महाविद्यालयाचे आर्थिक लाड पुरविले. लोकांच्या दृष्टीने तो वेडाचार होता. परंतु शासकीय दृष्टीने त्याला आर्थिक किंमत होती. महाविद्यालयाची आर्थिक स्थिती मी सुदृढ करीत गेलो. ज्या महाविद्यालयाला ३० हजार रु. ही अनुदान नव्हते, ते मी सोडताना २७०० संख्या असलेल्या लाल बहादूर शास्त्री महाविद्यालयापेक्षाही अधिक अनुदान मिळविते झाले. ज्या महाविद्यालयाला खडूही उधार द्यायला माणसे तयार नव्हती. फोटोग्राफरही बील मिळणार नाही म्हणून वेळ चुकवायचे, त्या महाविद्यालयाला शेड्युल्ड बँक लाखो रुपयांची कर्जे द्यायला तयार झाली. याचाच अर्थ त्या महाविद्यालयाची पत वाढली इतपत त्याचा आर्थिक कणा मजबूत झाला. या महाविद्यालयाची संपन्नता, त्याच्या परिसराची आर्थिक स्थिती पाहता, विवेकानंद संस्थेच्या विवेकानंद महाविद्यालय सोडता कोणत्याही महाविद्यालयापेक्षा अधिक सुदृढ आहे. कोणी येरागबाळा प्राचार्यही जर प्रामाणिक असेल तर ते महाविद्यालय चालवू शकेल.

महाविद्यालयाच्या आर्थिक सुदृढतेत माझे स्नेही आय फुट्टोचे उपाध्यक्ष प्रा. संभाजीराव जाधव व प्रा. चंद्रकांत शिंदे यांची पाठराखण मोलाची ठरली. हे महाविद्यालय विद्यापीठ अनुदान मंडळाच्या योजनेखाली येत होते. पण कोणीच हा दरवाजा ठोठावत नव्हते. संभाजीराव जाधवांनी सर्व योजना दाखविल्या. स्वत: सर्व कागदपत्रे तयार केली. चंद्रकांत शिंदेंनी पूर्वी शिवाजी विद्यापीठात नोकरी केलेली होती. त्याचेही तेथे मित्र होते. मी शिवाजी विद्यापीठाचा विधीसभा सदस्य असताना विद्यापीठाच्या कर्मचाऱ्यांना न्याय मिळावा म्हणून त्यांच्या कैफियती मांडीत असे. एक-दोन वेळा विद्यापीठ कर्मचाऱ्यांच्या प्रश्नावर विधीसभा तहकूब केली होती. विद्यापीठाचे कर्मचारी हे कृतज्ञ होते. त्यांना नकळत माझ्याबद्दल प्रेम वाटू लागले. त्यांनी तळमावल्याच्या महाविद्यालयाच्या समृद्धीसाठी ज्या योजना मी पाठविल्या, त्या काळजीपूर्वक तपासल्या. चांगल्या शिफारसींनी विद्यापीठ अनुदान मंडळाकडे रवाना केल्या. त्या विभागाचे प्रमुख देसाई, कर्मचारी संघटनेचे नेते बाबा सावंत, व्ही. डी. पाटील यांनीही स्नेहपूर्वक सर्व पाहिले. मी विधीसभेत त्यांच्यासाठी लढलेली लढाई त्यांनी कामी आणली. एका प्रकारे एका दुर्गम भागातील महाविद्यालयाच्या आर्थिक विकासाचे वारू भरधाव सोडले. चारही रस्ते मला दाखविले. एका प्रकारे या महाविद्यालयाच्या आर्थिक समृद्धीची वाटचाल सुरू झाली.

विद्यापीठ अनुदान

विद्यापीठ अनुदान मंडळाच्या कार्यालयात काही देणे-घेणे लागते हे गैरसमज लोकांनी पसरविलेले होते. जेव्हा जेव्हा मी दिल्लीला जात असे तेव्हा तेव्हा, "भाईसाहेब कब आए? जलपान करोगे क्या?" असे विचारून स्वागत व्हायचे. कागदपत्रांच्या त्रुटी पूर्ण व्हायच्या व आठ दिवसांच्या आत मी तळमावल्याला पोहोचण्यापूर्वी हजारोंचे चेक टेबलावर आलेले असत. विद्यापीठ अनुदान मंडाळाच्या कार्यालयातील शिपाईही माझा मिंधा नव्हता. ग्रंथालयाचे विशेष अनुदान मंजूर झाले. पुस्तके खरेदी केली. पण माझ्या कार्यालयाच्या हलगर्जीपणामुळे वेळेवर विनियोग प्रमाणपत्र गेले नाही. मी दिल्लीला गेलो. त्या वेळी दुबे हे अधिकारी होते. त्यांची पत्नी कॅन्सरने निधन पावली होती. कॅन्सरशी माझा जुना दोस्ताना. कै. प्रमिलाचा कॅन्सर, वडिलांचा कॅन्सर, मामा व आजोबा यांचा कॅन्सर व माझ्या आईचाही कॅन्सर. यामुळे कर्करोगाची खडानखडा माहिती होती. मी दुबेसाहेबांना कॅन्सरची संवेदना सांगितली. कॅन्सरवरची मराठीतील अनेक पुस्तके मी वाचली होती. नकळत त्यांचे दुःख माझे दुःख झाले. परस्परांत या दुःखातून सहानुभावाचे नाते निर्माण झाले. त्यांनी त्वरित 'लॅप्स' झालेले अनुदान मंजूर करून चेक हाती दिला. सांगितले. "भाईसाब Always Welcome for you. My door is open for you" अक्षरशः लाखो रुपये जिव्हाळ्याच्या दोन शब्दांनी तळमावल्याच्या मातीत विद्यापीठ अनुदान मंडळाने ओतले. एका ग्रामीण महाविद्यालयात संगणक असावा अशी माझी इच्छा! आंधळा मागतो एक डोळा, देव देतो दोन डोळे. मल्होत्रा नावाच्या बाई याच्या प्रमुख होत्या. अर्ज वेळेत नव्हता. त्यांना माझे आर्जव कळले. माझा अनेक कार्यालयात अनुभव आहे की, विरुद्ध लिंगी व्यक्तीवर माझी पटकन छाप पडते. हा स्नेहाळपणा कोठून निर्माण होतो, मला माहीत नाही. मल्होत्रा बाई म्हणत, ज्या पुरुषांबद्दल विश्वास वाटावा असे काहीतरी तुमच्या डोळ्यांत व जिभेच्या मधाळ वाणीत आहे. मल्होत्रा बाईंनी केवळ माझ्याच महाविद्यालयाला नव्हे, तर लाल बहादूर शास्त्री महाविद्यालयाला संगणकाचे अनुदान मंजूर केले. विद्यापीठ अनुदान मंडळाच्या बहादूरशाह जफरजंग मार्गावरील इमारतीत प्रवेश केल्यानंतर रिसेप्शनिस्टशी नमस्तेऽऽ बहनजी म्हणत माझा प्रवेश सुकर करायचो. सेक्शन ऑफिसरशी बोलताना कधीही प्रथम कामाचे बोलत नसे. "बहनजी कैसी बिटिया है?" "भाईसाब छोटे रायसाब क्या करते है? भाभीजी तो ठीक है न?" नकळत माझ्या बोलक्या स्वभावामुळे तबीयत खुश व्हायची. झटपट फायली बाहेर निघत. मला यु. जी. सी. चे अंडर सेक्रेटरी हीरासाहेब, डॉ. दंडापत हे नेहमीच लक्षात राहिले. उमद्या मनाचे हे अधिकारी त्वरित काम करीत. संशोधन शिष्यवृत्तीसाठी

माझे प्राध्यापक एकटेच जात. ते कार्यालय त्यांची कामे करी. खा. बापूसाहेब काळदाते व माजी अर्थमंत्री मधू दंडवते तळमावल्याच्या या डोंगरभागातील महाविद्यालयासाठी यु. जी. सी. च्या कार्यात रदबदली करत. विद्यापीठ अनुदान मंडळाच्या अधिकाऱ्यांना असे दबाब आवडत नसत. पण या व्यक्ती दिल्लीच्या राजकारणात आपल्या शुचितेसाठी प्रसिद्ध असल्याने नकळत काकासाहेब चव्हाण महाविद्यालयाच्या मागे नैतिक शक्ती आहे असे त्यांना वाटे. परिणामी आमची कामे झटपट होत. तळमावल्याच्या माळावर ज्या देखण्या इमारती उभ्या आहेत त्याचे चिरे यु. जी. सी. चे आहेत. संस्थेत असा एक गट असे. तो म्हणे की, ज्याचे भाडे मिळत नाही, त्या इमारती उभ्या कशाला करायच्या? त्यांना उत्तर एकच की, संस्थेच्या देखण्या वास्तू ही संस्थेची संपत्ती आहे. शाळा-महाविद्यालय... यांच्या इमारती एकदाच होतात. जेव्हा एकादशी व महाशिवरात्रीसारखी महाविद्यालयाची अवस्था असते, तेव्हा महाविद्यालयाच्या झोळीत जे मिळेल ते 'चांगभलं' म्हणत स्वीकारले पाहिजे.

प्राण जाय पर वचन न जाय

महाराष्ट्रातील चांगल्या लोकप्रतिनिधीत विक्रमसिंह पाटणकर यांची गणना होते. एक जंटलमन. जुन्या सरदार घराण्याची प्रतिष्ठा असूनही स्वभावात ऋजुता! ॲड. ए. पी. पाटील व मी त्यांच्याकडे जातो तेव्हा काकासाहेब चव्हाणांच्या आठवणी चाळवत गप्पांत म्हणाले, "मी पाटण तालुक्याच्या या भूमिपुत्राच्या जिवंत स्मारकासाठी ५००००रु. देऊ शकेन. दिवस निघून जात होते. आश्वासन बासनात तर नाही ना? चैत्र महिन्यात पुन्हा ॲड. पाटील व मी पाटणकर सरकारांकडे गेलो. सरकार दौऱ्यावर होते. जुना भव्य वाडा पाहावासा वाटला. वाड्याच्या बगलेला स्वच्छ असे राममंदिर होते. रामाच्या सुंदर मूर्ती होत्या. मूर्तीवरचे तेज असे होते की त्वरित नतमस्तक व्हावे. तुलसीदासाच्या वचनाप्रमाणे-

'सिया राममय सब जग जानि जोरु जुग जुग पानी।' मी डोळे मिटले. ध्यान लावले. भक्तिमय अंत:करणाने तळमावल्याला परतलो. रामनवमी जवळ आली होती. पाटणकर सरकारांना त्यांचे आराध्य दैवत तुलसी वचनाची आठवण दिली-

'प्राण जाई पर वचन न जाई ऐसी रघुकुल रीति अपनाई।' जिव्हाळ्याच्या पत्राचा त्यांच्यावर परिणाम झाला. त्यांचा दूत आला. इमारतीचे आराखडे, नकाशे घेतले. मला आमदार निवासात यायला सांगितले. तेथे विक्रमसिंह पाटणकर म्हणाले, "सर, आमदार निवासाच्या व सचिवालयाच्या पायऱ्या प्राचार्यांनी चढायच्या नसतात. प्राचार्य हा ज्ञानश्रेष्ठ आहे. मी कबूल केलेले पैसे तुमच्या महाविद्यालयात पोहोच

होतील. शब्दाला विक्रमसिंह पाटणकर जागले. दोन हप्त्यात एकाच महिन्यात ५०,००० रु. आले. इमारती उभ्या राहू लागल्या. मी त्यांना खर्चाचे लेखाविवरण-पत्रक पाठविले. ते म्हणाले, "असे अनुभव कमी येतात. प्राचार्यांचा आदर ठेवणारे आ. विक्रमसिंह पाटणकर व आ. विलासराव पाटील यांच्यासारखे लोकप्रतिनिधी विरळाच. पृथ्वीराज चव्हाणही त्यातील एक. सरस्वतीला राजमान्यता जेव्हा मिळते, तेव्हा राजकीय नेतेही एका समाधानाचे धनी होतात.

काकासाहेब चव्हाण महाविद्यालयाच्या आवारातील मारुती मंदिराजवळ मी व अभयकुमार मावळतीला गप्पा मारत बसलो होतो. तेव्हा त्या परिसरातील एक वृद्ध नेते आले. म्हणाले, "साहेब, काकासाहेबांचा पुतळा बसवूया. मी १०००० रु आणून देतो. मी तयारीला लागलो. सरांनी गडहिंग्लजच्या कुंभार सरांना पुतळा बनविण्यास सांगितले. ६ महिन्यांत पुतळा आला. उद्घाटित झाला, पण त्या १०,००० चा आजपर्यंत पत्ता नाही. मला माहीत होते की, 'टेढी उंगली सेही घी निकलता है' हे नेते व त्यांचे दोस्त अडचणीत आले, तेव्हा किमान निम्मी रक्कम त्यांच्याकडूनच देणगी रूपाने वसूल केली. माथाडी कामगार भवनात जेव्हा मी बँक पुस्तक पाहिले, तेव्हा मला आश्चर्य वाटले की, काकासाहेब चव्हाणांच्या पुतळ्यासाठी जमा रकमेतील काही रक्कम महाराष्ट्राच्या मान्यवर नेत्याला देण्यात आली होती. त्याचा या सरळ स्वभावाच्या वृद्ध नेत्याला पत्ताही नव्हता.

महाराष्ट्राच्या मुख्यमंत्री निधीतून डोंगराळ भागाला मदत मिळावी म्हणून सर्व कागदपत्रांनिशी प्रयत्न केले. पण गरिबांचा प्रतिनिधी म्हणविणाऱ्या, बहुजन समाजाचा कैवारी म्हणवणाऱ्या मंत्र्याच्या कोणत्याही राजकारणाला या महाविद्यालयाचा उपयोग होत नव्हता. मुख्यमंत्र्यांचे एक सहकारी परिचित होते. त्यांना साकडे घातले. त्यांनी हो, म्हटले. पण मुख्यमंत्र्यांनी वाटाणा दाखविला. साताऱ्याच्या सर्किट हाऊसवर जेव्हा भेटलो, तेव्हा पालकमंत्र्यांची शिफारस आणा असे फर्मान दिले. पालकमंत्रीही सार्वजनिक कामामुळे परिचित होते. माथाडी कामगाराचे नेते बळवंतराव पवार व मी पालकमंत्र्यांचा दरवाजा ठोठावला. त्यांनी प्रथम श्री. स्वामी विवेकानंद शिक्षण संस्थेचा उद्धार केला. खरे पाहता, ज्यांना एकही शाळा चालविता येत नव्हती, त्यांनी दुसऱ्याचे धुणे धुवायचे कारणच नव्हते. त्यांनी शिफारस करतो असे आश्वासन दिले, पण शिफारस कागदावर आलीच नाही. या मंत्रालयाची अवस्थाच मुळा 'धतुरा चोराला मलिदा' अशीच होती. माथाडी कामगारांनी यांच्या स्वागताचे मेळे भरवायचे, हे अडचणीत आले की, माथाडी मजुरांनी जिंदाबाद, मुर्दाबादच्या घोषणा देऊन मुंडासेवाल्यांचा प्रतिनिधी म्हणून यांची प्रतिमा रंगवायची, पण मुंबईतील कष्टकरी जनतेच्या परिसरातील महाविद्यालयासाठी कोणतीही अनुकंपा नव्हती.

मनात निराशा येत होती. कबीराने म्हटले आहे.

मन के हारे हार है; मन के जीते जीत।'' केसरी चाळत होतो. सहज वाचले, मुख्यमंत्री शरद पवार यांच्या ५१ व्या वाढदिवसाच्या गौरवसमितीचे अध्यक्षपद नानासाहेब गोरे यांना दिले आहे. शेवटच्या प्रयत्नांनी बालेकिल्ला लढवूया, असे मनात ठरविले. नानासाहेब गोरे यांचे समाजवादी चळवळीतील धडपडणाऱ्या मुलांवर प्रेम होते. धडपड्या मुलांच्या कामाबद्दल आस्था होती. मी तर १९६३ पासून राजकारणाशी घटस्फोट घेतलेला! अध्यापनात रमलेलो! प्रा. प्रधानांच्या निवडणुकीपुरता काम करी व जेव्हा समाजवादी नेते दौऱ्यावर येत, तेव्हा माझ्या चाळीतील इन-मीन-तीन खोल्यांत पिठलं-भाकरी खात. नानासाहेबांनी या 'रिटायर्ड' साथीला मदत करण्याचे मनावर घेतले. माझ्या महाविद्यालयाच्या इमारतीचे आराखडे, अंदाजपत्रक साखर कामगारांचे नेते किशोर पवार यांच्यामार्फत मुख्यमंत्र्यांकडे रवाना केले. साथी किशोर पवार साखर कामगारांच्या प्रश्नांची चर्चा करताना मुख्यमंत्र्याशी तळमावल्याचा विषय काढत. माझ्याहून त्यांची चिकाटी दांडगी होती. महाराष्ट्राचे थोरे नेते यशवंतराव चव्हाण यांच्या निधनानंतर मुख्यमंत्र्यांना काही ज्येष्ठांची गरज होती. नानासाहेब गोरे हे आशीर्वचनाचे नेते होते. मुख्यमंत्र्यांनी नानासाहेब गोरे यांच्या विनंतीवरून २५००० रु. चे अनुदान या महाविद्यालयास पाठवून दिले. यावेळी मी एकदाही मुख्यमंत्र्यांच्या कार्यालयात गेलो नाही. वसंतदादा पाटील यांच्या काळात अभयकुमारांनी त्या जननेत्याकडून ५०००० रु. आणले होते. मला कष्टाचे समाधान होते. मुख्यमंत्री निधीतून मदत मिळविताना अनेक वेळा अपमान झाले तरीही मी प्रयत्नांची वाटचाल करीत राहिलो. मला यश मिळत गेले.

समाजवाद्यांची साथ

माझ्या समाजवादी मित्रांची तळमावल्यातली साथ मी कधीच विसरू शकत नाही. स्वामी विवेकानंद शिक्षण संस्थेत माझी टवाळी समाजवादी म्हणून केली जाते. समाजवादी पराभूत झाले असतील, परंतु त्यांनी राजकीय विजनवासात राहून प्रामाणिकपणा व नैतिक मूल्ये यांची भलावण केली. आपल्या विचाराबाबत समाजवाद्यांचा आग्रह कडव्या धर्ममूलतत्त्ववाद्यांपेक्षा अधिक असतो. 'बारा भैय्ये, तेरा चुली' अशी समाजवाद्यांची अवस्था. सत्तेची भीती त्यांना वाटते. सत्ता हाती आल्यावर जोडो-तोडो सुरू होते. परंतु संघर्षात व रचनेत कोणत्याही पक्षापेक्षा समाजवादी नेत्यांचे योगदान महत्त्वाचे आहे. कुदळ, फावडे, तुरुंग व मतपेटी ही आमची प्रतीके होती. नैतिकतेचा आमचा अहंकार आम्हाला सुखावतो. परंतु इतरांच्या दृष्टीने असा माणूस 'असून अडचण नसून खोळंबा' असाच असतो. आपल्या कार्यकर्त्यांबद्दल

समाजवाद्यांइतके उत्कट प्रेम कोणातच नसते. राजकारणाच्या दिशा वेगळ्या झाल्या. माझ्यासारखा अर्ध्या वाटेवरून गेला, तरी समाजवाद्यांच्या अंत:करणातील प्रेमाचा झरा कधीच आटत नाही. जेव्हा भेटू तेव्हा त्याच जुन्या प्रेमाने 'अंगे भिजली जलधारांनी' अशी अवस्था करून टाकतात. आपल्या 'साथी' ला प्रेरणा देण्याचे सामर्थ्य त्यांच्यात होते. नानासाहेब गोरे, शिरुभाऊ लिमये, ग. प्र. प्रधान, भाई वैद्य, बापूसाहेब काळदाते, मोहन धारिया, मधू दंडवते या नेत्यांना तळमावल्याच्या प्रयोगाबद्दल जबरदस्त जिव्हाळा व प्रेम होते. या जिव्हाळ्यातूनच त्यांनी तळमावल्याला भेटी दिल्या. डॉ. बापूजी साळुंखे व स्वामी विवेकानंद शिक्षण संस्थेने निवडलेले हे खेडे त्यांना आवडायचे. २-३ दिवस माझ्याबरोबर राहून माझ्या थकलेल्या मनाला ऊर्जा देत. माझ्या सामाजिक चिंतनाला वेगळी दृष्टी देत व जाता-जाता माझे प्रयोग आधे-अधूरे राहू नयेत म्हणून कोणाचेतरी दरवाजे ठोठावून तळमावल्याकडे चेक रवाना करीत. तळमावल्याच्या काकासाहेब चव्हाण महाविद्यालयाच्या विकासातील समाजवाद्यांचे योगदान इतरांना थट्टेचे वाटले, तरी माझ्या वैयक्तिक जीवनाच्या इतिहासात त्याची कृतज्ञतापूर्वक नोंद करून ठेवावी लागेल.

स्वातंत्र्यसैनिकांना मानाचा मुजरा

१९४२ च्या चळवळीचा सुवर्णमहोत्सव आला. ४२ च्या चळवळीचा इतिहास म्हणजेच समाजवादी, असे समीकरण झाले होते. सातारा जिल्हा तर प्रतिसरकारचा जिल्हा! लहान, थोर, सान पुरुषांनी "येथून-तेथून पेटू दे सारे रान" म्हणत स्वातंत्र्यप्रेमाची चूड हातात घेऊन आपल्या घरा-दाराचे किल्ले प्रतिसरकारच्या स्थापनेसाठी ब्रिटिशांच्या 'चले जाव' साठी लढविले होते. या चळवळीतील स्वातंत्र्यसैनिकांचा सत्कार या महाविद्यालयाने करायचा असा निर्णय घेतला. डॉ. बापूजी साळुंखे हे १९४२ साली सातारा जिल्हा विद्यार्थी कॉंग्रेसचे नेते होते. 'चले जाव' ची घोषणा होताच सोंडूरच्या महाराजांच्या राजगुरू पदाची वस्त्रे फेकून त्यांनी महालातील सुखाचा, भोगाचा त्याग केला. बापूजी विजनवासात गेले. ९ ऑगस्ट त्यांचा खरा जन्मदिवस ठरला. काकासाहेब चव्हाण महाविद्यालयाने आपल्या संस्थापकालाही स्वातंत्र्यसैनिक म्हणून पाहिले होते. या निमित्ताने ढेबेवाडी खोऱ्यातील खऱ्या स्वातंत्र्यसैनिकांचा व हुतात्मा झालेल्या स्वातंत्र्यसैनिकांच्या विधवांचा मेळावा घेऊन मुजरा करण्याचे मी व एस. के. कुंभार, मुख्याध्यापक, वाल्मिकी विद्यामंदिर यांनी ठरविले. खादीची मानाची वस्त्रे देऊन या सैनिकांना मुजरा केला. त्या वेळी प्रा. ग. प्र. प्रधान, शिरुभाऊ लिमये, संभाजीबाबा थोरात हे प्रमुख अतिथी म्हणून आले होते. शिरुभाऊ तर फाशी कोठडीतून परत आलेले. गोव्याच्या सत्याग्रहात १४

वर्षांची सक्तमजुरीची शिक्षा भोगलेले. रात्री माझ्या खोलीत या वृद्ध नेत्याबरोबर गप्पा मारताना बालोद्यानाचा मी विषय काढला. आम्ही सारे साने गुरुजींचे भक्त. शिरुभाऊ पळून जाऊ नयेत म्हणून ब्रिटिश पोलिसांनी एक बेडी साने गुरुजींच्या हातात व एक बेडी शिरुभाऊंच्या हातात घातलेली. शिरुदादा व प्रधान यांना तळमावल्याच्या प्रयोगाचे अप्रूप वाटले. मी त्यांना बालोद्यानाची संकल्पना सांगितली. साने गुरुजी सांगत, "जो करील मनोरंजन मुलांचे, जडेल नाते प्रभुशी तयाचे" त्यामुळे बालोद्यानाची कल्पना भावली. कल्पना कागदावर मी तर निर्धन! परंतु माझी ही अडचण या ज्येष्ठसमाजवादी नेत्यांनी दूर केली.

बालोद्यान

नानासाहेब गोरे यांना शाहू पुरस्कार मिळाला होता. राजर्षी शाहू समतेचे प्रतीक! दीन-दलितांचे कैवारी! तळागाळातील माणसावर प्रेम करणारा हा राजर्षी. नानासाहेब गोरे यांचे सारे आयुष्य समतेच्या लढाईतच खर्च झालेले. मी नानासाहेबांना निग्रो मुलांची गोष्ट सांगितली. निग्रो मुलाला गोऱ्यांच्या बागेवरून जाताना झोपाळ्यात बसायची इच्छा व्हायची. पण त्याचा रंग काळा असल्याने गोरा वॉचमन त्याला येऊ देत नसे. लहान मुलांत जिज्ञासा असते. रात्री हा निग्रो मुलगा तारा वाकवून बागेत प्रवेशतो. झोपाळा करकर वाजताच गोरा वॉचमन दंडुका उद्गारत सांगतो- "बाहेर हो." तो म्हणतो, "आता तर झोपाळ्यावर गोरी मुले नाहीत. झोपाळे रिकामे आहेत. मला बसू दे. बसू का देत नाही?" गोरा वॉचमन उदगारतो, "तू काळा आहेस" नानासाहेब गोरे अर्थ उमगले. खेड्यातील मुलांना फक्त वडाच्या झाडाच्या सूरपारंब्याच खेळायला का? त्यांना झोपाळे- घसरगुंडी का नको? नानासाहेब गोरे यांनी ११००० रु. शाहू पुरस्काराचे माझ्या हवाली केले. ११००० त बालोद्यान कसे होणार?

पु. ल. देशपांडे हे असे एक सरस्वतीपुत्र आहेत की, ज्यांनी आजपर्यंत पाऊण कोटी रु. ची रक्कम विधायक काम करणाऱ्या कार्यकर्त्यांच्या ओंजळीत टाकली. त्यांच्या विश्वस्तनिधीचे वाक्य होते.

'उत्तम व्यवहारे धन जोडुनी. उदास विचारे वेच करी!'

मी माझ्या महाविद्यालयाची नियतकालिके सुनीताताई व पु. ल. ना पाठवित असे. एकदा रजिस्टर पोस्टाने दोघांना वेगवेगळी पाठविली. तेव्हा या प्रसिद्ध लेखकाने माझी खरडपट्टी काढली. "आम्ही पती-पत्नी एका घरात राहतो. दोन वेगळे अंक पाठविण्याची व ३६ रु. चे पोस्टेज खर्च करण्याची गरज काय? समाजाचे पैसे का उधळलेस?" त्यांनी लिहिले, "नियतकालिके पाठवून देणगीचा

कोहळा काढण्याचे तुझे कसब आम्ही जाणतो.'' मी हसलो. सुनीताताईंचे लेख वाचायचो. माझ्या प्रतिक्रिया कळवायचो. आजपर्यंत या पती-पत्नींच्या घरात मी प्रत्यक्ष गेलोही नाही, प्रत्यक्ष भेटही नाही. एक दिवस सुनीताताईंचे पत्र आले. पत्राबरोबर बालोद्यानासाठी २५००० रु. चा चेक होता. त्या काळात मी सातारच्या साहित्यसंमेलनाचा कार्यवाह झालेला असतो. सरस्वतीची निरपेक्षपणे केलेल्या सेवेची पावती पु. लं. च्या २५००० रु. च्या चेकने मिळते. सातारच्या साहित्यसंमेलनाने अभयसिंहराजे भोसले यांच्या मंत्रिपदाचा रस्ता मोकळा केला, तर सरस्वतीने माझा श्रमपरिहार केला. पण यामागे प्रा. ग. प्र. प्रधान यांच्या शब्दांचे वजन होते. जी. ए. कुलकर्णी यांच्या पत्रांच्या संपादनामुळे प्रधानांचे पु. ल. व सुनीताबाईंकडे जाणे-येणे असे. माझ्या गुरूंनी व समाजवादी साथींनी तळमावल्याच्या बालोद्यानाची कैफियत मांडली. समाजवादी मित्रांनी माझा वकीलनामा घेतला होता. पु. लं. च्या दानाच्या अदालतेत माझी कैफियत समाजवादी मित्रांनी मांडल्याने त्या मोठ्या मनाच्या लेखक-लेखिकेने स्वामी विवेकानंद शिक्षण संसथेच्या दानपत्रात बालोद्यानासाठी आपले अर्ध्य दिले. म्हणूनच तळमावल्याच्या महाविद्यालयाच्या भूमीवर 'या मुलांनो, या चिलांनो, या पिलांनो, ताई गुणाची माझी छकुली, झोका दे दादा', म्हणू लागली. हे स्वररंजन मी करू शकलो. मला लहान मूल आवडते. साने गुरुजींच्या वाङ्मयाचा अंधभक्त! गुरुजी म्हणत, 'जो करील मनोरंजन मुलांचे, जडेल नाते प्रभुशी तयाचे.' त्यामुळे लहान मुलांसाठी काही करण्याची गरज होतीच. लहान मूल म्हणजे गुलाम! सर्वजण त्याला दटावणार, हे करू नको, ते करू नको. दादा धमकावणार, ताई गुरकावणार. आई पाठीत रट्टे देणार, बाबा तर डोळे लाल करून इकडचा कान तिकडे करणार. शहरी बाबांचे चेहरे व खेड्यातील बाबांचे चेहरे सारखेच! प्राध्यापकसुद्धा आपल्या लहान मुलांबाबत अगतिक होते. चार भिंतीआड बायकोला घेऊन फिरायला जाण्याची शामत आजही प्राध्यापकांत नाही. परिणामी त्या मुलांचे गुदमरणे मी पहायचो. नानासाहेब गोरे, पु. ल. देशपांडे यांच्यासारख्या विचारवंतांनी खेड्यातील मुलांची भूक ओळखून माझ्या दारी दान टाकले. पु. ल. देशपांडे व सुनीताबाईंना घातलेले साकडे फळाला आहे. राजेंद्र प्रभू यांसारख्या तरुण मित्राला व्यथा समजल्या. बघता-बघता लहान मुलांसाठी एक सुरेख बालोद्यान उभे करणारे शिवाजी विद्यापीठ क्षेत्रातील हे एकमेव महाविद्यालय आहे. हळूहळू निसर्गाची खिडकी मी उघडत गेलो. पण अजस्त्र दरवाजात त्याचे रूपांतर केले नाही. झोपाळ्यावर झुलणारी मुले, घसरगुंडीवरून घसरणारी बालके, आपला तोल सावलीत झुलत्या पुलाचा आनंद लुटणारी बाल-गोपालांची फौज. जंगल जीममध्ये अंग चोरून कोलांट्या उड्या मारणारी बालके पाहिल्यावर मन भरून जायचे व मीही

बालकवींच्या सुरात सूर मिळवत म्हणायचो- 'आनंदी आनंद गडे, इकडे, तिकडे, चोहीकडे.'

बालकांचा खरा मित्र त्यांचा पी. टी. शिक्षक असतो. आपल्याकडे पी. टी. शिक्षक म्हणजे हातात छडी, गुडघ्यात मेंदू व शिपायांच्या वरची एक पायरी अशा पद्धतीने मुख्याध्यापक व प्राचार्य त्यांच्याकडे पाहतात. खरे पाहता पी. टी. शिक्षक व चित्रकला शिक्षक हेच मुलांच्या सृजनशीलतेचे आधार असतात. एक शरीराला आकार देतो, तर दुसरा सौंदर्यांचा डोळा देतो, स्वच्छता व टापटिपीची आवड निर्माण करतो. रंग-रेषांचे सामर्थ्य समजावून देतो. या दृष्टीनेच मी आंतरभारतीचे चंद्रकांतभाई शहा, वाडिया कॉलेजचे माजी शारीरिक शिक्षण संचालक डॉ. राजगुरू, विदर्भातील 'माधान' चे गुरुजी यांच्याशी संपर्क साधला. विवेकानंद संस्थेतील ६० शारीरिक शिक्षकांचे ८ दिवसांचे शिबिर तळमावल्यात घेतले. वाल्मिकी विद्यामंदिराचे बालगोपाल आमची प्रयोगशाळा बनले. कुंभार सरांनी मेस आमच्या हवाली केली. वर्गांची अडचण सोसली. सातारा जिल्ह्यातील ६० शारीरिक शिक्षक बघता-बघता तळमावलेकर झाले. त्यांच्यात लहान मुलांची आवड निर्माण झाली. माती, चिखल, कागद, कात्र्या हाती आल्या. बघता-बघता त्या शिक्षकांनाही उमगले की, मातीत आत्मा ओतण्याचे सामर्थ्य मुलांच्यात आहे. कागद हाती येताच लहान मुले कात्रीने भराभर प्राणी-पक्षी, आकाश-कंदिल निर्माण करीत. रंगाच्या बशा हातात येताच सहज चूळ मारावी व त्यातून आकृती उमटावी अशा आकृत्या लहान मुले काढीत. लहान मूल फुलासारखे व फुलपाखरासारखे असते. त्याचे मन पाऱ्यासारखे असते. नकळत पी. टी. शिक्षकांना हे लक्षात आले की, पी. टी. ही भयावह अवस्था नाही. ती तर आनंदयात्रा आहे. मुलांच्या मनात विषयाची आवड निर्माण झाली तर मुले त्या विषयात रंगून जातात. लहान मुलांच्या सृजनाचे पंख कापण्याचे काम आपल्या शाळेतच चालते. वर्षभर परीक्षा परीक्षा! परीक्षेच्या व गुणवत्तेच्या मागे धावणारे लहान वयातच हे बालपण करपवून टाकतात. मुलाचे मूलपण हरविण्याचीच स्पर्धा आपल्या शाळेत चालते. जर शाळा-महाविद्यालयाने सृजनाला वाव दिला, तर नकळत टी. व्ही. च्या मॅड हाऊस समोरची गर्दी कमी होईल.

शारीरिक शिक्षण व चित्रकला हे मूलभूत विषय आहेत. भूमिती व गणिताचा पाया चित्रकलाच रंगविते. नटणे, मुरडणे याची महती चित्रकलाच समजावते. शाळेच्या भिंती तर मुलांना लहान वयात खडूंनी रंगविण्यासाठी मुक्त हव्यात. शिक्षकांनी रंगविलेल्या बोलक्या भिंतीपेक्षा मुलांनी रंगविलेल्या चित्रमय भिंती अधिक रम्य असतील. तळमावल्याचे हिरवे बेट या मुलांनीच सजविले. कुंभार सरांनी नदीतले रंगीबेरंगी गोटे आणले. मुलांच्या इवल्या हातांनी झाडाभोवती दगडांचा फेर

धरला. वेगवेगळ्या दगडगोट्यांचे सौंदर्य मुलांना उमगले. तळमावल्यात लहान मूल हे शिक्षणाचे केंद्र बनविण्याच्या दृष्टीने महाविद्यालयाचा प्राचार्य असूनही मी प्रयोग केला. एक तर बालपण समृद्ध होते. व्यक्तित्त्वाला आकार देणारे शिक्षक भेटले होते. त्याचाही परिणाम होता. साने गुरुजींच्या वाङ्मयाने माझे भावजीवन संपन्न झाले होते. गुरुजींची गोष्ट मी लहानपणी ऐकली होती. तो महात्मा माझ्या डोळ्यांसमोर होता. नकळत तरुण मुलांबरोबर लहान मुलांच्या विश्वात मी रममाण झालो. धपाटेही देत होतो. रागवतही होतो व खेळाची दुनिया त्यांना बहालही करीत होतो. तळमावल्याच्या हिरव्या बेटाच्या सौंदर्याचा कणा हे बालोद्यान व हरणीसारखा बागडणाऱ्या बालाचे विश्व हाच आहे. संगीत शिक्षकाचेही शाळेतील स्थान महत्त्वाचे असते. आमच्या वाल्मिकी विद्या मंदिराची प्रार्थना म्हणजे सुरांची मैफल, वाद्य-वृंदांची साथ, आध्यात्मिक परिणाम साधायचा. संगीतामुळे माणसे दरवाज्यावर थाप मारली तर हळूवार मारणार! कोणाला हाक मारली तरी सुरात मारणार! संगीत शिकवते आदब, गळ्याचा रुदवा, यासाठीच शाळेत संगीताची आराधना महत्त्वाची.

गाव जन्माला येते

विवेकानंद शिक्षण संस्थेत कनिष्ठ महाविद्यालयाचे भाडे घेणारे एकमेव महाविद्यालय काकासाहेब चव्हाण महाविद्यालय आहे. (आता असू शकतील.) महाविद्यालयामुळे गाव जन्माला येते याचे महाराष्ट्रातील उदाहरण स्वामी विवेकानंद शिक्षण संस्थेचे काकासाहेब चव्हाण महाविद्यालय आहे. या महाविद्यालयाचा परिसर तेवीस एकराचा आहे. प्राचार्य अभयकुमार साळुंखे हे प्राचार्य असताना या दुर्गम खेड्यात इमारतीसाठी पैसे कोण देणार, या विचाराने त्यांनी रस्त्याच्या कडेलगतच्या जमिनीचे १६X३५ चे प्लॉट पाडले व भाडे पट्ट्याने दिले. खोकीवाल्यांचे अतिक्रमण आपोआप दूर झाले. तळमावल्याहून कुंभारगाव गलमेवाडी खोरं, धामणी खोरे. ढेबेवाडी सणबूर, ढेबेवाडी-उमरकांचन या चार खोऱ्यात वाटा फुटतात. जवळजवळ ७२ वाड्या-वस्त्या या परिसरात येतात. नकळत या प्लॉटमुळे तळमावले व्यापारी पेठ झाले. अभयकुमारांनी ५००० ठेवींवर प्लॉट वाटप केले. त्या वेळी अनेकांच्या दाढ्या कुरवाळायला लागल्या. त्यातून ६ खोल्यांची छोटीशी इमारत उभी राहिली. धर्मादाय आयुक्तांच्या परवानगीचे बाळंतपण चिवटे वकिलांच्या मदतीने मलाच करावे लागले. प्राचार्य पी. बी. चव्हाणांपासून ते माझ्यापर्यंत तिघांनी इमारतीचे काम पूर्ण करत आणले. मी भाडे प्रकरण करावयाचे ठरविले. पण त्यात पी. डब्ल्यू. डी, डेप्युटी डायरेक्टर, या अनेक पायऱ्या होत्या. पाटणला कार्यकारी अभियंत्याकडे गेलो. तळमावल्याबद्दलच्या गप्पा रंगल्या. माझा गप्पाडा स्वभाव पाहून त्यांनी

विचारले, "काय हो, तुम्ही कोकणी दिसता. कोकणातले तुमचे गाव कोणते? मी गावाचे नाव सांगताच ते म्हणाले, "माझ्या बायकोची भावजय, तुमच्या गावाची आहे. डॉ. मुंड्याल्यांची लेक!" मी उत्तरलो, "डॉ. मुंड्याल्यांना मी ताता म्हणतो. त्यांच्या मुलींचा मी मानलेला भाऊच आहे." तेथून आल्या आल्या डॉ. शीला धर्माधिकारीला माझे पत्र जाते. शीलाचे आपल्या या भावावर प्रेम. त्वरित ती आपल्या नणंदेला पत्र खरडते. मलाही पत्र येते. गंमतीने लिहिलेल्या पत्राने चमत्कार केला. भाडे मंजूर झाले. तळमावल्याच्या महाविद्यालयाच्या आर्थिक विकासाचा मार्ग माझ्या बालमैत्रिणीने खुला केला. वर्षानुवर्ष आम्ही भेटलो नव्हतो. पण बालवयातील निरागसता, निष्पापता तिने जोपासली. तिच्या एका कलमाने स्वामी विवेकानंद शिक्षण संस्थेत शासकीय भाडे घेणाऱ्या महाविद्यालयाचा पहिला प्राचार्य म्हणून मला सन्मान मिळवून दिला.

सिद्धिविनायकाचा प्रसाद

असाच एकदा महाराष्ट्र टाइम्स वाचत होतो. त्यात कविता गाणाऱ्या शशी मेहतांची माहिती होती. शशी मेहता प्रसिद्ध वास्तुशिल्पी! सिद्धिविनायक न्यासाचे विश्वस्त! त्वरित सिद्धिविनायक न्यासाकडे अर्ज केला. माझे मेहुणे परेश दोशी हेही वास्तुशिल्पी. ते म्हणाले, "परसुभाई, ५ ते १०००० रु. मिळतील. भूकंपामुळे ते शक्यही होणार नाही. परेशभाईंनी जोहेही पाहिले होते व तळमावल्यालाही भेटी दिल्या होत्या. दमयंती त्यांच्याकडे गेली. म्हणाली, "भाई, मला भाऊबीज नको. माझी भाऊबीज काकासाहेब चव्हाण महाविद्यालयासाठी खर्च कर." मी आशा सोडली होती. परेशभाईंनी सिद्धिविनायक न्यासाशी संपर्क साधला. एक दिवस न्यासाकडून पत्र आले १५ दिवसांत शिक्षण उपसंचालकांची शिफारस पाठवा. मी रात्री झोपलो होतो. माझी खोली गदगदा हलायला लागली. फेब्रुवारीचा भूकंपाचा धक्का होता. खोलीतून महाविद्यालयाच्या प्रांगणात आलो, तेव्हा इमारतीचे चिरे सुटलेले, बीमला क्रॅक गेलेल्या. माझ्या कार्यालयीन खोलीवर सुटलेला कोणताही दगड माझा कपाळमोक्ष करील अशी अवस्था. इमारत बांधल्या शिवाय पर्याय नाही. कार्यालय हलविलेच पाहिजे. या काळात चंद्रकान्त चव्हाण व राजेश पाटील व विठ्ठल चव्हाण या माझ्या विद्यार्थ्यांनी खूप मदत केली. वर्तमानपत्रात प्रसिद्धी दिली. तलाठी- मामलेदारांना आणून पंचनामे केले. भगवान नाना पाटील यांच्या मदतीने इंजिनिअर आले. शासकीय मदतीला विलंब लागला असता. दै. ऐक्य, पुढारी व सकाळ या वृत्तपत्रांनीही या ग्रामीण महाविद्यालयाच्या नुकसानीला व्यापक प्रसिद्धी दिली. पुन्हा कामाला लागलो. नानासाहेब माने महाराष्ट्रातील करड्या स्वभावाचे एक

अधिकारी. सत्ताधाऱ्यांना न जुमानणारे, कायद्याचे पावित्र्य ठेवणारे! अशा शिक्षण उपसंचालकांकडे जायचे म्हणजे लोक म्हणत, 'सर, दगडावर डोके आपटणे आहे.' नानासाहेब माने शेवटी माणूसच होते. मी त्यांना सांगितले, 'जर आपण शिफारस केलीत तर या ग्रामीण महाविद्यालयाला एक लाखाची देणगी मिळेल.' त्यांनी हातापुढचा कागद पुढे ओढला. त्वरित पॅनल इन्स्पेक्शनची ऑर्डर काढली. आपल्या सहकाऱ्यांना पाठविले. शिक्षण सहसंचालक दीक्षितसाहेबही मनाने उदार. त्वरित इन्स्पेक्शन होताच त्यांनी भूकंपामुळे झालेल्या नुकसानीच्या आधारे या महाविद्यालयाला इमारतीची गरज आहे, असे आपल्या पर्यवेक्षण अहवालात लिहिले. विवेकानंद संस्थेचे २ अर्ज न्यासाकडे होते. न्यासाच्या विश्वस्तांनी भूकंपामुळे सिद्धिविनायकाचा प्रसाद तळमावल्याच्या महाविद्यालयाला दिला. या काळात माझ्या बदलीचे चालले होते. शशीची अट होती. तुझी बदली, २ महिने लांबव. नवीन प्राचार्याला जुळवाजुळव करायला गैरसोयीचे होईल. एक हाती कारभार हवा. माझ्यासमोर आर्थिक लाभाचा प्रश्न होता. एप्रिलमध्ये मी लाल बहादूर शास्त्री महाविद्यालयात हजर झालो असतो, तर एक अधिक वेतनवाढ मिळाली असती. पण माझ्या वेतनवाढीपेक्षा या ग्रामीण महाविद्यालयाची इमारत हे माझे लक्ष्य होते व यामुळे दुसऱ्या मजल्यासाठी एक लाखाची देणगी मिळाली. खाजगी जीवनातील अशोक मेहतांची मैत्रा, आप्तांचे सहाय्य, प्रशासकीय अधिकाऱ्यांची माणुसकी, पत्रकारांची सामाजिक बांधिलकी व सिद्धिविनायक व्यासाची जेथे खरी गरज तेथे मदत ही वृत्ती— यामुळे दुसरा देखणा मजला या डोंगराळ महाविद्यालयात उभा राहिला. या मदतीशी संबंधित दीक्षितसाहेब सोडता दुसरी कोणीही व्यक्ती आली नव्हती. सिद्धिविनायक व्यासाच्या बाबतीत 'एक सुनार की सौ लोहार की' याचा प्रत्यय आला.

जगन्नाथाचा रथ

तळमावल्याच्या आर्थिक मदतीसाठी मुंबईत भटकायचो. प्रा. वसंत सुपुगडे, प्रा. शिवाजी पाचपुते, प्रा. चन्द्रकांत पाटील साथीला होते. मुंबईत पैसा गोळा करणे म्हणजे चवलीची मुर्गी व पावलीचा मसाला असे व्हायचे. तरीही बापूजींच्या आदर्शानुरूप हिंडलो. रात्री एकदाच राइस प्लेट जेवायची, दिवसभर फक्त चहा. मुंबई एवढी अफाट आहे की, प्रत्येकाच्या घरी जाणे अशक्य असे. माझे माजी विद्यार्थी वसंत भालेकर, सुरेश पाटील, प्रकाश पाटील यांची चिकाटी दांडगी! उन्हातान्हात, भटकायचे. घामाने शरीर निथळून जायचे. ना टॅक्सी. 'झनक-झनक पैदल बाजे.' या मार्गानेही हजारो रुपये गोळा होत होते. दुःख एवढेच होते की ज्यांनी माजी विद्यार्थी म्हणून हक्काने नोकरी मिळविली, हटाओ-बुलाओ केले त्यांची एक पैही

आमच्या वाडग्यात पडली नाही. त्यांनी ही कामे उभी राहत असताना वास्तपुस्तही केली नाही. एका मद्रासी मित्राकडे गेलो. ए. शिवरामन हे त्याचे नाव! मद्रासी पद्धतीने त्याच्या आईने केळीच्या पानावर पान-सुपारी नारळासहित चेक व चांदीचा एक रुपया दिला. त्याच्या आईला मी वाकून नमस्कार केला. तिने सांगितले, ''प्रत्येक लक्ष्मीपूजनाला या रुपयाची पूजा कर. तुझ्या महाविद्यालयाची कॅश-बॉक्स रिती राहणारच नाही.'' मी अंधश्रद्धा मानत नाही. खरोखरी शिवरामनच्या रुपयाच्या देणगीने त्या महाविद्यालयाची कॅश-बॉक्स कायम भरून राहिली. कोणताही सावकार दरवाजाशी आला नाही. विवेकानंद संस्थेत जाण्याची पाळी कोणालाही आली नाही. त्याच मातुःश्रींनी मी एल. बी. एस. ला ज्या दिवशी हजर होणार त्या दिवशी १०१ रु. चा चेक व २० ग्रॅमचे चांदीचे नाणे रजिस्टर पोस्टाने पाठविले. खरोखरी मी त्या महाविद्यालयात हजर होताच १ लाखाचे झेरॉक्स मशीन, अडीच लाखाचा हॉल व हजारो रुपयांची लेबोरेटरीची दुरुस्ती त्या मातेच्या आशीर्वादानेच झाली. या सर्व प्रसंगांवरून लक्षात आले की, माझ्या सार्वजनिक मित्रांनी मला उघडे पडू दिले नाही. त्यांच्याजवळ बदलीला सौदा नव्हता. तळमावल्याच्या मातीशी त्यांचे नातेही नव्हते. तळमावल्याचे जे चित्र मी उभे करायचो, त्यामुळे त्यांना नकळत कणव यायची. स्वामी विवेकानंद शिक्षण संस्थेला सत्पात्री दान यायचे.

दोशी वकील हे रायगड जिल्ह्यातील बडे प्रस्थ! माझे मित्र! दरवर्षी, तळमावल्याला यायचे. पांडुरंगभक्त देववेडा व पायरीवेडा माणूस. त्यांचा पाय मुरगळला. ते म्हणाले, 'इमारतीची शोभा टेकडीच्या पायऱ्यांनीच वाढेल.' घरी जाताच पायऱ्या बांधण्यासाठी पीतांबर ट्रस्टच्या निधीतून ५००० रु. पाठविले. माझे मेहुणे प्रकाश गुजर इलेक्ट्रिशियन. गरिबीतून वर आलेले. ५ लाखांच्या खाली कधी टेंडर भरत नसत. पण शिक्षणसंस्थांचे काम 'ना नफा ना तोटा' तत्त्वावर करीत. त्यांना सांगताच सर्व इमारतीचे विद्युतीकरण करून दिले. सवड होईल तेव्हा मी रकमा पाठवायचो. तळमावल्याच्या या जगन्नाथाच्या रथाला असंख्यांचे हात लागले. ही यात्रा डोंगराळ भागातील मुलांच्या ज्ञानदेवतेची होती. काकासाहेब चव्हाण व बापूजींनी बनविलेला रथ असंख्यांनी ओढला. ज्यांनी तळमावले पाहिलेही नव्हते तेही तळमावल्याच्या प्रेमात पडले. ही सरस्वती यात्रा आनंदयात्रा व्हावी यासाठी धडपडले. खरे मित्र ते की, जे अमृतकुंभ घेऊन तुम्हाला संजीवन देण्यासाठी धडपडतात. ना नोकरीचा स्वार्थ ना पदाची आकांक्षा ना बदलीसाठी सौदा. फक्त असते ग्रामीण महाविद्यालयाबद्दलची जिज्ञासा व अनुकंपा!

वृक्षांची हाक

तळमावल्याच्या टेकडीवर प्रारंभी आम्ही २०० झाडे लावली. माझ्यासमोर जळता उन्हाळा आला. झाडे मला विचारतात, 'गड्या पाऊस संपेल. आमच्या भाळी करपणं, जळणं लिहिलेच आहे. येथे तर तुला प्यायला पाण्याची भ्रांत. मग आम्हाला कोठून पाणी पाजणार?' झाडांनी विचारलेल्या प्रश्नांच्या उत्तराच्या शोधात मी भटकलो. माझ्या अंतर्मनाने मला सांगितलं, 'एखादा वनप्रेमी रसिक नागटेकडीवरील तुझ्या नव्या प्रयोगाला हिरवी दाद देईल.'

''हजारो साल नर्गिस अपनी बेनूरी पे रोती है।
बडी मुश्किल से पैदा होता है, चमन मे दिदावर कोई।।''

या विचारांच्या चक्रव्यूहात मी गुंतलो असतानाच पुण्याच्या 'ग्रामायण' या संस्थेने ग्रामीण भागात काम करणाऱ्या स्वयंसेवी संस्थांना निमंत्रित केलेले होते. 'माणूस' चे संपादक माजगावकर यांचा आग्रह झाला आणि मी तळमावल्याची कैफियत नकाशासहित मांडली. नारायणगावचे सबनीस उभे राहिले. तुमची पाण्याची चिंता मी दूर केली. 'अफार्म' ही पुण्याची शेती आणि ग्रामीण विकासाचे काम करणारी संस्था आहे. त्याचे अध्यक्ष डॉ. दादा गुजर हे माझ्यासारखेच लालजी कुलकर्णींचे मानसपुत्र! समतेच्या विचारांचा धागा आमच्यात असतोच. डॉ. घारे, मनीष कोंढाळकर, सागर घारे अचानक तळमावल्याच्या माळावर उगवले. इलेक्ट्रॉनिक उपकरणे जीपमधून बाहेर आली. डॉ. घारे हे प्रसिद्ध हॉयड्रॉलॉजिस्ट इंजिनियर होते. पाण्याचा तात्पुरता शोध लागला. त्यांनी माझ्या हातात पाण्यासाठी १०००० रु. चा चेक दिला. मुकुंदराव किर्लोस्करांनी बोअरिंग पंप पाठविला. 'अफार्म' ने बोअरिंगबरोबर कुंपणासाठीही ५००० रु. पाठवून दिले. यामुळे त्यांनी बजावले की, २३ एकरांभोवती कुंपण नसेल तर गुरे-ढोरे येणार. लोकांचा वहिवाटीचा रस्ता होणार. पुन्हा पेच महाराष्ट्र सरकारचे क्रीडा खाते तत्परतेने मदतीला उपस्थित. राजेन्द्र गांधी विनामूल्य प्लॅन एस्टिमेट देतात. क्रीडा विभागाच्या मदतीमुळे मैदानाभोवती कुंपण तयार होते. ही मदत किमान लाखाची असे. आज या महाविद्यालयाची वनराई अफाट व क्रीडाखात्यामुळेच सुरक्षित आहे. माझे स्नेही व सातारा जिल्हा परिषदेचे शिक्षण सभापती प्रा. उत्तमराव माने आपल्या राजकीय ताकदीचाही टेकू देतात. या २३ एकर जागेभोवती चेनिंग वायरचे कुंपण नागराजासारखे वेटोळे घालून उभे आहे. चारी बाजूंनी बांबूची बेटे व 'ग्लिरिसियाची' हिरवी भिंत. त्यात वावरणाऱ्या नागिणी व धामणी यामुळे कुंपणाच्या आत येण्याची हिंमत कोणाला होत नाही. एखाद्याने आत येण्याचे साहस केले तर माझा दमदार आवाज त्यांना बजावत असे, ''खबरदार जर टाच मारून याल पुढे, उडविन चिंध्या राई-राई

एवढ्या.'' या आत्मविश्वासपूर्ण जरबेच्या आवाजफेकीमुळे कोणाचेही वाकडे पाऊल तळमावल्याच्या महाविद्यालयाच्या व शाळेच्या आवारात पडत नसे. शेजाऱ्यांनाही आमचा इशारा होता की, प्रेमाने राहूया. शिविगाळ, मस्ती उपयोगी नाही. 'ईट का जबाब पत्थर से देना हम जानते है|'

कायस्थांचे इमान

तळमावल्याच्या या महाविद्यालयाच्या जागेवर न येताही त्याच्या प्रेमात एक महावीर पडला होता. त्याचे नाव अरुणकुमार वैद्य! भारताचा सर्वश्रेष्ठ सेनापती! राष्ट्रीय एकात्मतेसाठी हुतात्मा झाला. उंच्या-पुऱ्या शेलाटी अंगकाठीच्या अरुणकुमार वैद्य यांना मी अलिबागला भेटलो. तळमावल्याची नेहमीची रेकॉर्ड लावली. त्यांना म्हणालो, ''सर या डोंगराळ भागातील मुलांच्या खेळासाठी मला मैदान करायचंय. माझे हात पंगू आहेत. खिसा रिकामा आहे. मनुष्यबळाने करायचे तर तेवढा वेळ नाही. या सेनापतींनी लष्कराचे बुलडोझर पाठविण्याचे मला आश्वासन दिले. बॉम्बे इंजिनिअरिंग ग्रुपचे मेजर, कॅप्टन पाहणी करून गेले. मी अरुणकुमार वैद्यांना एक जानेवारीच्या शुभेच्छा देताना परत तळमावल्याची आठवण दिली. त्यांनी निवृत्त व्हायच्या आधी चार दिवस या महाविद्यालयाला बुलडोझर देण्यासाठी हुकूमनामा केला. लष्करात हुकूम ऐकण्याची पद्धत असल्याचे मी ऐकत होतो. पण हा सेनापती निवृत्त होताच त्याच्या हुकूमनाम्याची अंमलबजावणी झाली नाही. मी व्यथित झालो. मैदानाचे स्वप्न आधे-अधूरेच राहणार. पुन्हा एकदा 'बोल, हमला बोल' या चिकाटीने माझा चीत दरवाजा लढविण्याचे ठरले. माझे वीरचक्र विजेते विंग कमांडर मित्र सुरेश कर्णिक यांच्यासमवेत कोरेगाव पार्कमध्ये त्यांना भेटलो. त्यांनी स्वहस्ताक्षरात रक्षराज्यमंत्री अरुण सिंग यांना द्यावयाच्या पत्राचा मसुदा तयार करून दिला. परंतु लष्करी अधिकाऱ्यांनी कात्रजचा घाट दाखविला. शरद पवार संरक्षणमंत्री झाले. राम प्रधान (माजी राज्यपाल, नागालँड) हे शरद पवारांचे मित्र आणि अरुणकुमार वैद्य यांचे साडू. माझ्या आशा पालवल्या. अरुणकुमार वैद्य यांचा शब्द ही माणसे पाळतील. अरुणकुमारांच्या हस्ताक्षरातील मसुद्याच्या पत्राची सत्यप्रत पाठविली. अरुणकुमार वैद्य गडकऱ्यांनी वर्णन केलेल्या कायस्थी बाण्याने वागले. 'कायस्थांचे इमान फिरवी रक्ताचा फेर' परंतु या सेनापतीचा शेवटचा शब्द पाळण्याचे शरद पवारांनी टाळले याची सल आजही मनात आहे. माणसे मोठी होतात फक्त सत्तेसाठी. साधे उत्तर देण्याचेही सौजन्य त्यांच्या कार्यालयाजवळ नव्हते. याउलट अरुणकुमार वैद्य यांना इमारतीच्या उद्घाटनासाठी मी बोलावले. पण या मोठ्या मनाच्या उमद्या सेनापतीने आपण या महाविद्यालयाचे मैदानाचे काम करू शकलो

नाही म्हणून विनम्र शब्दात नकार दिला. अरुणकुमार वैद्य यांची उंची हिमालयाची! मी एवढेच समजलो की सत्तेच्या खुर्चीसाठी आपला काय उपयोग? यामुळेच माजी संरक्षणमंत्र्यांना मला मदत करावीशी वाटली नसावी. या प्रकरणामुळे माझा दक्षिण सेना विभागाच्या ५ सेनापतींशी संबंध आला. जनरल गुरुनाम सिंग, जनरल दुपिंदर सिंग, जनरल रावत, ब्रिगेडियर सोहोनी या सेनापतींनी नन्नाचाच पाढा वाचला. त्यांचे म्हणणे असे, जनरल अरुणकुमार वैद्य यांनी भावनेच्या भरात व एक रायगडकराच्या नात्याने तुला होकार दिला असेल. पण तुला एकट्यालाच नव्हे, तर असंख्य शाळा-महाविद्यालयांना बुलडोझर द्यावे लागतील. माझी चिकाटी पाहून त्यांनी माझे मानसिक समाधान एवढेच केले की, लष्कराने बुलडोझरचा सराव करायचे ठरविले की, तुझ्या महाविद्यालयाच्या मैदानाला आम्ही प्राधान्य देऊ. माझे मैदान होवो, न होवो. पण या सेनापतीजवळ काही शिकण्यासारखे होते. छोटी उत्तरे कशी लिहावीत व गोड शब्दात नकार कसा द्यावा व आपल्या निर्णयाशी पक्के कसे रहावे, याचा आदर्श वस्तुपाठ त्यांनी दिला. ती पत्रे मी जपून ठेवली. हे सेनापती सभ्यतेचे आदर्श होते. सदर्न कमांडच्या कार्यालयात सफारीपासून खादीच्या कुडत्या-पायजम्यात गेलो. तोच आदर, तोच सन्मान मला मिळाला. आपल्या कार्यालयातून फाटकापर्यंत निरोप द्यायला येत. त्यांच्याजवळ मी शिकलो की, प्रशासकीय पत्रव्यवहार चार ओळींत करता येतो. पत्रव्यवहार म्हणजे निबंध नाही. तळमावले सुटले. मैदान झालेच नाही. यू. जी. सी. पैसे द्यायला तयार. पण पाचशेची विद्यार्थीसंख्येची मर्यादा मी ओलांडली नाही. त्यामुळे बुलडोझर फिरलाच नाही!

या लष्करी अधिकाऱ्यांशी माझा पत्रव्यवहार इंग्रजीतून चालायचा. प्रा. ए. ए. करांडे यांची इंग्रजी सोन्यासारखी उठून दिसली. अरुणकुमार वैद्य यांना मी भेटलो. तेव्हा मला म्हणाले, 'खरं सांगू काय? सुरेख इंग्रजी पत्रांमुळे तळमावल्याच्या भूल-भूलैयात मी पडलो' खऱ्या अर्थाने हे लष्कराच्या प्रकरणाचे श्रेय प्रा. करांडे यांचे आहे. महाराष्ट्राचे माजी पोलीस महासंचालक वसंतराव नगरकर यांच्याशी माझा पत्रव्यवहार चालायचा. माझी पत्रे प्रा. तानाजीराव भोसले (रहिमतपूर) हे अक्षरबद्ध करीत. वसंतरावांनी कौतुकाने सांगितले की, सुरेख अक्षर हे जीनियसचे लक्षण आहे. प्रा. भोसले जीनियस होतेच. कौटुंबिक विवंचनामुळे शिवाजीराव भोसल्यांसारखी वाणी व लेखणीची ताकद असूनही हा मित्र मागेच रेंगाळला. त्याच्या सहवासात प्रा. बी. के. जाधव तयार झाले. मी वसंतरावांना म्हणालो, "सर, माझ्या अक्षरातील पत्र एका दमात वाचून दाखवा व हजार रु. मिळवा." अक्षराचे दारिद्र्य मला नेहमीच, लिहायची ताकद असूनही पंख छाटत गेले. अक्षराचे वैभव मला प्राप्त न झाल्याने माझ्याजवळची सरस्वतीही माझ्यावर रुसली.

स्वच्छ अक्षर व स्वच्छ वाणी ही ईश्वराची देगणी आहे. ज्यांना ती मिळाली, ते भाग्यवान! मी एवढेच मानेन की, माझ्या सहकाऱ्यांच्या भाषा-प्रभुत्वामुळे तळमावल्याच्या माळावर काही आर्थिक मदती मी खेचून आणल्या. मला प्रा. करांडे चिडवत, 'एक गडी बारा भानगडी, एक ना धड भाराभर चिंध्या'. पण नंतर त्यांनाही पटले, या भाराभर चिंध्यांनी तळमावल्याच्या महाविद्यालयाची देखणी वाकळ तयार झाली. या मित्रांमुळे अरुणकुमार वैद्य व वसंतराव नगरकर यांच्यासारख्या मोठ्या माणसांच्या सहवासात माझ्या जीवनाचे काही क्षण सोन्याचे झाले. तळमावल्याच्या माझ्या मधुर स्मृतीत या स्मृतीही महत्त्वाच्या होत्या.

तळमावल्याच्या महाविद्यालयाच्या आर्थिक परिस्थितीत १० वर्षांत बदल केला. महाविद्यालयाचा प्राचार्य केवळ प्राचार्य नसतो. तो भिक्षाधीश असतो. आमच्यासारख्या छोट्या माणसाने पं. मदनमोहन मालवीयांचा आदर्श डोळ्यांसमोर ठेवला पाहिजे. आण्णासाहेब कर्वेंची पायवाट चोखाळली पाहिजे. बापूजींसारखं हातात कटोरा घेण्याची लाज वाटता कामा नये. 'देगा उसका भी भला, न देगा उसका भी भला' अशी मनाची तयारी ठेवली तर लक्ष्मी काम करणाऱ्यांच्या मागे स्वत: चालत येते. मात्र या लक्ष्मीला परीक्षा द्यायची असते, चोख आर्थिक व्यवहारांची पै न पैच्या हिशोबांची! बापूजींनी सांगितल्याप्रमाणे रस्त्यावरच्या माणसालाही तुमच्या कीर्द-खतावण्यांची पाने उलटता आली पाहिजेत. खरी मजुरी चोख काम असेल तर दाते तुमच्याकडे चालून येतात. माझे मामे मेहुणे एल. के. दोशी हे चार्टर्ड अकौंटंट! विश्वस्त निधीचे आयकर सल्लागार! अत्यंत प्रामाणिक! तळमावल्याच्या महाविद्यालयाच्या आर्थिक व्यवहारांची चोखपणाची कीर्ती त्यांच्याजवळ गेलेली. वर्षाकाठी ८-१० हजार रु. ते अनामी व्यक्तींकडून पाठवत. तळमावल्याची रसद ही पारदर्शी आर्थिक व्यवहारामुळे होती. कधीच कोणालाही किंतु मनात आला नाही. यामुळेच नकळत आमची तिजोरी भरूनच राहिली. योजना डोक्यात येताच दुसऱ्या बाजूने आर्थिक मदतीचा मोठा आधार यायचा.

मी फर्ग्युसन महाविद्यालयात असताना माझे माहिती-पत्रक चाळत असे. त्यात शेकडो शिष्यवृत्त्यांच्या याद्या असत. तळमावल्यात काम करताना माझ्या मनात येई, आपल्याही महाविद्यालयाच्या माहिती-पत्रकात शिष्यवृत्तांचा उल्लेख असावा. योगायोगाने ॲड. राम होगले हे महाविद्यालयाचे माजी विद्यार्थी M. Law विषय शिकवित. लहानपणापासून ते धडपडे! विवेकानंद शिक्षण संस्थेवर त्यांचे अमाप प्रेम. डॉ. बापूजी साळुंखे व काकासाहेब चव्हाण ही त्यांची दैवते. मी रामभाऊंना म्हटले, सर्व पगार शिष्यवृत्तीसाठी ठेवा. रामभाऊंनी न बोलता पगारपत्रकावर सही करून माझ्या हाती २००० चा चेक दिला. त्यातून बापूजी साळुंखे पारितोषिक

व काकासाहेब चव्हाण पारितोषिक माहितीपत्रकावर आले. महाराष्ट्र विधानसभेचे पहिले सभापती भाऊसाहेब सोमण यांचे चिरंजीव विठ्ठलराव सोमण हे साताऱ्यातील क्रीडावेडे, ध्येयवादी व्यक्तिमत्त्व! खेळ म्हटला की वयाच्या ८० व्या वर्षीही ते मैदानावर हजर. माझे सहकारी डॉ. जयश्री खांबेटे व प्रा. ज्ञानदेव माडगुळे यांच्याबद्दल त्यांना प्रेम वाटायचे. विठ्ठलरावांच्या कानी तळमावल्याची खबर गेली होतीच. विठ्ठलराव सोमणांनी प्रत्येक तालुक्यात १००० रु. ठेव ठेवून सोमण पारितोषिक ठेवले होते. पाटण तालुक्याचा अनुशेष त्यांनी तळमावल्याच्या रूपाने भरून काढला. ॲड. चिवटे यांचा खिसा असाच हसत-हसत कातरला. माझ्या दुसऱ्या सहकारी सौ. शिंदे यांनी आपल्या भावाच्या स्मृतिप्रीत्यर्थ एक पारितोषिक बहाल केले.

बापूजींचा पुतळा

महाविद्यालयाचे रौप्यमहोत्सवी वर्ष आले. रौप्यमहोत्सव म्हणजे महाविद्यालयाच्या विकासाची सुवर्णसंधी! ती वाया दवडता कामा नये. रु.२,२५००० चा संकल्प सोडला. बापूजी साळुंखे यांचा पुतळा बसविण्याचा निर्णय घेतला. या निमित्ताने २५ वर्षांत तळमावल्यात आलेल्या प्रत्येक प्राध्यापकाचे रेकॉर्ड आम्ही तयार करू लागलो. पेन्शनच्या दृष्टीने ते महत्त्वाचे होते. त्या प्राध्यापकाच्या जीवनातही तळमावल्याच्या मातीने बचतीची सवय लावून त्यांना दामदुप्पट रकमा दिल्या होत्या. व्यवसायात स्थिर केले होते. जवळ-जवळ ९०% प्राध्यापकांनी आवाहनाला प्रतिसाद दिला. स्वामी विवेकानंद शिक्षण संस्थेला बापूजींचा पुतळा प्राध्यापकांकडून भेट मिळाला. अपवाद फक्त काही प्राचार्य व २-४ प्राध्यापक होते. एका प्राध्यापकाने तर २ रु. देऊन डॉ. बापूजी साळुंखे यांच्या स्मृतीचा जो अवमान केला, तो मात्र जिव्हारी लागला. ज्यांना एका महाविद्यालयातून हाकलून दिले त्यांना बापूजींनी आसरा दिला म्हणून ते लखपती झाले. पण काहींच्या बाबतीत संस्कृत म्हण खरी आहे-

'कृपण: स्वयं अऽपि स्त्रीं न भुंक्ष्यते।' मनाचा दिलदारपणा, उमदेपणा शेवटी ज्याचा-त्याचा स्वभावच असतो. ज्या संस्थेमुळे आपल्या घरा-दाराला स्थैर्य आले, त्यासाठी एक चतकोर तुकडा २५ वर्षांनी टाकायचा होता. माणसाला, ज्या पायांवर आपण उभे आहोत, त्या पायांनी आधार देताच आभाळात गेल्यासारखे वाटते व पायाचे विस्मरण होते. आपल्या मित्रांना शेकडो रुपयांची जेवणे देणारे मित्र संस्थेबाबतीत काही वेळा हात आखडता घेतात. पण सर्वजण असे नसतात. बहुसंख्याकांच्या मनात डॉ. बापूजी साळुंखे व स्वामी विवेकानंद संस्थेबद्दल कृतज्ञता होती. आजी-माजी विद्यार्थ्यांनीही कंबर कसली. आपल्याकडे पावत्यांच्या छपाईतही दारिद्र्य

असते. मी एका पावती-पुस्तकावर पेनचे लांबडे चित्र, त्यावर बसलेली मुले-मुली व पुढे २५ चा आकडा असे चित्र टाकायला सांगितले. साने सरांनी पावती आकर्षक बनविली. देणाऱ्यालाही देण्याचे समाधान. एवढे खरे की, 'देणाऱ्याचे हात हजारो दुबळी माझी झोळी.'

कागदपत्रांबाबत उदासीनता

महाविद्यालयाच्या व्यवस्थापनात प्राध्यापकांच्या आयुष्याचे प्रश्न सोडविण्याचे सामर्थ्य हवे. शासनाने भविष्य निर्वाह निधी व निवृत्ती योजना जाहीर केल्या. त्यांच्या रेकॉर्डच्या दृष्टीने महाविद्यालयातील लिपिक वर्ग खूपच अज्ञानी होता. मी मुळात सर्व कायदे अभ्यासले. कागदपत्र कसे करायचे याचे ज्ञान आत्मसात केले. माझ्याकडील बहुतांश प्राध्यापकांचा भविष्य निर्वाह निधीचा हिशोब चोख पद्धतीने त्यांना पाठविला. पण कागदपत्रे सांभाळावी लागतात. त्यात आपल्या भविष्याची तरतूद आहे याचे भानच काहींना नव्हते. माझे अधिक्षक आबा पोतदार सेवानिवृत्तीच्या वाटेवर असताना त्यांची पत्नी कॅन्सरने आजारी, मुलगा घरातून परागंदा झालेला! स्वत: उच्च रक्तदाबाचे रुग्ण! मी त्यांच्या घरी पेन्शनच्या कागदासाठी दहा वेळा जात असे. त्यांनी शाळेपासून महाविद्यालयापर्यंत दहा ठिकाणी सेवा केलेल्या. एकही कागदपत्र धड नाही. प्रत्येक जिल्ह्याच्या शिक्षणाधिकाऱ्याच्या सह्या लागतात. सुदैवाने सर्वांनीच सहकार्य केले. परिणामी एका वृद्धाची केस तयार करता-करता मी त्यात उस्ताद झालो. आमचे सेवक 'दोडमणी' यांना तर सेवानिवृत्त होताच निवृत्ती-वेतन मिळाले. मोठ्या शिक्षणसंस्थांत बदल्या होतात. त्यामुळे रेकॉर्ड गहाळ होते. प्राचार्य व अधिक्षकांना पेन्शनचे कागदपत्र वेळेवर न केल्यास शिक्षा असते ही वस्तुस्थिती आजही मान्य नसावी. दुसरीकडे प्राध्यापकही आपल्या रेकॉर्डबाबत खूप उदासीन असतात. आम्ही संघटनेच्या कार्यकर्त्यांनी प्रदीर्घ लढ्याने जी प्राध्यापकांच्या सुखी जीवनाची तरतूद केली, त्याचा फायदा घेण्याबाबत प्राध्यापक मला विशेष तत्पर वाटले नाहीत. फार लढाई न करता एखादी वस्तू जेव्हा मिळते, तेव्हा त्याची स्थिती 'दो आने मे सब चीजे' अशीच असते.

काकासाहेब चव्हाण महाविद्यालयाजवळ २३ एकर जमीन होती, पण संस्थेजवळ त्यांचे नोंदीचे कागदपत्र जवळ जवळ नव्हतेच. काही दादा लोक, तलाठी सर्कल मामलेदाराकडे अर्ज करून प्राचार्यांना सतावण्याचा उद्योग करीत. आपणच संस्थेला जागा दान दिली, असाच त्यांचा थाट असायचा. पण या दमेकऱ्यांना कधीतरी उत्तर द्यायला हवे होते. तळमावल्याच्या महाविद्यालयाच्या जमिनीच्या ५० वर्षांच्या नोंदी व फेरफार उतारे यांचे कागदपत्र भूमंडळ निरीक्षक

जाधव यांच्या मदतीने गोळा केले. महाविद्यालयाकडे येणाऱ्या जमिनींच्या नोंदी जर नसतील, तर कोणीही केव्हाही अतिक्रमण करेल, जागेची परस्पर विक्री करेल. शाळा व महाविद्यालय एका आवारात असतात, तेव्हा महाविद्यालयाला उपरे ठरविण्याचा मुख्याध्यापकांचा प्रयत्न असतो. शासकीय अनुदानासाठी महाविद्यालयाची मालकी जमिनीवर असावी लागते. मला हा भाऊबंदकीचा गुंताही सोडवावा लागला. महाविद्यालयाच्या नावाचे ७-१२ उतारे झाले. नोंदी झाल्या. परिणामी शासकीय अनुदानाचा मार्ग मोकळा झाला. अन्यथा हे महाविद्यालय मुख्याध्यापकांच्या नजरेखालील महाविद्यालय ठरले असते. 'अल डूडर्र' म्हणत मुख्याध्यापकांनी प्राचार्यांना हुसकावले असते. तसेच 'जिसकी लाठी उसकी भैस' 'बलवानों की जीत होती है' हे मला माहीत होते. त्यामुळे जमिनीच्या रक्षणासाठी लाठीचा मार्गही अवलंबिण्यास कमी केला नाही. मला अभयकुमार म्हणत, 'सर, कुंभारगावच्या रस्त्यावर तुमचे प्रेत पडलेले मला पहावे लागेल. एवढी मस्ती करू नये.' मला माहीत होते की, मस्तवालपणानेच आपण संस्थेच्या जायदादीचे रक्षण करू शकू. संघर्ष झाले. पण दुसरीकडे मी माणुसकीच्या गहिवराला कधीच रजा दिली नाही. परिणामी शासकीय अधिकारी व संघर्ष करणारेही प्रेम करू लागले. जमिनीचा प्रश्न सोडता मला त्या सर्वांनीच महाविद्यालयाच्या विकासात सहकार्याचा हात दिला. या ग्रामीण महाविद्यालयाच्या नियतकालिकाला वर्षाला ३०-३० हजार रुपयांच्या जाहिराती मिळत. त्या जाहिराती. मी ज्यांच्याशी संघर्ष केला, तेच देत. ते एवढेच मानत की, शेठ सर विवेकानंद शिक्षण संस्थेचे विश्वस्त आहेत. संस्थेशी बेवफाई कोणत्याही प्रलोभनाने करणार नाहीत. यामुळे नकळत आमच्यात विरोध-भक्तीच होती. याच व्यापाऱ्यांनी साताऱच्या व्यापारी बँकेचे शेअर्स मी शब्द टाकताच खरेदी केले.

महाविद्यालयाच्या व्यवस्थापनात रेकॉर्ड महत्त्वाचे असते. रेकॉर्ड हाच मुळी महाविद्यालयाच्या व्यवस्थापनाचा आदर्श असतो. महाविद्यालयाची ओळख त्याच्या रेकॉर्ड-रूमवरून होते. माझे सहकारी प्रा. एस. एम. पवार व महिंद्र यांनी यात मन:पूर्वक लक्ष घातले. मोठी रेकॉर्ड रूम तयार केली. प्राध्यापक अगर जुने सेवक वेळी-अवेळी, पूर्वसूचना न देता येत. पण माझे अकौंटंट वसंतराव पाटील, मुल्ला शिपाई पटकन् त्यांना हवे ते कागदपत्र उपलब्ध करून देत. जमाखर्च हा तर कणा असतो. विद्यापीठ अनुदान मंडळाला तर जमाखर्चाचे विनियोग पत्र जीव की प्राण! माझे सहकारी C. A. के. एल्. सावंत व सुभाष थोरात हे यात उस्ताद होते. प्राध्यापकांच्या नवीन वेतनश्रेणीचा फरक रात्रं-दिवस जागून तयार केला. प्रा. तांबोळकरांची बॅटरी साथीला होतीच. काकासाहेब चव्हाण महाविद्यालयाच्या विकासात उत्कृष्ट रेकॉर्ड संरक्षणाचाही सिंहाचा वाटा आहे. दु:ख एवढेच होते की, लोक पूर्वसूचना न

देता येत, त्यामुळे हातातील कामे सोडून पळत्याच्या मागे लागावे लागे व प्रत्येकाला वाटते माझ्या प्रश्नाशिवाय दुसरे प्रश्नच नाहीत?

व्यवस्थापन हा अखेरीस मानवी व्यवहार आहे. जो न्याय ग्राहक व विक्रेत्यांना आहे, तोच न्याय महाविद्यालयाच्या व्यवस्थापनाला आहे. महाविद्यालयाचे लिपिक, लेखापाल, कार्यालयीन अधिक्षक विद्यार्थ्यांशी व समाजाशी कसे वागतात, यावर महाविद्यालयाबद्दलच्या सामाजिक आस्थेचा थर्मामिटर चढत-उतरत असतो. महाविद्यालयातील लेखनिक व प्राध्यापक हे विसरतात की, त्यांचा संबंध तरुण व्यक्तींशी आहे. फाईलींशी नाही, लाल फितीत कागदपत्र गुंडाळून ठेवले तर ते कधीच कुस्करत नाही. पण तरुण मुलांना दुरुत्तरे केली तर त्यांना अरे-तुरेच्या भाषेवर यावे लागते. विद्यार्थ्यांना हवे असते बोनाफाईड. शिक्षण संपल्यावर T. C., वेळेवर पुस्तके, बसायला जागा, डोक्यावर छप्पर, जरा भटकायला जागा. पण हे अनेकांच्या लक्षात येत नाही. विद्यार्थ्यांना खेपा मारून दमविण्यातच त्यांना आनंद वाटतो. परिणामी एक एक असंतुष्ट विद्यार्थी संघटित होत जातो. मग 'हटाओ, बुलाओ' चे नारे सुरू होतात. समंजस मुलेही समुदायात असमंजस बनून कोणत्याही कारणांची चिकित्सा न करता भाऊगर्दीत सामील होतात. त्यातून प्राचार्यांना प्यादे मोहरे, घोडे, हत्ती फिरविण्याची सवय असली, तर महाविद्यालयाचे निरामय, शांत जीवन अस्वस्थ होते. झंझावाताला जन्म देते. मी N. S. S. मध्ये काम केल्यामुळे विद्यार्थ्यांच्या मनातील स्पंदने थोडी-फार जाणून घेऊ शकत होतो. त्यामुळे व्यवस्थापनात प्रेमाचा संस्कार आणू शकलो. विद्यार्थी प्रेमाला प्रतिसाद देतात. त्यांना आपल्या महाविद्यालयाचा अभिमानही वाटतो. पण जर त्यांना पायपीट करायला लावली, तर प्रेमाची जागा तिरस्कार घेतो.

महाविद्यालयाच्या व्यवस्थापनात त्याचा कार्यालयीन अधिक्षक हाच कणा असतो. त्याचे नियंत्रण महत्त्वाचे आहे. पण जेव्हा अधिक्षकच कामचुकारपणा करतो आणि फाईलीही लपवू लागतो, तेव्हा महाविद्यालयाचा प्राचार्य होत्याचा नव्हता होतो. सिद्धिविनायक ट्रस्टची फाईल ज्या पद्धतीने लपविली गेली, तेव्हा माझ्या लक्षात आले की, अधिक्षकांनाही संस्कारित करण्याची गरज आहे. माझ्या काही प्राध्यापकांची सेवा पुस्तके परत करताना झालेल्या यातना त्यांनाच माहीत!

व्यवस्थापनात माणुसकी

प्राचार्यांना आधुनिक व्यवस्थापकीय शास्त्राची दृष्टी असावी. १६ ते २२ वयोगटातील मुलांच्या मानसशास्त्राबरोबर आपल्या सहकाऱ्यांच्या परिस्थितीची पूर्ण ओळख असावी. आपल्या सहकाऱ्यांविषयी प्राचार्यांच्या मनात जर प्रेम नसेल तर

असंख्य अडचणी येतात. कायदा व माणुसकी यांचा संबंध असतो. प्रशासकीय व्यवस्थापकाला माणुसकीचा डोळा असाव लागतो. प्राचार्यपदाच्या अहंकारापेक्षा जर आपल्या सहकाऱ्यांशी भावनिक नाते जुळले, तर नकळत मैत्रीपूर्ण वातावरणात महाविद्यालयाचा विकास होतो. व्यवस्थापनात आर्थिक व्यवहार चोख असावा. जर प्राचार्य स्वत:च घरचे टपाल कॉलेजच्या पैशाने पाठवू लागला, कॉलेजच्या फोनवरून आपल्या बायका-मुलांशी गुलूगुलू बोलू लागला तर नकळत प्रशासकीय कर्मचारी त्याचे पाणी जोखतात व त्यांच्याही अपप्रवृत्तीला नकळत रान मोकळे होते. शेवटी-शेवटी तर शाखाप्रमुख ते कारकून-शिपायापर्यंत सर्वांची अवस्था 'चोर चोर मौसेर भाई' अशीच होते. महाविद्यालय मुळासकट ओरबाडले जाते. मी राहत असलेल्या निवासाचे भाडे भरत असे. कोणताही आर्थिक लाभ घेत नसे. साडेचार वर्षांच्या प्रभारी प्राचार्यपदाच्या काळातही पहिले सहा महिने सोडता मी अलाउन्सही घेतला नाही. स्वत:चे १९ तासांचे अध्यापनाचे काम करून हे महाविद्यालय चालविले. प्रशासकीय व्यवस्थापनात मला बी. एड. व एम. एड. ला केलेल्या मानसशास्त्राच्या अभ्यासाची शिदोरी उपयोगी पडली. व्यक्ती-व्यक्तींतील संबंध, त्यांचे सामाजिक व भावनिक जीवन, बौद्धिक व शारीरिक क्षमता लक्षात घेऊनच कामे करायची असतात.

'Proper man for proper placel' शब्दाला महत्त्व नाही, **'We'** शब्दाला महत्त्वाचे स्थान आहे.

माझा परिवार एकेकाळी प्राध्यापक संघटना हा माझा श्वास व ध्यास होता. १२ वर्ष मी तिचं काम केलं होतं. जेव्हा गुलामीचे जिणे जगावे लागत होते. त्या काळात एक तप राबलो होतो. १२ वर्षांनंतर जीवनात बदल घडतात. नेतृत्वातही बदल करावा लागतो. प्राध्यापक संघटनेच्या नेतृत्वात माझ्यासारख्याने ही खुर्ची खाली करून नव्या नेतृत्वाला वाव दिला पाहिजे. यामुळेच नकळत मी बाजूला झालो. साडेचार वर्षे तर इनचार्ज प्रिन्सिपल होतो. तास कधी चुकवला नाही. खडू-डस्टर खाली ठेवले नाही, वेळ बुडवली नाही. प्राध्यापकांपासूनही खूप शिकता येते. तळमावल्याचे नियतकालिक दत्ता कांबळेंची खास हुकुमतगिरी! एल. बी. एस. मध्ये मी तर नियतकालिकाचा संपादक म्हणून विद्यापीठाची बक्षिसे खेचून आणे. पण प्रा. दत्ता कांबळेचे फोटोची डमी तयार करणे हे शिकण्यासारखे होते. ३०-३० हजारांच्या जाहिराती गोळा होत. त्याही रोखीने. प्रा. व. र. कुर्लेकरांसारखा जुना मित्र सहवासात आला. सौ. प्रमिलाच्या आजारात त्याने दिलेली साथ-संगत तळमावल्यालाही दिली. मिस्कील फिरकी त्यांनीच घ्यावी. प्रा. एन. एस. वाघमारे, सुहास साळुंखे सांस्कृतिक कार्यक्रमांचे उस्ताद! खेड्यातील मुलांकडून नाटक करवून घेणे म्हणजे

मच्छिंद्र कांबळीचे 'वस्त्रहरण' करण्यासारखे होते. माझे काही सहकारी आपल्या कामात अत्यंत तरबेज. प्रकाश जाधवचे सुंदर अक्षर मला लेखनाला मदत करणारे होते. प्रा. एस. एम. पवार म्हणजे ऑब्जेक्शन मिनिस्टर! चुका समजावून देणार, तळमावल्याच्या महाविद्यालयातल्या स्टोअर-रूम, स्टाफ-रूमचा खलबतखाना हे सर्व माझ्याकडून त्यांनी करवून घेतले. प्रारंभी मला स्थिर करण्यात प्रा. सी. ए. शिंदे, बी. एस. पाटील यांचा वाटा होताच. प्राध्यापकांची नावे घ्यावीत तितकी कमी. प्रा. थोरात, बी. एस. माने, प्रा. जे. ए. म्हेत्रे, प्रा. गोर, प्रा. ठोंबरे यांनी माझी N. S. S. ची फौज कुशलतेने सांभाळली. प्रा. आपटे यांना मी कधीच विसरू शकत नाही. आपटे सर कल्याणचे! शेक्सपीअरच्या नाटकांच्या मराठीत अनुवाद केलेले लेखक. ते आपल्या मुलीकडे येत. आम्ही भटकायचो. येताना ते नव्या-नव्या विषयांची यादी घेऊन येत. फिरायला जाताना त्या विषयांवर चर्चा व्हायच्या. सोने, दयामृत्यू, दूरदर्शन, व्यावसायिक जीवन असे शेकडो विषय त्यांच्यामुळे मी वाचून काढले. मी बहुश्रुत होतोच. पण मला बहुश्रुततेत संपन्न करण्यात आपटे सरांची भूमिका महत्त्वाची आहे. त्यांच्यामुळे शेजारी अभयकुमार साळुंखे यांच्यामुळे National Geography सारखे मासिक सातत्याने वाचू लागलो. माझ्याबरोबरीच्या स्त्री-प्राध्यापिकांना एका खेड्यात पाठविणे ही खरी शिक्षाच. पण सर्वच स्त्री-प्राध्यापिका कर्तव्यदक्ष राहिल्या! रजा, कधीच मागितल्या नाहीत. जवळजवळ तळमावल्यात संघर्ष कमीच झाले. जवळजवळ नाहीच, त्यामुळेच माझे सहकारी तळमावल्याला न विसरता षठी-सामासी यायचे. माझ्या धर्मशाळेत जेवणाच्या पंगती उठवायच्या! अनेक शासकीय अधिकारी व लिपिकांना सोयी नसल्यांमुळे मी हातांनी जेवण करून वाढले. त्यांच्या लेखी मी प्राचार्य असण्यापेक्षा 'भाई' होतो. वडिलधाऱ्यांचा मान प्रत्येकानेच ठेवला. अहंकाराचे कंगोरे घासून घेतले. प्राचार्यही त्या चक्रांच्या दातेऱ्यांपैकी एक झाल्याने तळमावल्यांचे चक्र चालू राहिले. मला ग्रामीण भागात जमणार नाही. मी वर्षा-दोन वर्षांत डेरा-डंडा घेऊन निघून जाईन, असे काहींना वाटले होते. त्यांनी सूचक प्रयत्नही केले. पण हरळीसारखा मी फैलावत गेलो, पसरत गेलो. हळूहळू त्या टेकडीच्या लॉनसारखा, मखमलीच्या फुलासारखा फुलत गेलो. प्राचार्य व प्राध्यापक यांच्यात सूर जुळले, तर प्रयोगशीलता साकारत-साकारत एक स्वप्न पूर्ण होते याचे तळमावले हे उदाहरण आहे.

१० एकरांचे निर्जन माळ फुलविण्यापेक्षा ५० फुटांची चांगली बाग, फुलवावी. 'माओ' म्हणत असे- 'हजारो फुले फुलू द्या.' तळमावल्यात अनेक मित्र एम. फिल., पी. एच. डी. झाले व मनानेही फुलत गेले. निसर्गाच्या सहवासात मनाच्या कक्षा रुंदावतात. विशालता येते व सारेजण एका सुखदुःखाच्या समेवर

येतात. तळमावल्याची स्टाफ रूम केवळ चार तासांची नव्हती. त्यामध्ये सारेच भावबंधाने गुंतले गेलो होतो. भांडी वाजली असतील. पण मनाला पोचा आला नाही. माणसे रुसली असतील, पण जिव्हारी जखमा पुवाळल्या नाहीत. 'बुड्ढे को माफ कर दिया' म्हणत. आपल्या मनाचे मोठेपण दाखवत. मनाची क्षुद्रता काही वेळा दिसायची. पण प्राचार्य म्हणून त्या क्षुद्रतेला मी जोजावले नाही. परिणामी एकमेकांचे चेहरे पाहू नयेत अशी अवस्था आली नाही. काकासाहेब चव्हाण महाविद्यालय हा एक परिवार आहे, हीच भावना अधिक राहिली. त्यामुळेच आम्ही सर्वजण निर्मितीच्या आनंदाचे धनी झालो. जाणारा प्राध्यापक निर्मितीच्या स्मृती घेऊनच गेला. 'गतकाळाची स्मृती' विस्मृत दु:खाची प्राप्ती असे प्राध्यापकांच्या बाबतीत क्वचितच घडले असेल. कदाचित मी संघटनेचे केलेले काम मला हे वातवरण निर्माण करण्यात पूरक ठरले असावेत.

विद्यालयाच्या इमारती व सौंदर्य

व्यवस्थापनात मनुष्यबळाचा वापर नीट करता आला पाहिजे. सर्व माणसे सर्वदा वाईट नसतात आणि शाखाप्रमुख जर स्वत: काम करणारा असेल, तर बरोबरीची माणसेही 'एक से बढकर एक' असतात. तळमावले सोडेपर्यंत प्रशासनाचे शेकडो प्रयोग केले. असंख्य कामे उभारली गेली. तेथे 'मी' या शब्दाला विराम आहे. 'मी' हा शब्द पुरुषोत्तम शेठ या व्यक्तीपेक्षा सर्वांसाठी अभिप्रेत आहे. 'आम्ही' शब्दाला महत्त्वाचे स्थान होते. चतुर्थ श्रेणीच्या सेवकापासून ज्येष्ठ प्राध्यापकांपर्यंत सर्वांनी 'श्रम ही श्रीराम हमारा' असे म्हणत काम केल्याने सृजनाचा आनंद प्रत्येक गुरुदेव कार्यकर्त्याला तळमावल्याच्या टेकडीवर मिळाला. अपवाद माझ्या वाटणीला आलेले २ कार्यालयीन अधिक्षक होते. ते बोलके पुतळे होते. एकाला कविता करण्यात आनंद, दुसऱ्याला कशातच आनंद नाही. त्यांच्यामुळे काही वेळा मला शिपायापासून अधिक्षकापर्यंतच्या सर्व भूमिका कराव्या लागल्या. किमान एकाला कवितेचा आनंद माहीत होता. दुसऱ्याला ग्रह-ताऱ्यांत गती होती. त्यामुळे मनोरंजनाद्वारे कार्यालयाला हसऱ्या गॅलरीचे स्वरूप त्यांनी आणले होते. व्यवस्थापनात दहशत, गटबाजी, कटबाजी, कण्या टाकून कोंबड्या झुंजविणे हे तंत्र नसेल तर सामुदायिक पुरुषार्थांतून महाविद्यालय कसे रेषा-रंग घेते, याची एक तस्बीर काकासाहेब चव्हाण महाविद्यालय! तळमावल्यात काम करताना प्रारंभी शाळेची व महाविद्यालयाची स्टाफरूम एकच होती. शाळेच्या छोट्या खोल्यांतून कोंडवाड्यासारखी गुरे भरतात तशी मुले भरत होतो. इमारतीची अत्यंत गरज होती. अकरावीची एक तुकडी वाढली. ही ग्रामीण भागातील मुले कोठे जाणार? वाल्मिकी विद्यामंदिराचे मुख्याध्यापक

जागा देत. पण जादा तास, गुणवत्ता वाढ या शब्दांमागे त्यांची धावपळ असल्याने महाविद्यालयाची स्थिती गाडीखालच्या कुत्र्यासारखी होती. एक जुना चौथरा बांधलेला पाहिला. आम्हाला वाटले, येथे पूर्वी काकासाहेब चव्हाणांना बांधकाम करायचे असेल. पैसे नसल्याने एक भिंत वाचवूया, या काटकसरीच्या धोरणाने ग्रंथालयाशेजारी ५२×१८ चा हॉल बांधण्याची संस्थेने अनुमती दिली. हॉल बांधून झाला. मधल्या काळात प्रा. चंद्रकान्त शिंदे यांनी यू. जी. सी. च्या योजनांचा दरवाजा किलकिला केला होता.

सातव्या योजनेसाठी आराखडा करण्यासाठी मी, उल्हास राणे व सुबोध तारी या आर्किटेक्ट मित्रांना बोलावले. परिसरात आम्ही फिरताना उल्हास ओरडला, "हा महामूर्ख कोण? हे मूर्ख तळमावल्याच्या टेकडीवर दिसावेत याचे आश्चर्य वाटते." मी विचारले, "मूर्ख कसा?" त्यांनी मला ग्रंथालयात नेले व दाखविले की आम्ही बांघलेल्या हॉलमुळे ग्रंथालयातील उजेडच संपला. प्रकाश व हवा या शाळा-महाविद्यालयांच्या वर्गांचे प्राण आहेत. अध्यापन हे सुंदर प्रकाशातच होते. उल्हास म्हणाला, "अरे, ही खेड्यातील मुले प्राथमिक शाळेपासून माध्यमिक शाळेपर्यंत कोंडवाड्यासारख्या अंधाऱ्या वर्गात गळक्या छताखाली शिकतात. या गोर-गरिबांनी आपल्या घरात गुरांसमवेत राहायचे व येथेही गोठ्यासारख्या इमारतीत पुस्तके वाचायची, हा त्यांच्यावर अन्याय आहे. उल्हासने इमारतीचे खूप बारकावे सांगितले. मुंबईहून आराखडा पाठविला. विवेकानंद संस्थेने ही सुरेख टेकडी वाया घालविली असे वास्तुशास्त्रीय मत त्यांनी दिले. त्याचा आराखडा येताच प्रकाश उमराणी या कल्याणींच्या सल्लागार वास्तुशास्त्रज्ञाची गाठ पडली. त्यांचे वडील ध्येयवादी शिक्षक होते. इंजिनियर असूनही प्रकाश उमराणी यांच्यातील शिक्षणाचे प्रेम कमी झाले नव्हते. त्यांनी उद्योगपती कल्याणींच्या मदतीने तळमावले परिसरात प्राथमिक शाळा बांधल्या होत्या. नकळत आमच्यात मैत्र जमले व हा स्थापत्यशास्त्रज्ञ आठ वर्षे तळमावल्याच्या माळावर घाम गाळता झाला. कराडहून तळमावल्याला यायचे म्हणजे दिवस मोडायचा. उद्योगी वास्तुशास्त्रज्ञाला त्याचा दिवस लाख मोलाचा असतो. माझे मेहुणे हे तर एका भेटीचे १००० रु. घेत (अर्थात माझ्याकडून नव्हे) उमराणींनी कधीही भेटीची फी आकारली नाही. येथे उभ्या केलेल्या प्रत्येक वास्तूवर, काकासाहेब चव्हाणांच्या पुतळ्यावर, बापूजी साळुंखे यांच्या स्मृतीवर उमराणींची न पुसणारी छाप आहे. येथील विस्तृत हॉल पाहिले की, लोक अचंबित होत. ४ भिंती म्हणजे इमारत बांधणे नव्हे. शाळा-महाविद्यालयांच्या इमारती शतकातून एकदाच बांधल्या जातात. हजारो चिमणी-पाखरं इथं जोजावत असतात. याच इमारतींच्या ज्ञानगंगेवर एखादी कळशी भरून घेतात. इमारतीलाही सौंदर्य असावे लागते. सौंदर्य

व स्वच्छता हा इमारतींचा आत्मा आहे. महाविद्यालयाच्या इमारतींत नजाकती वास्तुसौंदर्य उपयोगी नाही. कारण तेथे धुळीचे थर साठतात. त्यामुळे बाह्य सौंदर्य हे असे असावे की, 'सुलोचना जीर्ण पटे न शोभते', त्याचबरोबर सौंदर्यावाचून कवी-केशव यांनी म्हटल्याप्रमाणे, 'अलंकारविहिना विधवेव सरस्वती' हे ही लक्षात घेतले पाहिजे. डॉ. बापूजी साळुंखे म्हणत, ''दवाखाना किती सुंदर आहे, यापेक्षा दवाखान्यातील डॉक्टरचा हातगुण महत्त्वाचा'' इमारती आपल्या देशाला परवडणाऱ्या असाव्यात. हे सर्व लक्षात घेऊन तळमावल्याच्या इमारतीत प्रकाश उमराणी यांनी आधुनिक सौंदर्य व साधेपणा यांचा समन्वय साधला होता. प्रकाश उमराणी यांच्याबद्दलच्या माझ्या अंधप्रेमामुळे एक मुख्याध्यापक मित्र म्हणत, ''इथला दगडही इंजिनिअरला बोलावल्याशिवाय बसविला जात नाही.'' पण तळमावल्याच्या हिरव्या सौंदर्यात प्रकाश उमराणींचा मोठा वाटा होता.

माझे आप्त कोट्यधीश आहेत. आमची जगण्याची मूल्ये व जीवनाच्या वाटा वेगळ्या होत्या. तरीही माझ्या कामात त्यांची अप्रत्यक्ष मदत व्हायची. माझे मेहुणे परेश दोशी पुण्यातील प्रसिद्ध वास्तुशिल्पी! त्यांनी विद्यार्थी सहायक समिती, अफार्झ, इन्व्हेस्टमेंट इन मॅन ट्रस्ट या संस्थांची कामे केलेली. तळमावल्यास येऊन त्यांनी व्हिडिओ शुटिंग केले. त्या वेळी त्यांनी मला सूचना केली की, तुमच्याकडे बदल्या होतात. वयोमानानुसार लोक निवृत्त होतात, तेव्हा त्यांनी आपण ही वास्तू येथे का व कशासाठी बांधली, त्याचे आर. सी. सी. डिझाइन काय होते याचा इतिहास लिहून ठेवावा. त्याची फाईल करून येणाऱ्या माणसाच्या हवाली करावी. म्हणजे येणाऱ्या प्राचार्याला अगर मुख्याध्यापकाला भविष्यात कशी इमारत बांधायची याचा अंदाज येईल. अन्यथा येणारा प्राचार्य जाणाऱ्या प्राचार्याला महामूर्ख मानतो व त्याने बांधलेल्या इमारतींचे पंचनामे करून मोडतोड करीत बसतो. (याचा अनुभव मी लाल बहादूरमध्ये प्राध्यापक असताना घेतला आहे. किती वेळा भिंती उतरल्या व पुन्हा केल्या याचा पत्ता नाही.) व त्यामुळे पहिले पाढे ५५ असेच होते. त्यांच्या या व्यवहारी सल्ल्यामुळे तळमावल्याची टेकडी मी उतरत असताना, जमिनीच्या उताऱ्याच्या फाइली, बांधलेल्या इमारतींचे नकाशे, ग्रामपंचायतीत नोंद केलेले उतारे, इमारतीबाबत माझी व अभयकुमारांची मते लिहून त्या फाइली प्रभारी प्राचार्यांच्या हवाली केल्या. इमारती बांधताना भविष्याचाही वेध घ्यावा. भविष्यात शाळा महाविद्यालयांसमोरचे परिसराचे प्रश्न लक्षात घ्यावेत. सातारचे प्रसिद्ध वास्तुशास्त्रज्ञ राजेंद्र गांधी मला म्हणाले, ''शेठ सर, भविष्यात तुमच्याजवळ पैसा असेल, पण जागा नसेल. यापुढे शाळा-महाविद्यालयात येणारा विद्यार्थी दुचाकीवरून येईल. दुचाकीच्या सोयीसाठी तळघर आवश्यक आहे. अन्यथा स्कूटर, लूना यांच्या

कर्णकर्कश आवाजाने महाविद्यालयाच्या अध्यापनाच्या वातावरणाचा पोत विस्कळीत होतो. विद्युतीकरण हीही काळाची गरज आहे. शैक्षणिक साधने आज बदलत आहेत. बदललेले हवामान पाहता, पंखा व विद्युतीकरण ही आवश्यक बाब आहे. माझ्या बहिणीचे यजमान प्रकाश गुजर यांनी 'ना नफा ना तोटा' या पद्धतीने विद्युतीकरणाचे सामान खरेदी करून दिले. त्यामुळे कमीत कमी पैशात मी विद्युतीकरण करू शकलो. माझ्या मित्रांचा नि:स्वार्थपणा हा तर तळमावल्याच्या टेकडीच्या वैभवाचा भाग आहे. उल्हास राणे स्वत:च्या जीपने मुंबईहून आला. फक्त डिझेलचे ३५१ रु. नाममात्र घेतले. डॉ. बापूजी साळुंखेच्या पुतळ्याचे डिझाइन त्याने विनामूल्य केले.

आपल्याकडे इमारती बांधल्या जातात, पण सौंदर्याला स्थान दिले जात नाही. प्राचार्य अभयकुमारांना सौंदर्याचा डोळा आहेच. मी वनप्रेमी! त्यामुळे नखशिखांत हिरवाच! परिणामी आमची प्रत्येक इमारत झाड-झाडोऱ्यांनी, कुंडी-वेलींनी सुशोभित रहावी असा प्रयत्न असे. निसर्गरम्य वातावरणातच अध्ययन सुरेख होते. माझ्या महाविद्यालयाच्या आवारात येणाऱ्या, भेटी देणाऱ्या व्यक्तींवरही त्याचा परिणाम व्हायचा. परिणामी इतर महाविद्यालयातील प्राध्यापक येत. कोणी झाड, कोणी वेल, कोणी कंद आणत. नकळत महाविद्यालयाच्या इमारती निसर्गरम्य बनल्या. व्हरांड्याची रचना अशी होती की, वर्गात कोणाला डोकावता येऊ नये. उजेड, हवा खेळती रहावी. माझे मित्र दोशी वकिलांवर याचा इतका परिणाम झाला की त्यांनी रायगड जिल्ह्यात शाळांच्या इमारती बांधताना 'शेठ पॅटर्न' हे नाव देऊन इमारती बांधल्या. तो पॅटर्न माझा नसून उमराणी आणि उल्हास राणे यांचाच होता.

कोणत्याही शिक्षणसंस्थेने आपल्याजवळची उपलब्ध जागा, येत्या ५० वर्षांत विद्यार्थीसंख्या, स्पर्धेत निघणारी नवीन महाविद्यालये, बदलत जाणारे अभ्यासक्रम नजरेसमोर ठेवून दूरदृष्टीने इमारती, मैदाने यांचा आराखडा बनविला पाहिजे. सैन्यात जसे व्युहरचनेचे युद्धशास्त्रीय लॉग बुक बनविले जाते, तसेच लॉग बुक शिक्षण संस्थेजवळ असायला पाहिजे. यापुढे शासनाला उच्च शिक्षणावरचा खर्च परवडणारा नाही. आपल्याकडे लाखो रु. खर्च करून इमारती बांधतात. चार तासांनंतर या इमारती 'लेझी' राहणार नाहीत याची काळजी घ्यायला हवी, कारण इमारती राष्ट्रीय भांडवल असते. शाळेच्या आवारात सकाळी महाविद्यालय भरले तर तोटा काय? आपला देश गरीब आहे. लाखो रुपयांचे भांडवल इमारतींत गुंतून पडणे परवडणारे नाही. स्वतंत्र प्रयोगशाळा, स्वतंत्र ग्रंथालय व अभ्यासिका असल्या म्हणजे झाले.

मी चंदीगडला गेलो असताना दयानंद महाविद्यालयाच्या सुंदर इमारती,

प्रशस्त लॉन व ग्रंथालये पाहिली. त्यांनी यू. जी. सी. च्या मदतीचा भरपूर उपयोग करून घेतला. महाराष्ट्र सरकार व महाराष्ट्रातील विद्यापीठांच्या संलग्नीकरणाच्या जाचक अटी यामुळे केंद्रीय मदत मिळविण्यास महाराष्ट्रातील महाविद्यालये असमर्थ ठरतात. विद्यापीठ अनुदान मंडळ १८०० कोटी रु. चे वाटप करते. पण सर्वांत कमी हिस्सा महाराष्ट्राच्या वाट्याला येतो. याचे कारण विद्यापीठाची उदासीनता आहे. महाराष्ट्रातील विद्यापीठांच्या संलग्नीकरणाच्या चुकीच्या अटीमुळे अनुदान मिळत नाही.

तळमावल्याला मी इमारत बांधत असताना पैसे कमी पडू लागले. त्यावेळी माझ्या लक्षात आले की, देणग्या गोळा होतील व इमारत बांधली जाईल. ही स्वप्ने बाजारात वाढणाऱ्या सिमेंट, लोखंड, मजुरी यांच्या दरापुढे टिकणारी नाहीत. इमारतीच्या काळ, काम, वेगाचे गणित जर सोडवायचे असेल, तर बँकेचे कर्ज घेतले पाहिजे. युनायटेड वेस्टर्न बँकही तशी व्यवहारी बँक! परंतु पतीची हमी मिळताच आपली उदार मदत झोळीत ओतून लोकांना उद्योजक बनविणारी बँक! शाळा-महाविद्यालयांना कधीतरी पैसे दिल्यामुळे त्यांची स्थिती दुधाने तोंड भाजल्यामुळे ताक फुंकून प्यायची! परंतु त्यांचे ध्येयवाक्य होते, 'आपुलकीनं वागणारी माणसं!' त्या वाक्याचा उपयोग मी केलाच. युनायटेड वेस्टर्न बँकेकडे अर्ज केला. बँकेचे नेहमीचे उत्तर ठरलेले. माझ्या सातारकरी पेठेत अरुण गोडबोले राहतात. अरुण गोडबोले हे साताराचे हरहुन्नरी व्यक्तिमत्त्व! त्यांना माझी अडचण सांगितली. हा मोठ्या मनाचा मित्र बँकेकडे गेला. त्यांनी न पाहिलेल्या तळमावल्याच्या महाविद्यालयाची रदबदली केली. बँकेला त्याने वचनचिठ्ठीच दिली की, आपण काकासाहेब चव्हाण महाविद्यालयाला ७ लाख रु. चे कर्ज मंजूर करा. जर हे कर्ज फेडले गेले नाही, तर मी स्वत: एक क्षणाचा विलंब न करता भरून देईन. प्रा. शेठ हे कर्ज फिटेपर्यंत तळमावल्याहून आपली बदली करून घेणार नाहीत. एका खेड्यातील महाविद्यालयाला मदत करण्याचे पुण्य आपल्या बँकेने घ्यावे. अरुण गोडबोले यांच्या शब्दांनी किमया केली. बँकेकडून अर्ज आले. प्राचार्य अभयकुमार साळुंखे, बी. बी. अपराध व मी आपल्या स्थावर मालमत्ता व पगार बँकेकडे गहाण ठेवले. कोणत्याही परिस्थितीत काकासाहेब चव्हाण महाविद्यालयाला स्वत:चे घर असलेच पाहिजे. शाळेच्या वळचणीला उभे राहून उंट व अरबासारखी घुसाघूस कशाला? आश्रितासारखी वागणूक कशाला? युनायटेड बँकेमुळे शेवटचा टप्पा पूर्ण झाला. दुसरा मजलाही झाला व झेरॉक्स मशीनही आम्ही घेतले व खेड्यातील महाविद्यालय बँकेमुळे आपले छप्पर उभे करू शकले. लाल बहादुर शास्त्री महाविद्यालयाचे माजी विद्यार्थी अभंग यांनी प्रकरणाचा पाठपुरावा केला.

इमारतीच्या बांधकामाला दर्जेदार सवंगडी लागतात. मला तर सरळ रेषेत चालायचे माहीत नाही, तर विटा कशा बसविणार? कोणीही यावे व टोपी घालावी असा सडाफटिंग माणूस मी! या काळात माझे ग्रंथपाल शिवाजीराव जगताप व शिवाजीराव पाटील हे जय-विजयसारखे माझ्या मागे उभे राहिले. भर-उन्हात विटांच्या भट्ट्यांवर जा, नदीच्या काठावर जा, वाळूवाल्याकडे जा, सिमेंटच्या ऑर्डरी देत. सांगलीला जाऊन स्टील आण. हरगड्यासारखे काम होते. तहान-भूक विसरायची. प्रवासभत्ता नाममात्र. काटकसरीने सर्व करायचे. यामध्ये दोघेही सरोबरीने काम करत. ग्रंथपाल असून एखाद्या कसबी मुकादमाप्रमाणे ते राबले. तळमावल्याच्या विकासातील ग्रंथपालांचे योगदानही उल्लेखनीय होते.

सुशीलाताई

इमारती बांधल्या की, उदघाटन आलेच. पण आम्ही सर्वजणच उद्घाटनविरोधी होतो. घाम आपण गाळायचा, भिकेची झोळी फिरवायची व उदघाटनाच्या मंचावर मिरविणाऱ्यांनी मानाच्या बैठकी पटकावयाच्या हे आम्हा कोणालाच पटत नव्हते. म्हणून उदघाटन हे केलेच नाही. फक्त ग्रंथालयाजवळच्या विस्तारित इमारतीचे व जिमखाना हॉलचे उदघाटन डॉ. बापूजी साळुंखे यांच्या पत्नी सुशीलादेवी साळुंखे यांनी केले. मी त्यांना सुशीलाताई म्हणतो. डॉ. बापूजी साळुंखे यांनी वैयक्तिक संसार पाहिला नाही. घरी येत, तर कार्यकर्त्यांच्या फौजा घेऊन येत. पंगतीला १०-५ माणसे नसली, तर बापूजींना चैनच पडायचे नाही. खेड्या-पाड्यात अत्यंत प्रतिकूल परिस्थितीत बापूजींचे हे वारकरी काम करतात, हे सुशीलाताई लक्षात घेत. कंबरेला पदर खेचून गुरुदेव कार्यकर्त्यांना ढेकर देण्याइतके सुग्रास जेवण देत. एखाद्या गरीब कार्यकर्त्यांची कैफियत त्या मांडत. जुन्या बुधवारातल्या जगात त्या रमत. रिमांड होममधील मुलांवर वात्सल्याची धार ओतत. आपल्या पोटच्या अपत्याइतकेच प्रेम त्यांनी या पोरक्या मुलांवर केले. पोरक्या मुलांच्या त्या आईच बनल्या. म्हणून मी निर्णय घेतला, की ऐजीच्या जिवावर बाईजी उदार होणाऱ्या कोण्या कार्यकर्त्याला आपल्या खांद्यावरून मिरवायचे का? ज्यांनी विवेकानंद संस्थेसाठी खस्ता खाल्या त्या सुशीलाताईंनाच मी उदघाटनाला आणले. त्या सेक्रेटरींच्या आई म्हणून नव्हे, तर आम्हा सर्व गुरुदेव कार्यकर्त्यांच्या माऊली म्हणून! प्रारंभीच्या कार्यकर्त्यांनाच त्या माऊलीने काढलेले कष्ट, सोसलेले घाव, पत्करलेले दारिद्र्य माहीत होते. नव्या पिढीला हा मातृशक्तीचा आविष्कार माहीतच नव्हता. एका प्रकारे त्यांच्या हस्ते उदघाटन करून मातृदेवतेचा सत्कार केल्याचा आनंद मिळाला. तरीही मी म्हणेन की, 'ऋण न फिटे जन्मदेचे.'

डॉ. बापूजी साळुंखे यांच्या पुतळ्याचे उदघाटन आ. सुरेश पाटील यांच्या हस्ते केले. त्यामागेही भूमिका वेगळी होती. शिपायापासून आमदारकीपर्यंत विवेकानंद संस्थेत प्रवास करता येतो. सच्चा गुरुदेव कार्यकर्ता तळापासून वर जाऊ शकतो. कार्यकर्त्यांचा आत्मविश्वास वाढवायचा असेल तर बाहेरचे आदर्श आणण्यापेक्षा घरातलेच आदर्श दाखविणे अधिक उपयुक्त होते. 'काखेत कळसा अन गावाला वळसा' असे होता कामा नये. 'घर की मुर्गी दाल बराबर' असू नये. घरच्या माणसांची उंची आपणच ओळखायची असते. आम्ही सर्वांनीच तळमावल्यात घरच्या माणसांचा सन्मान वेगळ्या पद्धतीने केला. कोणी म्हणेल, आपणच आपली आरती ओवाळायची का? याला उत्तर तळमावल्याच्या अबोल भिंती व संगमरवरी पाट्या देतील. कोणत्याही पाटीवर प्राचार्यांचे, त्यांच्या सहकाऱ्यांचे नाव नाही. पाटीवरील नावे कधीतरी फिकी होतात, पण घामाने, कष्टाने, कृतीने उमटवलेली हस्ताक्षरे काळालाही पुसता येत नाहीत.

तळमावल्याच्या टेकडीवर आधी वाल्मिकी विद्यामंदिर निघाले. ही टेकडी नागटेकडी म्हणून प्रसिद्ध. पहिल्या मुख्याध्यापकांनी पिंपळाच्या झाडाखाली पाल ठोकलं होतं. एकदा पुण्याहून एक शिक्षक आयात केला. शिक्षक टेकडी चढला. त्याने मुख्याध्यापकांना विचारले. 'येथे लॉज कुठे आहे?' मुख्याध्यापक उत्तरले, "माझ्या पालातच लॉज आहे" हे बघताच त्या आयात शिक्षकाने सूंबाल्या केल्या. येथील प्रत्येक मुख्याध्यापकाने मिशनरी वृत्तीने काम केले. दळवी सर, नारायणराव गायकवाड, डी. डी. पाटील, लक्ष्मणराव सूर्यवंशी व एस. के. कुंभार, शाळेने विद्यार्थी संख्येचा आकार घेतला. आजूबाजूंच्या खेड्यातही विवेकानंद शिक्षण संस्था व रयत शिक्षण संस्थेची केंद्रे स्थिरावली. विद्यार्थी-संख्येची उच्च शिक्षणाची सोय करण्यासाठी वाल्मिकीचे जुळे भावंडं म्हणून काकासाहेब चव्हाण महाविद्यालय जन्माला आले. पण सासू-सुनांचे खटके उडावेत तद्वत खटके उडत. कधीतरी मुख्याध्यापक व प्राचार्य यांना दोन्हीकडचे शिक्षक डिवचून देत. परिणामी मुख्याध्यापक व प्राचार्यांना पालीप्रमाणे चार फुट पुढे, दोन फुट मागे सरकायला लागायचं.

मी जेव्हा तळमावल्याला गेलो तेव्हा सूर्यवंशी सर मुख्याध्यापक! शाळेच्या वर्गातच महाविद्यालय भरवायचे. लक्ष्मणरावांना राग आला की, अभयकुमारांकडे खलिता जायचा, "प्रा. शेठ तुमचे गुरुजी! गुरुजींचे लाड करा." एकदा तर त्यांनी रागातच किल्ल्या सचिवांच्या हातात दिल्या. मी मिस्कील! थोडासा खोडकर! माझं लहानपण जपलेलं! त्यामुळे सरांना चिडवायचो. पण संध्याकाळी हसत-हसत चहाचे पेले रिते करायचो. एक प्रकारे लहान मुलासारखेच होते. 'रुसून-रुसून फुगला व कोपऱ्यात जाऊन बसला' असे व्हायचे. मी खोडी काढून हसायचो.

सूर्यवंशी सरांचा रागाचा पारा माझ्या हसण्यामुळे निम्म्यावर यायचा. सूर्यवंशीची जागा एस. के. कुंभारांनी घेतली. एस. के. कुंभार हे राज्यपुरस्कार विजेते. आदर्श शिक्षक! शाळा हाच त्यांचा श्वास व ध्यास! नीटनेटकेपणा त्यांच्या अंगी मुरलेला. शाळेचे गुणवत्तेचे त्यांचे वेड मोठे. परिणामी आमचे संघर्ष व्हायचे. त्या संघर्षातून मी एवढेच शिकलो की, महाविद्यालयाला स्वत:च्या मालकीची जरुरी आहे. आपण दुसऱ्याच्या वळचणीला उभे राहतो, तेव्हा दुसऱ्याने ढुंगणावर लाथ मारली तरी आश्रिताने 'जोहार माय-बाप' म्हणत उभे राहिले पाहिजे. माझ्या मुलाच्या साखरपुड्याच्या वेळी सत्र-परीक्षा चालू होत्या. मुलाची आई नव्हती. त्याच्या दृष्टीने मी साखरपुड्याला जाणे महत्त्वाचे होते. पण जादा तासांच्या सवलतीखाली वर्गांना कुलपे लावली गेली, तेव्हा माझ्यासमोर प्रश्न पडला, "आधी लगीन मुलाचं की काकासाहेब चव्हाण महाविद्यालयाच्या परीक्षांचे" परीक्षेचा मांडव महत्त्वाचा! सिनीयर कॉलेज बंद करून परीक्षा घ्याव्या लागल्या. हे प्रसंग टाळायचे असतील तर स्वतंत्र इमारत हवी. एका प्रकारे हा प्रसंग प्रेरकच ठरला. मात्र यानंतर मुख्याध्यापक व शिक्षकांनी मला पूर्ण सहकार्य दिले. शाळेची शक्ती म्हणजे हत्तीचं बळ. कुंभार सर मुलांना ओळीने उभे करत. इवले-इवले हात वाळूच्या पाट्या वाहात, दोन-दोन विटा नेत. खरंतर वाल्मिकी विद्यालयाच्या इवल्या-इवल्या हातांनीच माझ्या इमारतीचा चेहरा उभा केला. मी शिक्षक संघटनेचे काम केल्यामुळे माध्यमिक व महाविद्यालयीन शिक्षक वेगळे मानत नसे. परिणामी शिक्षकांना प्राचार्यांपेक्षा मी मित्रच वाटायचो. माझ्या खोलीत प्राध्यापकांबरोबर चहा-नाष्ट्याला काही शिक्षक-मित्रही असत. माझे संकष्टीचे व्रत तर शिक्षकांच्या घरीच सुटायचे. कुंभार सर शिक्षक मित्रांना समजावत की, शाळा व महाविद्यालय म्हणजे ताटातले वाटीत, वाटीतले ताटात आहे. हळूहळू मी तर तेथून हलेपर्यंत शाळेची सर्व इमारत त्यांच्या ताब्यात दिली. १४ खोल्या महाविद्यालयासाठी बांधल्या. कुंभार सर सौंदर्यवेडे, त्यामुळे त्यांच्यात व माझ्यात शाळामहाविद्यालयांच्या चेहऱ्याच्या सुंदरतेबाबत चढाओढ असायची, पण कटुता नसायची. शाळा हजार मुलांची. पण शांतता इतकी नांदायची की, माझ्या खोलीत एक हजार मुलांच्या चिवचिवाटाचा आवजही यायचा नाही.

मी म. गांधींच्या अनुयायांच्या गुजरातमधल्या शाळा पाहिल्या होत्या. त्या शाळा नव्हत्या, तर शांतिवने होती. प्रार्थना मुलांना आध्यात्माचा खरा अर्थ समजावून देत. स्वच्छता व सौंदर्य यांचा सुरेख संगम होता. गांधींनी प्रार्थनेला संगीताची जोड दिली होती. बापूजी हयात असताना मी आंतरभारती मार्फत गुजरातच्या शाळांची भटकंती केली होती. अभयकुमारांना याची मी माहिती दिली व तळमावल्यातील मुख्याध्यापक, सेवक, गुजरातच्या दौऱ्यावर गेलो. हळूहळू ढेबेवाडी खोऱ्यातील

प्रत्येक शिक्षकांना आम्ही पाठवत गेलो. परिणामी तळमावल्याचे हे केंद्र शाळेमुळे खऱ्या अर्थाने संस्कृतिकेंद्र बनले. संस्थेच्या अनेक शाळांतील मुख्याध्यापक हे प्रार्थना पाहायला येत. प्रार्थनेचा चमत्कार तळमावल्यातच होता. अध्यापनाला लागणारी निरामय शांतता कुंभार सरांच्या व चव्हाण सरांच्या, डाके सरांच्या प्रार्थनेतून व्यक्त व्हायची. सनईचे सूर टेकडीला शूचिर्भूत करून जायचे. वाद्यांचे मंद संगीत टेकडीच्या झाडा-फुलांनाही फुलवत जायचे. सरांचा व माझा वादाचा भाग झाडे व पाणी असे. या देशाला पाणी हे सोन्यासारखे आहे. पाणी टंचाईच्या भागात ते काटकसरीने वापरले पाहिजे. झाडांना मुळापुरते पाणी पुरते. त्यांना गरज असते प्रकाशाची. पण हे तंत्रज्ञान व अभ्यास त्यांच्या थट्टेचा विषय असे. तरीही आमच्यामध्ये सहकार्य होते. वाल्मिकी विद्यामंदिर व काकासाहेब चव्हाण विद्यालय हे गंगा-जमुनासारखे एकत्र नांदत होते. कुंभार सरांच्या चिमण्या-पाखरांनी काकासाहेब चव्हाण महाविद्यालयाच्या घरट्यासाठी काडी-काडी वेचून आमचे घरटे बांधले, याची कृतज्ञता माझ्या उरी-पोटी कायमचीच भरून राहिली आहे.

इतिहास परिषद

तळमावल्याच्या महाविद्यालयाच्या रौप्यमहोत्सवासंबंधी पुन्हा पुराण लावले तरी चालेल. या रौप्यमहोत्सवी वर्षात व्याख्यानांच्या पंगती लोक लावतात. पण आज व्याख्यान ऐकण्याचे दिवस संपले. त्यामुळे मी निर्णय घेतला की, रौप्यमहोत्सवानिमित्त एखादी शैक्षणिक परिषद घ्यावी. प्रा. मोटे यांचेमार्फत इतिहास परिषदेचे अवतरण आलेच होते. शिवाजी विद्यापीठाच्या इतिहासात परिषदेचे दुसरे वर्ष होते. शंकर सारडांमुळे व बहि:शाल शिक्षण मंडळामुळे अशा परिषदा घेण्याचा सराव मला होताच. महाविद्यालयाचे शैक्षणिक विचारमंथनही त्याला नाव-लौकिक मिळवून देते. निर्णय घेतला प्रायोजक गाठायचे. पृथ्वीराज चव्हाण यांची रसद कामी आली. कराड अर्बन बँक, कराड जनता बँक यांनी प्रायोजकत्व स्वीकारले. विलासराव पाटील वाठारकर व सुभाष जोशी ह्या सातारा जिल्ह्यातील सहकार क्षेत्रातील नामवंत व्यक्ती. त्यांना बँकेच्या अर्थव्यवहाराचा व सामाजिक जीवनाचा संबंध आहे असे मनोमन पटते. त्यांनी रु. १०००० ची जबाबदारी उचलली. महाराष्ट्राचे माजी महसूल मंत्री राजारामबापू पाटील व डॉ. बापूजी साळुंखे यांचा स्नेह मोठा. ताराबाई पार्कमधील विवेकानंद संस्थेला मिळालेली जागा ही राजारामबापूंच्या स्नेहाचे प्रतीक! त्यांचे चिरंजीव राजारामबापू कारखान्याचे चेअरमन होते. जयंत पाटील यांच्यासारख्या उमद्या तरुण नेत्याच्या मनाला हात घातला. राजारामबापूंच्या या चिरंजीवांनी कारखाना व बँक मिळून रु. १५००० ची जबाबदारी उचलली. काम फत्ते झाले. समाजवादाची

माझी बांधिलकीही पणाला लावली. समाजवाद व साम्यवादाच्या लालरंगाचे फिकेपण जाणवू लागले होते. जगभर हिन्दू-मुस्लीम मूलतत्त्ववादी जोरावू लागले. धर्मनिरपेक्षता मागे पडू लागली. रशियाच्या विघटनानंतर समाजवाद व साम्यवादाचा इतिहास संपतो की काय अशी प्रश्नचिन्हे निर्माण झाली. एस. एम. जोशी सोशॅलिस्ट फाऊंडेशनकडून रु. ५००० चे अनुदान मिळविले. शिवाजी विद्यापीठाच्या चार जिल्ह्यांतील महाविद्यालयांना ग्रामीण महाविद्यालय काय करू शकते, हे दाखविण्याची हौसही दांडगी होती. जमालगोटा जमला. सैन्य लढायला हवे होते.

माझ्या सर्व सहकाऱ्यांनी जिवापाड श्रम केले. माझा सेवक महादू सुतार हा अत्यंत कल्पक, हुन्नरी. लाईटचा प्रश्न त्याने सोडविलाच. पाइप लाइन जोडणे त्याच्या हातचा मळ. खळ्याच्या ग्रामस्थांनी काहिली पाठवून दिल्या. चार-चार बादल्या गरम पाणी तयार. २० बाथरूम सुसज्ज झाल्या. स्त्रियांसाठी डॉ. विनीता पाठकबाईंनी आपल्या घराच्या चाव्याच आमच्या हाती दिल्या. तीन दिवसांच्या परिषदेत सुग्रास जेवणाची लयलूट होती. रोज नवा मेनू, खुर्च्यांवर बसून जेवायची सोय, झोपायला गादी. डोक्याला उशी. अंगावर गरम पांघरूण. कोणत्याही महाविद्यालयापेक्षा असंख्य अडचणींवर मात करून परिषद यशस्वी केली. शिवाजी विद्यापीठाच्या इतिहासात प्रथम २०० प्राध्यापक-प्राध्यापिका कोणतीही सोय नसलेल्या खेड्यात एकत्र आले. गप्पांच्या मैफली झडल्या. माझे सहकारी प्रा. ठोंबरे, प्रा. पाटील, प्रा. साबळे, प्रा. गुरव सारेच मंतरल्यासारखे कामाल लागले. प्रा. बारबोले, डॉ. रईंच, पाखरे यांनी नोंदणीपासून फाईलीपर्यंत सर्व अर्थ व्यवहार पाहिला. पंगती वाढायला प्राध्यापक हजर. खरकटी ताटे उचलायला कोणीच मागे नाही. जेवण वाढणारा आपुलकीने, जिव्हाळ्याने वाढत होता. जेवणाराही आत्मीयतेने भारावून ढेकर देत होता. प्राध्यापक, प्राचार्य, लिपिक, शिपाई यांनी जगन्नाथाच्या रथासारखा इतिहास-परिषदेचा रथ उत्साही मनाने ओढला. प्रा. डॉ. यशवंत पाटणे मराठीचे व्यासंगी प्राध्यापक! जिभेवर कवितेच्या ओळीच ओळी. ज्ञानेश्वरीपासून ते आजच्या नवकवितेपर्यंत ओव्या-गजला त्यांच्या गळ्यात! हौशी! इतिहासपरिषदेची स्मरणिका त्यांनी जीवन ओतून सजवली. इतिहासपरिषदेतील शोध-निबंधाइतकीच त्यांची निवेदने अधिक रसाळ होती. यशवंत पाटणे हौशी निवेदक झाला असता तर सुधीर गाडगीळच्या बरोबरीचाच असता.

इतिहासपरिषदेच्या उदघाटनासाठी प्राध्यापक संघटनेचे संस्थापक सदस्य डॉ. लीलाधर केणी यांना मी बोलावले. आमच्यासाठी डॉक्टर तुरुंगात जाऊन १९ महिने बसले होते. डॉक्टरांचा इतिहासाचा व्यासंग मोठा होता. ८० वर्षे वयाच्या डॉ. केणींनी उदघाटनाला येऊन दाखविले की ८० व्या वर्षीही विषयनिष्ठा व

ज्ञाननिष्ठा महत्त्वाची आहे. समुद्रात बुडालेल्या द्वारकेवरील त्यांच्या सटीप व्याख्यानाने मला कळले की, इतिहासात मरिन आर्किऑलॉजी नावाची शाखा आहे. जयंत पाटील हे अभियांत्रिकी शाखेचे पदवीधर. पण खुसखुशीत शैली. इतिहासाचे आख्यान त्यांनी लावले. डॉ. जयसिंहराव पवार, डॉ. कदम या नामवंतांचे शोध-निबंध होतेच. या परिषदेत डॉ. यशवंत पाटणे यांनी आपले निवेदन म्हणजे 'गागर मे सागर' असे केले. 'कॉमेंट्री मस्ट बी शॉर्ट, ॲप्रोप्रिएट ॲण्ड ॲट्रॅक्टिव्ह' ही विशेषणे त्यांच्या निवेदन शैलीला लागू आहेत. ते जर पुण्यात असते तर सर्व सार्वजनिक उपक्रमात दिसले असते. फक्त त्यांनी स्तुती करण्याची थोडी सवय सोडली पाहिजे. कदाचित ते सार्थ कौतुकाचे बोल असतील. त्या स्तुतीत बरीच वस्तुस्थिती असते. हेही नाकारता येणार नाही. पण हरबऱ्याच्या झाडावर चढून अनेक प्राचार्य व प्राध्यापक हात पाय मोडून बसले आहेत. स्तुतीमुळे अहंकाराच्या फुललेल्या कोषांतून अनेक प्राचार्यांनी गरीब प्राध्यापकांना नाडले आहे, याचे भान त्यांनी ठेवले तर हा प्राध्यापक मोठी उंची गाठेल.

इतिहासपरिषदेत मी मात्र खूप दुबळा ठरलो नाही ना? अशी शंका आली. भाई वैद्यांसारख्या अभ्यासू, पूर्वाश्रमीचा मंत्री असलेला मित्र केवळ माझ्या आग्रहाखातर परिषदेला आला. परिषदेला देणगी देताना सोशॅलिस्ट फाऊंडेनची अट होती की एक पेपर धर्मातील राष्ट्रवाद व समाजवादावर असावा. भाईंनी परिषदेच्या संयोजकांना रात्रीच कल्पना दिली होती की, "मी पेपर, वाचू की सारांश रूपाने सांगू? परिषदेच्या माझ्या अटीत ती अट होती. भाई पेपर वाचतो न वाचतो, तोच १० मिनिटांनी, "खाली बसा तुम्हाला कळत नाही का?" असा भाईंचा पाणउतारा एका संयाजेकाने केला. त्या वेळी पुण्याचा महापौर व मंत्री असलेल्या या माझ्या स्नेह्याने केवळ यजमानपद माझ्याकडे असल्याने अपमानाचा घुटका मनातल्या मनात गिळला. सार्वजनिक जीवनात असे अपमान खरे कार्यकर्ते पचवितात. भाईंचा शांतपणा खूप काही शिकवून गेला. माझ्या शब्दाखातर भाई परिषदेचे सूप वाजल्यानंतर राहिला, डॉ. केणी, मी, व भाई यांनी स्वत: जेवण शिजवून परिषदेतला हा बेरंग हास्याच्या मैफलीत धुऊन काढला. यात दिसले भाईंच्या मनाचे मोठेपणा, त्यांच्या विद्वतेची खोली, डॉ. केणींचा समंजसपणा. आपल्याकडे बौद्धिक आणि वैचारिक सहिष्णुता का नसावी? आपल्या विचारांचे इतरांनी गुलाम व्हावे हा आग्रह का? मतभेद झाले तरी माणूस म्हणून आपण परस्परांना समजावून घेण्यात कमी का पडतो हे माझे कोडे कोणी उकलील काय? माणसाच्या सुसंस्कृत लक्षणात दुसऱ्याच्या व्यक्तीचा आदर ही भूमिका असायला हवी.

दुसऱ्या दिवशी त्याच मांडवात महाविद्यालयाचे स्नेहसंमेलन होते. ज्या

प्राध्यापक मित्राच्या प्रतिष्ठेसाठी आम्ही सर्वजण राबलो, तो प्राध्यापक मित्र वार्षिक पारितोषिक वितरण समारंभाला दिवस कासऱ्यावर आल्यावर उगविला. जिमखाना चेअरमन त्याच्याहून वयाने लहान. त्याने तर खरकट्यापासून पायपुसण्यापर्यंत सर्व काम केलेले. पण त्याच्या कार्यक्रमात रस तर दाखविलाच नाही. नकळत संशयाचे सुरुंग पेरले गेले. मला अजूनही कळत नाही की, सिनिऑरिटीचे कोड-कौतुक कशाला? आपल्याहून वयाने लहान असणाऱ्या प्राध्यापकाला आपण घडविले पाहिजे. त्याला 'पुढे व्हा, आम्ही मागे आहोत' असा धीर देण्याची सिनिअर प्राध्यापकाची भूमिका हवी. ज्युनिअर प्राध्यापक तरुण असतो. त्याच्याजवळ चैतन्य असते. फक्त त्याचा आत्मविश्वास मोठ्यांनी वाढवायचा असतो. तो वयाने लहान असल्याने ज्येष्ठ प्राध्यापकांच्या वागण्याचे अनुकरण करतो. टिपकादासारखा त्यांना तो टिपतो. सिनिऑरिटीचे फॅड प्राध्यापकांनी फेकून द्यायला हवे. प्राध्यापक संघटनेत काम करताना आम्ही कैक वेळा खांदेपालट केला. एल. बी. एस. कॉलेजमध्ये मी तर नियतकालिकाचा उपसंपादक काही वेळा झालो, तर काही वेळा दुय्यम भूमिका बजावल्या. इतिहासपरिषदेचे श्रमपरिहाराचे जेवणे जेवताना आपण सुतकाचे जेवण तर जेवत नाही ना, असे वाटले, इतकी सामसूम होती. यापेक्षाही ज्याच्यासाठी आम्ही राबतो, त्या मित्राने माझ्या सरळ-साध्या स्वभावाच्या, आतिथ्यशील पत्नीशी बोलणे सोडले. परिषद संपताना प्रत्येकाने भाभीच्या आतिथ्याचा उल्लेख केला होता. भाभीने एकच व्रत ठेवले होते की, डॉक्टरचा दवाखाना, ख्रिश्चन फादरचे फाटक सदैव खुले असले पाहिजे. गृहिणीचे भांडे रिकामे असता कामा नये. तळमावल्याच्या इतिहासपरिषदेत ही भूमिका तिने बजावली. मी जर हे लिहिले नाही तर एका माऊलीवर अन्याय केल्यासारखे होईल. डॉ. विनीता पाठक आमची कोण होती? तिने तर स्त्री-प्राध्यापकांसाठी आपले सर्व हॉस्पिटल खाली करून दिले. या परिषदेचा अनुभव मला अर्थशास्त्र परिषदेत उपयोगी पडला. येथील उधळपट्टी मी तेथे कमी केली. माझ्या वार्ताहर मित्रांनी राजेश पाटील, विठ्ठल चव्हाण, चंद्रकान्त चव्हाण यांनी तर "शिवशाही" अवतरली अशीच वर्णने इतिहास परिषदेची केली. त्यामुळे ही परिषद शिवाजी विद्यापीठाच्या इतिहास विषयाच्या प्राध्यापकांना नवा उत्साह देणारी झाली. आमचे कोणतेही परस्पर मतभेद असोत. पण तळमावल्याच्या माळावर अभ्यासू व्यक्तींनी आपल्या शोध-निबंधाद्वारे इतिहास घडविला. तरुण प्राध्यापकांची तरुणाई, अहमहमिका, नवा आशेचा दीप पेटवती झाली. गाव नसलेल्या ठिकाणी एक ग्रामीण महाविद्यालय किती सुरेख आतिथ्य करते, याचा अनुभव शिवाजी विद्यापीठातील २०० इतिहास प्राध्यापकांनी घेतला.

ग्रामीण महाविद्यालय हे केवळ परीक्षा घेणारे केंद्र नाही. आपल्या परिसराचे

ते सांस्कृतिक केंद्र असते. आर्थिक विकासाच्या दिशा देणारे प्रेरणास्त्रोत असते. अडाणी जनतेला नव्या विचारांकडे नेणारे ते माध्यम असते. सुशिक्षित व अशिक्षितांतील दरी दूर करून रचनेच्या माध्यमातून ग्रामीण विभागाला नव्या विचारांकडे नेणारे ते शक्तिकेंद्र असते. परीक्षा व अध्यापन यात फार गुदमरून न जाता त्या महाविद्यालयाने ज्ञानविस्तार सेवाही केल्या पाहिजेत. या दृष्टीने स्वामी विवेकानंद शिक्षण संस्थेच्या तळमावल्याच्या काकासाहेब चव्हाण महाविद्यालयाने अजोड भूमिका बजावली.

स्वातंत्र्य सैनिकांना मानवंदना

सातारा जिल्हा प्रतिसरकारचा जिल्हा! क्रांतिकारकांची रणभूमी! 'चले जाव' ची हाक येताच हजारोंनी कुर्बानी केली. संसार उदध्वस्त झाले तरी पाठीवरचे इंग्रजांचे वळ लोण्यासारखे मानले. १९४२ च्या चळवळीचा सुवर्णमहोत्सव होता. काकासाहेब चव्हाण व डॉ. बापूजी साळुंखे दोघेही ज्येष्ठ स्वातंत्र्यसैनिक व यामुळे स्वातंत्र्यसैनिकांची आठवण ठेवण्याची नैतिक जबाबदारी आमची! कुंभार सर व त्यांच्या सहकाऱ्यांनी खेड्यापाड्यांतून खरे स्वातंत्र्यसैनिक शोधले. निमंत्रणे पोहोचली. १२ बलुतेदार, १८ अलुतेदारांनी हा लढा लढविला. कोणी सुतार, कोणी लोहार, कोणी गुरव. स्वातंत्र्यप्रेमाला जात नाही. धर्म नाही फक्त असते रक्तातून उसळणारं राष्ट्रभक्तीचं नातं! अनेकांनी जगाचा निरोप घेतला होता. त्यांच्या विधवाही अभिमानाने या मांदियळीत स्वातंत्र्याच्या झांजा घेऊन आल्या. शिरुभाऊ लिमये नव्वदीला पोहोचलेले. फाशीचा दोर गळ्यापर्यंत आलेला. पोर्तुगीजांच्या लाथा-बुक्यांनी पाठ सडकून निघालेली. बांग्लादेशच्या स्वातंत्र्यलढ्यात दारूगोळ्याची रसद घेऊन गेलेला हा वृद्ध शेलार मामा प्रमुख पाहुणा! प्रा. प्रधानांसारख्या ओजस्वी वाणीचा वक्ता, संभाजीबाबा थोरात दिमतीला. खादीच्या वस्त्रांनी सन्मान केला. प्रत्येकाच्या डोईवर खादीची टोपी, त्याच सन्मानाने डोईची शोभा वाढवू लागली. सर्वचजण ४२ च्या लढ्याच्या मंतरलेल्या दिवसांचे तुफान सैनिक पुन्हा बनले. 'सारे जहां से अच्छा, हिंदोस्ताँ हमारा' हे वचन त्यांच्या ओठी आले. म. गांधींचा 'चले जाव' चा नारा आठवत-आठवत ही मंडळी त्या स्वरात स्वत:ला हरवून बसली. हे श्रेय या महाविद्यालयाचे आहे. या महाविद्यालयाच्या डॉ. बापूजी साळुंखे यांच्या पुतळ्यावर सर्वच क्रांतिकारकांना अभिवादन करणाऱ्या कवितेच्या ओळी आम्ही लिहिल्या व त्यांच्या त्यागाला कुर्निसात केला.

"मंत्र क्रांतीचा मार्ग शांतीचा
परि युद्ध तयांनी केले!
त्याग, समर्पण नि देशभक्तीचा

स्तंभ ते झाले॥''

शिक्षणपूरक कार्यक्रम

तळमावल्याला असतानाच सातारा जिल्ह्याच्या सार्वजनिक जीवनाशी असलेले नाते तोडून चालणारे नव्हते. प्राध्यापक संघटनेमुळे सातारा जिल्ह्यातील मोठ्या शहरात व निम शहरात मित्रमंडळी होती. त्यांच्यामुळेच बहि:शाल शिक्षण मंडळ व अन्य सार्वजनिक उपक्रमांची जबाबदारी मी पार पाडू शकतो. दूरवरच्या खेड्यात राहूनही जनसंपर्क असला व लोकसंग्रह केला असेल तर तुम्ही उपस्थित न राहताही तुमचे उपक्रम चालवतच असतात. याची अनेक उदाहरणे मी देईन. आम्ही सर्व शिक्षक प्राथमिक शाळांमुळे विद्यार्थ्यांचा दर्जा घसरतो अशी हाकाटी पिटतो. पण त्या शिक्षकांचा शैक्षणिक स्तर उंचवावा म्हणून किती प्रयत्न करतो? प्राचार्य एन. सी. गायकवाड, प्राचार्य पी. टी. थोरात, प्राचार्य रानडे, प्राचार्य सुहास साळुंखे, ए. ए. करांडे यांच्या मदतीने वाईपासून पाटणपर्यंत इंग्रजी अध्यापनावरील असंख्य वर्ग घेतले. माझे सहकारी प्रा. जे. एन. साबळे हे उत्कृष्ट संयोजक होते. तळमावल्याहून त्यांनी या वर्गाचे संयोजन उत्तमरित्या केले. अबोल कर्तृत्वाचा हा संघटक मित्र मला तळमावल्यात मोठा आधारवड होता. मराठीच्या शुद्धलेखनाचे वर्ग प्रा. डी. टी. भोसले यांच्या मदतीने नगरपालिकांच्या शाळा व दुर्गम भागातील प्राथमिक शाळांचे शिक्षक यांच्यासाठी आयोजित केले.

पोलिसांचा छळवाद ही एक आजची सामाजिक समस्या आहे. कायद्याच्या अज्ञानामुळे पोलीस गरीब जनतेची अडवणूक व नाडवणूक कशी करतात, याची उदाहरणे ढेबेवाडी खोऱ्यात रोज ऐकत होतो. पाहत होतो. माझे व्यक्तिश: पोलिसांशी मैत्रीचे संबंध होते. पण त्यांच्या प्रवृत्तीबद्दल राग असायचा, यामुळे पोलिसांशी प्रत्यक्ष लढाई करण्यापेक्षा फौजदारी कायदा समजावून देण्याचे काम केले तरी खूप झाले असे वाटे. साताराचे प्रसिद्ध कायदेपंडित ॲड. धैर्यशील पाटील यांची 'फौजदारी कायदा व आपण', 'पोलिस आणि स्त्रिया' या विषयांवर डोंगराळ भागात व्याख्यानांच्या ओळीच ओळी लावल्या. परिणामी अंगावर फाटक्या चिंधड्या असणाऱ्या लाजेपुरते वस्त्र नेसणाऱ्या अनेक स्त्रियांना पोलिस कायदा समजला. आपणहून पोलिसी अत्याचाराविरुद्ध लहानसा आवाज उठविण्याचे क्षीण सामर्थ्य देऊ शकलो.

कॅन्सर म्हणजे डेथ वॉरंट! माझा हिन्दीचा एक प्राध्यापक सहकारी 'लिंबिकाई' याला ब्लड कॅन्सर झाला होता. रोज माझ्याबरोबर हसत-खेळत गप्पा मारणारा हा सहप्रवासी हे जग सोडून जाणार याची मला चाहूल लागली होती. आमचा एक सेवक विक्रम भालेराव हाही याच रोगाच्या शिकारीचे भक्ष्य. टाटा मेमोरियल

इस्पितळाशी माझा जुना ऋणानुबंध होता. ऐन तारुण्यात मी मृत्यूशी झुंज देणाऱ्या, मरणयातना हसत सोसणाऱ्या स्त्रीचा सहचर होतो. यामुळे नकळत माझा टाटा मेमोरियल इस्पितळाशी जवळचा संबंध आलेला! डॉ. प्रफुल्ल देसाई, डॉ. राव, डॉ. राजपाल या जागतिक कीर्तीच्या धन्वंतऱ्यांशी पदर जमलेला. मी त्यांना सातारला कॅन्सर निदान शिबिर घेण्याची विनंती केली. बजाजची प्रिया स्कूटर्स, आर्यांग्ल वैद्यक महाविद्यालय पाठराखणकर्ते झाले. डॉक्टरांसाठी व्याख्याने, प्रत्यक्ष निदान, जनतेमध्ये कॅन्सरबद्दल जनजागरण, प्रदर्शन अशी आखणी केली. त्या आखणीत लिंबिकाईला तपासत असताना डॉक्टरांनी मला सांगितले की, तुझा सहकारी काही दिवसांचाच सोबती आहे. लिंबिकाईला नकळत मी जाणीव दिली. त्याची बदलीही केली. मधल्या काळात जाणीव असूनही त्याने लग्न केले व सहा महिन्यांतच पत्नीला विधवा केलं. विक्रम भालेरावने तर लग्न केले, अंथरूण पकडले. अंगावरची हळद उतरण्यापूर्वीच या जगाच्या पार गेला. कॅन्सरच्या जाणिवा देऊनही माझ्या या सहकाऱ्यांनी लग्न केले. मी या स्त्रियांना सांगण्याचे धैर्य करू शकलो नाही याची खंत मनात राहिली. त्या मुलींचे पालक भेटलेच नाहीत.

कॅन्सरवरची डॉ. शेखर खुटाळे यांची शेकडो पुस्तके व नाटके मी वाचली होती. तळमावल्याच्या नागटेकडीवर राहून जगाचा बाडबिस्तारा उचलायला लावणाऱ्या या विसाव्या शतकातील महान रोगासंबंधी काही जाणिवा निर्माण करू शकलो याचे समाधान पदरी होते. एल. बी. एस. मधील माझा विद्यार्थी, राष्ट्रसेवादलातील माझा साथी डॉ. शेखर खुटाळे हाही या शिबिराच्या वेळेस कॅन्सर पेशंट होता. त्याने भरविलेल्या प्रदर्शनाच्या शेरेबुकात लिहून ठेवले. "प्रदर्शन छान. परंतु माझ्या दृष्टीने खूप उशीर." शेखरचा मृत्यूही असाच वेदनाकारक झाला. आर्यांग्लचे डॉ. बगाडे, डॉ. चव्हाण, डॉ. नातू या मित्रांनी केलेले सहाय्य लाख मोलाचे होते. तळमावल्यात राहून जीवन-मरणाच्या सीमेवर असलेल्या, बुडत्या जहाजाचे प्रवासी असणाऱ्या आपल्या घरातील लोकांशी अखेरच्या गप्पा मारणाऱ्या काही लोकांची कॅन्सर कॅम्पने सेवा करू शकलो. हे समाधान माझ्यामागे सावलीसारखे राहिले ते तळमावल्यामुळे.

आज फलोद्यान क्रांतीचा नारा लावला जातो. पण जेव्हा फलोद्यान ही कल्पनाही लोकांना माहीत नव्हती. त्या काळात अफार्मच्या मदतीने तळमावल्यात कलमांचे असंख्य वर्ग घेतले. दापोली कृषी विद्यापीठाची शक्ती तळमावल्यात आणली. पुण्याच्या कृषी महाविद्यालयाचे प्राचार्य राणे, मराठवाड्यातील चेंडे तीन-तीन दिवस तळमावल्यात मुक्काम ठोकत. तळमावल्याची माझी अंबराई मातृवृक्षासारखी त्यांच्या मदतीला धावली. परिणामी माझ्या विद्यार्थ्यांनाही नकळत फलोद्यानाचे वेड लागले. परिणामी वाल्मिकी पठरापासून तळमावळ्यापर्यंत पसरलेल्या खेडोपाडी

कलमे लावण्याची लाटच आली. माझ्या विद्यार्थ्यांनी अंत:स्फूर्तीने आपल्या कलमांच्या आमराया उभ्या केल्या. फुलांचा व्यापारी तत्त्वावर व्यापार सुरू केला. ग्रामीण तरुणांसमोर असलेला रोजगाराचा प्रश्न वेगळ्या तऱ्हेने सोडविण्याचा हा एक प्रयत्न होता. या डोंगराळ भागात ना धरण, ना बांधारे, ना पाझर तलाव. मुरमाड वरकस जमिनी! वाल्मिकी पठारावर तर तीस मैलात माणूस नाही. डोंगर बोडके केलेले. पण हळूहळू विद्यार्थ्यांनी आपले जमिनीचे क्षेत्र आंब्याने हिरवेगार केले. काही विद्यार्थी सरपंच, पंच झाले. त्यांनी कुऱ्हाडबंदी, चाराबंदी, शराबबंदी केली व ग्रामीण जीवनात काही सुसह्यता आणण्यात १० वर्षांत मी जे प्रयोग करीत गेलो, त्याला किमान काडीइतका निमित्त झालो.

माझ्या महाविद्यालयातील प्राध्यापकांनी पाणीपुरवठ्याचे सर्वेक्षण केले. सर्वेक्षणाचा पाठपुरावा केला. लोकप्रतिनिधी व सरकारी यंत्रणेशी आम्ही पत्रव्यवहाराने लढू लागलो. नकळत विलासकाकांची राजकीय शक्ती व शहाणपण यामुळे अनेक खेड्यातील स्त्रियांच्या डोईवरची घागर खाली उतरली. या सर्व प्रयोगांवरून माझ्या लक्षात आले की, ग्रामीण महाविद्यालये अशी कामे करू लागली, तर जनमानसात आदराचे स्थान बनतील. ती जीवन विकासाची केंद्रे बनतील. सुदैवाने श्री. स्वामी विवेकानंद शिक्षण संस्थेच्या संचालकांनी तळमावल्याबाबत आपली ही भूमिका कायम ठेवली होती. कै. काकासाहेब चव्हाणांनादेखील हे महाविद्यालय ज्ञानार्थी हवे होते, पण पोटार्थी नको होते. अशा ग्रामीण महाविद्यालयाचे धुरिणत्व जवळजवळ १० वर्ष ३ महिने सहकारी प्राध्यापकांच्या मदतीने करता आले. त्यामुळे जीवनाच्या या कालखंडाचे सोने झाले. तळमावले मला वनवास वाटले नाही. तेथील अरण्यवास आनंदकारी ठरला. वनवासात क्लेष आहेत, अरण्यवासात सुखाची स्पंदने, चिंतनाचे स्फुल्लिंग आहेत.

शेख काका सलाम वालेकुम्

तळमावल्याला असतानाही प्राध्यापक संघटनेचे काम पहिली २ वर्षे प्रभारी प्राचार्यपदाच्या काळात मी करीत होतो. एका रात्री कोल्हापूरहून तळमावल्याची बस चुकल्यामुळे सातारी घरी मुक्कामाला निघालो. स्टँडवरून चालत जात होतो. रात्रीचा १ वाजला होता. सातारा पोलिस स्टेशनजवळ एक वृद्ध गृहस्थ लंगडत चालला होता. चालीवरून मी ओळखले की हे कॉ. शेख काका...गरिबांचा झुंजार नेता...भूमिहीन मजुरांचा आधार...४२ चा लढवय्या...प्रतिसरकारचा तुफानी नेमबाज...दरोडेखोरांना व इंग्रजांना लोळविणारा...स्वातंत्र्य मिळूनही शेख काकांसारख्या कार्यकर्त्याला पायीच जावे लागत होते. मी जवळ गेलो. काकांना म्हणालो, "काका

इतक्या रात्री बुधवार नाक्यावर तुम्ही जाणार कसे?'' काका म्हणाले, ''शेठ, रिक्षा परवडणार नाही. इस्लामपूरच्या कोर्टात माझ्यावर खटला होता. म्हणून गेलो होतो.'' काकांना रिक्षाने घरी पोहोचविले. काकांची, मी एल. बी. एस. ला असताना N. S. S. ला मदत झालेली. N. S. S.च्या समारोपाला अरुणा असफल्लीसारख्या जागतिक कीर्तीच्या क्रांतिकारिकेला एका अग्निशिखेला ते घेऊन आले होते. राष्ट्रप्रेमाचा संस्कार अरुणा असफल्ली यांच्या धारदार डोळ्यांच्या तेजाने व ओजस्वी वाणीने विद्यार्थ्यांवर झाला होता.

काकांनी ४२ च्या लढ्याचे काही अस्सल कागदपत्रं माझ्या हाती दिले होते. दुर्दैवाने, काकांकडे ते कागदपत्र द्यायला निघालो व कोठेतरी गप्पा मारताना ते अस्सली ऐतिहासिक दस्तावेज माझ्या हातून हरविले. खरं पाहता अशा गुन्ह्यासाठी फाशीचीच शिक्षा व्हायला हवी. मी जाहिराती दिल्या. बक्षिसे जाहीर केली. पण ती गहाळ कागदपत्रे माझ्या हाती लागली नाहीत, ही रुखरुख मनात होती. एक दिवस शेख काका माझ्या घराकडे आले. हातात एक पावती पुस्तक होते. ''शेठ, मी घर बांधतोय. मला १०१ रु. देऊ शकशील काय?'' ४२ च्या लढाईचा तेजस्वी इतिहास आपल्या रक्ताने लिहिणाऱ्या या वृद्ध स्वातंत्र्यसैनिकाची मागणी माझे काळीज चिरत गेली. दारोदारी किती भटकणार? नकळत मी हरविलेल्या कागदांचे पापक्षालन करायचे ठरविले. तळमावल्यात राहत असल्याने परिस्थितीच्या मर्यादा मला होत्या. पण 'बेचेंगे तो और भी लढेंगे' 'हिम्मत मर्दा तो मदद खुदा' या दत्ताजी शिंदेच्या वचनांची आठवण झाली. काकांसारख्या स्वातंत्र्यसैनिकाला जर तन-मन पणाला लावले तर मदत करू शकू. काका पडले कम्युनिस्ट! कम्युनिस्टांच्यात षष्ठ्यब्दपूर्ती नाही. भीक मागणे नाही! कम्युनिस्ट पद्धतीने राहणाऱ्या बड्या-बड्या साम्यवादी नेत्यानीही १३-१४ रुपयांत आपली गुजराण केलेली. 'भुकेला कोंडा व निजेला धोंडा' या पद्धतीने रानोमाळ भटकणारे हे ध्येयवादी कार्यकर्ते होते. तळमावल्याला आल्यावर चंद्रकांतला हा प्रसंग सांगितला. तो म्हणाल, ''तू महिनाभर कॉलेज विसरलास तर काकांच्या घराचा प्रश्न आपण सोडवू'' चंद्रकांतला खजिनदार बनविले. आमची दुक्कल सातारला आली. काकांशी बोललो. काकांना घेऊन महाराष्ट्राचे मुख्यमंत्री वसंतदादा पाटील यांना भेटलो. वसंतदादा, यशवंतराव चव्हाण यांना काकांबद्दल प्रेम होते. आम्ही त्यांना म्हणालो, ''२५ रु. ची तिकिटे खपवत, हिशोब करीत गावगन्ना फिरायला आम्हाला वेळ नाही.'' वसंतदादांनी योजना सांगितली की, शेख काकांच्या १००० रु. देणाऱ्या १०० मित्रांची नावे मिळवायची व त्यांना पत्रे लिहायची. वसंतदादांनीच १५००० रु. आपली देणगी आमच्या हवाली केली. यशवंतरावांनी हजारांचा चेक पाठविला. उद्योगपती निळकंठराव

कल्याणींनी १०००० रु. चा धनादेश रवाना केला. नागनाथ अण्णा नायकवडींनी वाळवा तालुका ढवळून काढला. परिणामी आम्ही बघता-बघता १६५००० रु. जमविते झालो. काकांना ही थैली देण्यासाठी माणूस शोधायचा. काका कम्युनिस्ट! त्यामुळे मदत देणारे मित्र राजकीय संशयकल्लोळमुळे थोडे दूर. डांगे साहेब प्रकृतीचे जर्जर. चंद्रकांत शिंदेना एस. एम. आण्णांकडे पाठविले.

एस. एम. अण्णांचे शेख काका सोशॅलिस्ट पार्टीतले जुने सहकारी. वाटा वेगळ्या झाल्या तरी या देशभक्तांतील ममत्वाची तार कोणीच तोडू शकत नव्हते. वसंतदादा, एस. एम. आण्णा, यशवंतराव चव्हाण, शेख काका या चौघांचे चार मार्ग होते. पण ते मार्ग भारतमातेच्या पुतळ्याशी एकत्र येत होते. ४२ ची लढाई, त्यासाठीच ते लढले. एस. एम. अण्णा पाठीच्या कॅन्सरचे बेजार. तरीही जनजागरणाचा ध्यास कमी नव्हता. आंबेगाव तालुक्यातील आदिवासी क्षेत्रात एस. एम. अण्णांना गाठले. त्यांनी स्वीकृती दिली. स्वातंत्र्यसैनिकांची मांदियाळी जिल्हा बँकेत गोळा झाली. ४२ च्या चळवळीचे मंतरलेले दिवस आठवणारे, संयुक्त महाराष्ट्राच्या लढाईतील थरार मनात जपणारे, गोव्याच्या मुक्तिलढ्यात पोर्तुगीजांच्या लाठ्या सोसलेले हे सर्वजण आम्ही एकत्र आणले...काकांना एस. एम. अण्णांच्या हस्ते थैली दिली. बघता-बघता काकांचे घर एका वर्षांत उभे राहिले. तळमावल्याच्या नागटेकडीवरून एका स्वातंत्र्यसैनिकासाठी आम्ही केलेली धडपड आम्हा दोघांच्या वैयक्तिक जीवनात स्वातंत्र्यसैनिकाबद्दलच्या कृतज्ञतेची कालकुपी होती. चंद्रकांतसारख्या व्यवहारी माणसालाही काकांच्या सत्काराचे पुण्य मिळाले. माझ्या लेखी एका वृद्ध सैनिकांची सेवा करण्याचे भाग्य मिळाले. शेख काका मी तळमावल्यात असतानाच आपल्या घराची ऊब घेतात न घेतात, तोच या जगाला 'खुदा हाफिज' म्हणत अलबिदा करून गेले. तळमावल्याच्या १० वर्षांच्या कालखंडातील शेख काकांच्या सत्काराचे कृत्य हे मी पुण्यकृत्य मानतो. स्वामी विवेकानंद शिक्षण संस्थेचे संस्थापक बापूजी साळुंखे व कै. काकासाहेब चव्हाण दोघेही स्वातंत्र्यसैनिक! त्या दोघांनाही शेख काका स्वर्गात 'सलाम वालेकुम' म्हणत तळमावल्याच्या मातीत आम्ही केलेल्या या धडपडीची गाथा सांगतील. ते सुखावतील व म्हणतील, "माझ्या पोरांनी सुसंस्कारांचा झेंडा तळमावल्याच्या रानात उभारला." व तेथूनच आमच्या दोघांवर दोन आनंद-अश्रू ढाळून म्हणतील. "शाबास! पुढे व्हा!"

शेख काकांच्या सत्काराच्या वेळेस वास्तवतेचे भानही नकळत आले. शेख काकांनी आयुष्यभर कष्टकरी जनतेसाठी 'सावकारशाही ठेवायची नाही, ठेचायची नाही, या गरिबांनु या. कम्युनिस्टांच्या झेंड्याखाली या." या व्रताने काम केले होते. घामाने जे न्हाले त्यांची पूजा त्यांनी बांधली होती. त्यांच्या सत्काराला क्वचित

एखादा मुसलमान असेल, कारण मुलीच्या लग्नपत्रिकेवर 'वंदे मातरम' छापणारा हा सच्चा राष्ट्रीय मुसलमान होता. माझ्या व्यापारी मित्रांना मी विनंती केली की, शेख काकांच्या सत्काराला येणाऱ्या स्वातंत्र्यसैनिकांना चहा-पाणी द्याल का? त्यांचे फार होकारार्थी उत्तर नव्हते. शेख काका मोर्चे काढतात. हे सर्व ऐकले व जिल्हा बँकेचे आप्पासाहेब भोसले यांना गाठले. आप्पासाहेब भोसले सामाजिक सामिलकीचा पुतळा! त्यांनी सर्व जबाबदारी घेतली. सभेला आपल्या भाकऱ्या घेऊन आलेले, कोरड्याला पिठले घेऊन आलेले. फाटक्या वस्त्रांतले बळीराजाच मोठ्या प्रमाणात होते. हातोडा व कोयता ज्यांच्या जीवननिर्वाहाचे आधार आहेत, तीच प्रजा शेख काकांच्या सत्काराला आली होती. कष्टाचे करपलेले चेहरे. परंतु हृदयात शेतमजूर, कामगार ऐक्याच्या आवेश, डोक्याला मुंडासे, पायात वहाण, नऊवारी चिरगुडे नेसलेल्या बाया-बापड्यांचीही गर्दी. ज्याच्या-त्याचा श्रोतवृंद ठरलेला असतो. शेख काकांनी श्रमिकांची लढाई अखेरपर्यंत लढविली. तुरुंग त्यांच्या विश्रामाची जागा होती. शरीर विकलांग झाले तरी लंगडत-लंगडत 'हमला दो' म्हणायला शेख काका हाजिर! अशा कार्यकर्त्यांचा सत्कार तळमावल्यात राहून आम्ही करू शकलो हे कृतार्थतेच्या क्षणांपैकी एक क्षण मी मानतो.

जनजागरण

तळमावल्याच्या महाविद्यालयाने खरूज-नारू विरुद्ध लढा पुकारला. जसा लष्करासाठी प्रवेश बंद असणारा एखादा झोन असतो, तशी 'नारुग्रस्त प्रदेशात प्रवेश करीत आहात' अशी पाटी आढळे. अनेकदा मी झोपड्यांतून राहिलो होतो. त्यावेळी पिसवा आणि उंदीर यांच्यासमवेत लोक कसे राहत असतील याचा प्रश्न पडे. खरूज-नायटा साथी-संगतीला होते. कापड बझार, दाणा बझार, भात बझार, लोखंड बझारात ओझी उचलून-उचलून वयाच्या ४५ पर्यंत पाठीची पोके झालेली व दारूने यकृताला खिंडारे पाडलेली अनेक माणसे परिचयाची झाली होती. यावेळी 'युनिसेफ' च्या चौहान बाईंनी आपली सेवा आमच्या हवाली केली. युनिसेफच्या मुंबईच्या कार्यालयातून कॅसेट येत. महाविद्यालयाचा प्रोजेक्टर व कॅसेट पडदा पाठीला बांधून खेडा-पाडी भटकंती व्हायची. बोलकी चित्रे माणसांवर अधिक परिणाम करतात. आर्यांग्ल महाविद्यालयाच्या खरूज व गुप्तरोगांवरच्या कॅसेट घेऊन डॉ. चव्हाण व त्यांचे विद्यार्थी आमच्या दिंडीत येत. काही खेड्यांत खरूज, नायटा, गुप्तरोग, एडस यासंबंधीचे जनजागरण माझ्या विद्यार्थी व प्राध्यापक यांनी केले.

आभाळाला भोक पडलं

'अफार्म'चा मी मानद सदस्य होतो. अफार्मने स्वयंसेवी संस्थांनी पर्यावरणासाठी काय केले याची पाहणी करण्याची जबाबदारी माझ्यावर सोपविली. मी, एल. बी. एस. मधील माझे सहकारी प्रा. धांडे यांना बरोबर घेतले, कर्नाळा, बोईसर, जव्हार, कळंदुरी, सुरगाणा, भीमाशंकर, सिंहगड, खडकवासला, थेट बारामती अशा मजला मारल्या. या काळात मी पारदर्शिका बनवून घेतल्या. या पारदर्शिका हाती येताच पुन्हा तळमावल्याच्या खेडोपाडी पर्यावरण जागरणाच्या प्रयत्नांचे अभियान सुरू केले. सुरुवातीला चेष्टा होई. पण उपहास, निंदा हे सर्व सहन करता-करता लोकांना पर्यावरणाचे प्रेम वाटले. ग्रामीण डोंगराळ भागातील महाविद्यालयाने मनात आणले तर पर्यावरणाच्या समतोलासाठी काही प्रयत्न ते करू शकतात. आभाळ कोसळते तेथे ठिगळे काय लावणार? पण ठिगळे लावता-लावता पुन्हा छत बांधता येते. सर्कसवाल्यासारखी जिद्द मनात हवी. तारेवरच्या कसरतीचे कौशल्य हवे. आपण लोकांना उचीचच कमी लेखतो. खेड्यांतील सामान्य माणसाला व्यावहारिक शहाणपण असते. नफा-तोटा त्याला कळतोच. हा ग्रामीण शेतकरी पाऊस वेळेवर आला नाही, तर विचारायचा "सर, आभाळाला भोक पडलं व एक हवा गेली. त्यामुळं असं घडतंय" याचा अर्थ ग्रामीण शेतकऱ्याला ओझोन वायू नष्ट होतो आहे. हे सांगायचे असते. पाऊस, नक्षत्र यांची सारी गणिते त्याच्या शेतीशास्त्राशी जुळलेली असायची. त्यामुळे हा पर्यावरणी उपक्रम काही खेड्यांत खूपच लोकप्रिय झाला. नकळत 'पाणी जिरवा, पाणी अडवा' या मोहिमेचा शासकीय पातळीवरचा फायदा शेतकऱ्यांनी घेतला.

राजकीय नेते आणि मी

तळमावल्याच्या परिसरात काम करताना लोक मला विचारतील की, राजकीय नेत्यांचा व तुमचा मेळ कसा बसला? गट-उपगटांना एकत्र कसे आणले? तर याचे उत्तर राजकीय अलिप्ततेत आहे. ग्रामीण महाविद्यालयाने स्थानिक राजकरणात हस्तक्षेप करू नये. निवडणुकांत भाग घेऊ नये. मी निवडणुकीच्या राजकरणातून स्वत:ला दूर ठेवले होते. विलासकाका पाटील यांचे अनुयायी, बाळासाहेब देसाईंचे पूजक, यशवंतराव चव्हाणांचे भक्त व यशवंतरारव मोहित्यांचे शिलेदार या सर्वांशीच माझे संबंध गोडी-गुलाबीचे होते. मी नेहमी म्हणायचो की, सरस्वतीच्या मंदिरात जाताना आपले राजकीय जोडे बाहेर ठेवायचे असतात. नकळत पुढाऱ्यांवरही याचा परिणाम व्हायचा. पिलूभाऊंसारखे काकांचे जुने सहकारी प्रत्येक कार्यक्रमाला हजेरी लावून, "साहेब, तुमची धडपड लै" असं म्हणत पाठीवर शाबासकीचा हात

मारीत. भगवान नाना पाटील, प्रा. उत्तमराव माने ही उगवती नेतृत्वं! पण राजकीय परिपक्वता त्यांच्यात होती. कोणत्याही संकटप्रसंगी साद घालावी की नाना हजर. महादेव पानवळ व प्रकाश पाटील हे तर आमचेच विद्यार्थी. पंचायत समितीवर निवडून आल्यावर कोणताही स्वार्थ डोळ्यांसमोर न ठेवता महाविद्यालयाच्या कामात अग्रेसर. विलासकाका पाटील यांचा व माझा जुना स्नेह. शिवाजी विद्यापीठाच्या कार्यकारिणीची निवडणूक मी लढविली, तेव्हा काकांनी जिल्हा काँग्रेसचा सगळा फौजफाटा माझ्या निवडणुकीसाठी वापरला. मी विचाराने समाजवादी हे त्यांना माहीत होते. पण त्यांनी कधीही राजकीय मतभेदाचे गणित मांडून महाविद्यालयाच्या विकासाच्या वाटा रोखल्या नाहीत, मुक्त केल्या.

पृथ्वीराज चव्हाण अभ्यासू खासदार. मी कॉम्प्युटर घेताना त्यांनी पार्ट अन पार्ट मला खोलून, समजावून दिला. मी एक विज्ञानाचा विद्यार्थी व ते माझे गुरू या पद्धतीने त्यांनी संगणकाबाबत आस्थापूर्वक मला शिकविले. स्वभाव उमदा, विचारांची पक्की बैठक, विनम्रता. दिल्लीत मी असताना त्यांच्याकडे गेलो नाही याची रुखरुख त्यांनी अनेकदा व्यक्त केली. मला कडवट अनुभव आले नाहीत असे नाही. एका गटाची नाराजी कायम राहिली. त्या साखर कारखान्याची जाहिरात मी असेपर्यंत कधीही मिळाली नाही. याउलट रत्नाप्पाण्णा कुंभार, तात्यासाहेब कोरे, जयंत पाटील, दिनकर आबा पाटील यांना या महाविद्यालयाबद्दल आस्था वाटायची. दरवर्षी जाहिरातींच्या भरीव रकमेने आमचा झोळणा भरत. त्यांना या डोंगराळ भागातील विवेकानंद संस्थेच्या या संस्कृतिकेंद्राबद्दल प्रेम वाटू लागले. सरंजामदारांचे मन मी जिंकू शकलो नाही. कदाचित माझ्यात काही न्यूनता असावी किंवा त्यांचे राजकीय विचार मी पचवू शकलो नसलो पाहिजे. याबद्दल ना खंत ना खेद! मला अभिमान वाटावा अशाच घटना घडत गेल्या. शिव सैनिक बाजीराव यादव जमिनीच्या प्रश्नावर वाद घालायचा. परंतु प्राचार्यांचा आदर ठेवायचा! परगावच्या विद्यार्थ्यांना मदत करायचा. महाविद्यालयाच्या आवारात त्याची वागणूक नम्र विद्यार्थ्यांसारखी असायची. सगळी यादव भावकी घेऊन यायचा, परंतु महाविद्यालयाच्या शैक्षणिक वातावरणात बिघाड होणार नाही याची काळजी घ्यायचा. भगवान नाना पाटील व कुंभार गाव सोसायटी यांनी तर प्रत्येक प्रसंगात आर्थिक मदत केली.

ज्या दिवशी माझ्या शाळेतील शिक्षक मित्रांना निवडणुकीचा मोह झाला, त्या दिवशी महाविद्यालयाच्या कटकटींना सुरुवात झाली. काही माणसे महाविद्यालयाच्या झेंडावंदनाला येत. नुसता आवाज गेला, तर हाकेला 'ओ' देत, ती माणसे चेहरे फिरवू लागली. ग्रामपंचायतींच्या निवडणुकीच्या काळात मी तर तळमावल्यात नव्हतोच. प्राध्यापकांनाही निवडणुकीच्या मोहापासून दूर ठेवले होते. तेही सुट्टीला

विश्रामासाठी निघून गेले. या शिक्षक मित्रांचा उपयोग काही व्यापाऱ्यांनीही संस्थेच्या जागेच्या संदर्भात केला.

माझे तळमावले निवांत, शांत होते, पण त्या शांत सरोवरात खडा पडला व वादळाचे तरंग उमटू लागले. त्यातून जागेच्या प्रश्नांचा चक्रव्यूह संस्थेचा हितचिंतक समजणाऱ्या व्यक्तीने उभा केला. संस्थासंचालकांनाही इशारे देऊन मी थकलो. पण गोड, मधाळ भाषा याचा माझ्या खरबरीत भाषेपेक्षा अधिक परिणाम झाला. मी रोज संध्याकाळी देवीला जात असे. एका शिक्षिकेच्या बदलीतही मला रस नव्हता. पण तिच्या बदलीमुळे संघर्ष पेटेल अशा धमक्या दिल्या गेल्या. संस्थेच्या जागेच्या मोहाच्या आड मी येत होतो. त्यांनी 'न रहेगा बास, न बजेगी बासुरी' तत्त्वाने वागायचे ठरविले. एका माणसाला खूप दारू पाजून माझ्या पाठीवर सोडले. मी लक्ष्मीला नमस्कार करतो तोच कुऱ्हाडीचे लखलखते पाते चमकले. माझ्या मानेला स्पर्श करण्यापूर्वीच डॉ. विनीता पाठक यांनी मला बाजूला ढकलले. त्या तिथे नसत्या तर माझी अवस्था शिरापासून धड वेगळे अशी झाली असती. मृत्यूची क्षणिक भीती वाटली, पण मी सावरलो. महाविद्यालय बंद केले नाही किंवा घरी जायचा निर्णय घेतला नाही. मी तसा हिंसक प्राणी नाही. परंतु कुऱ्हाडीने वार करणाऱ्याला सांगावा दिला नाही की, उद्या संध्याकाळी तुझ्या वस्तीवर मी कुऱ्हाड घेऊन येईन. माझ्याबरोबर प्रा. मोटे असतील. कुणीतरी एकमेकांना खतम केल्यावर पोलिस स्टेशनला साथीदार पाहिजे. रजेचा अर्ज दिला नाही. खोलीतील कुऱ्हाड रात्री विस्तवावर तापवून धारदार केली. माझ्यातला आत्मविश्वास वाढविला. मी जर महाविद्यालय बंद केले असते तर त्याचे वेगळे परिणाम झाले असते. महाविद्यालयातील प्राध्यापकांचे नीतिधैर्य गळण्याचा प्रश्न होता. मीच तर रणछोडदास झालो असतो तर गावगुंडीला भिऊन मी पळालो, असे चित्र निर्माण झाले असते. नकळत प्राध्यापकांचे अवसान गळाले असते. विवेकानंद संस्थेला अडचणी झाल्या असत्या. मला पोलिस केस करण्याची मसलत दिली. पण पोलिस केस केली असती तर त्याला चार मित्र, मला चार मित्र! त्यांच्यात संघर्ष. गावचे राजकारणही ढवळून निघाले असते. माझ्यासमोर डॉ. बापूजी साळुंखे यांचा आदर्श होता. भ्यायचे नाही, पण आत्मसंयमाने आपल्यामुळे गावतील सूर बेसूर होऊ नये, याचीही दक्षता घ्यावी असा बापूजींचा आग्रह असे. माझ्या कुऱ्हाड पाजळल्याच्या कथा गावात पोहोचल्या व बाबुराव भुलुगडे यांनी व ग्रामस्थांनी स्वत: त्या व्यक्तीला स्टाफरूममध्ये पकडून आणले. त्याला मला नमस्कार करण्यास सांगितले. मला सांगितले, "सर, तुम्ही सांगाल ती शिक्षा या व्यक्तीला आम्ही करतो." पण मी त्याला सांगितले, त्याने महाविद्यालयास १५१ रु. ची देणगी द्यावी. क्षमा कसली मागायची? कोणीतरी त्या

व्यक्तीला आपले खेळणे बनविले. परिणामी गावात संयमाची वाखाणणी झाली. नीतिधैर्याचे कौतुक झाले. त्यानंतर माझ्यावर हल्ला करणारी व्यक्ती मला भेटायची. मी हसायचो व त्याच्या प्रकृतीचीही चौकशी करायचो. कडवटपणा मी ठेवलाच नाही. कारण द्वेषातून द्वेषाची बीजे रोवली जातात. बाभळीची झाडे लावून आंबे चोखता येत नाहीत.

या प्रसंगाचा मी एवढाच मथितार्थ लावला की, तुझी तळमावल्याला गरज नाही. तू आपले चंबूगबाळे आवरायला लाग. बिऱ्हाड-बाजले तुझ्या चाळीच्या खुराड्यात घेऊन जा. 'समझनेवाले को इशारा काफी होता है।' पण मी निर्णय घेतला की, यावर्षी बदली मागायची नाही. ताठ छातीने उभे राहायचे. तळमावल्याच्या टेकडीचा निरोप घ्यायचा नाही. आपण भित्रे ठरलो हे कोठेही नोंदले जाता कामा नये. जर शाखाप्रमुखच घाबरा निघाला तर त्याच्या गुरुदेव कार्यकर्त्यांवरही नकळत परिणाम होतो. म्हणूनच तळमावले न सोडण्याचा निर्णय घेतला. सरकारदरबारी कोठेही त्या व्यक्तीसंबंधी अक्षर लिहिले नाही अगर त्याला फूस देणाऱ्या व्यक्तीसंबंधी मी अनुद्‌गारही काढला नाही. मोहन राकेश यांनी लिहिलेली गोष्ट माझ्या लक्षात होती की, 'पुरा समाज एका चाकूच्या पात्याखाली वावरत असतो. सामाजिक जीवनातील दहशत संपवायची असेल तर चाकूला धार लावण्याचे सामर्थ्य आपल्यात हवे.' ते माझ्याकडे होते व म्हणूनच मी त्या टेकडीवर रात्री-बेरात्रीही राहू शकलो. ग्रामीण भागातील प्राचार्याला 'अरे ला का रे', म्हणण्याचे सामर्थ्य असलेच पाहिजे. परंतु हे करताना महाविद्यालय कुस्तीचा आखाडा होऊ नये ही काळजी घेतली.

दुःखाच्या सावल्या

तळमावळ्यात आनंदाच्या जशा आठवणी दाटल्या आहेत, तशाच काही दुःखाच्या आठवणीही सावलीसारख्या मनाला चिकटल्या आहेत. लीलाताई व डॉ. स. ग. यादव यांच्या मृत्यूच्या आठवणी मनावर मळभ आणतात. त्या आठवणींनीही जीव घायकुतीला येतो. लीलाताई माझी अन्नदात्री! मेहुणी! सखी! आणि बरेच काही. पानशेतच्या पुरात उदध्वस्त संसाराला पुन्हा उभारण्याचे सामर्थ्य असलेली शक्तिशाली! सदैव सदाफुलीसारखी हासरी! मोगऱ्यासारखी गंधित! पिवळ्या सुगंधी चाफ्याची अंगकांती घेऊन आलेली वय ६० झाले तरी चाळीशीच्या स्त्रीच्या सौदर्याच्या खुणा अंगा-खांद्यावर खेळवणारी. ऐन तारुण्यात माझी सहचरी कॅन्सरच्या विळख्यात सापडली, त्या काळात तिच्या मरणयातना, माझ्या मानसिक वेदनांमध्ये सहभागी होणारी, नव्हे, त्या जीवघेण्या झुंजीत तिच्या माझ्या पाठीवर फिरणाऱ्या मायेच्या हातामुळे कॅन्सरची झुंज आम्ही घेत होतो. मुंबईत गेलो की भेटायचो. खूप

हसायचो. मधल्या काळात भेटी थांबल्या. सातारला आपल्या जाऊकडे ती गंगापूजनाला आली. सौ. दमयंतीचा पिच्छा पुरवला की, मला तळमावल्यास घेऊन जा. दमयंतीने नन्नाचे सर्व पाढे वाचले. पण तिचा हेका कायम. तळमावल्याची ओढ तिला लागली. अखेरीस माझ्या भीतीपायी दमयंती तिला घेऊन तळमावल्यास आली. नेहमीप्रमाणे लपून-छपून तिने हसत बागेत प्रवेश केला. तिने दमयंतीला झाडात लपविले. मी विचारले, "तू येथे कशी? कोणाबरोबर आलीस?" आपल्या मेहुण्याच्या पाठीवर हक्काचा ठोसाही लगावला. गालही ओढले. मग लपलेल्या दमयंतीला बाहेर काढले. साठीच्या सीमेला स्पर्श करूनही ती निरागसच राहिली होती. संकष्टीचा दिवस होता. रात्री खूप गप्पा रंगल्या. गपपतीची भजनेही तिने म्हटली. तिच्या एकुलत्या एक भावाचा वाढदिवस होता. रात्री वाढदिवसानिमित्त अभिनंदनाचा फोन केला. तळमावल्याच्या माझ्या झाड-झाडोऱ्याला पाहून ती आंब्यासारखी मोहरून गेली. मनाचे दरवाजे मोकळे केले. पहाटे मला ती म्हणाली, 'आपण डॉक्टरकडे जाऊ या.' सकाळी ७ ला डॉ. विनीता पाठक हिच्याकडे आम्ही गेलो. दमयंती कोकणी नियमानुसार अंगणात सडा सारवण करीत होती. डॉक्टर म्हणाल्या, 'सर, जीपने वर जा. आराम पडेल' मी जीप आणेपर्यंत तिला धीर निघेना. बाईंच्या अंगणातूनच तिला अंगण झाडणारी बहीण दिसत होती. थोडेच अंतर, मी जीप आणेपर्यंत ती चालू लागली. मी धावत-धावत तिच्या मागे गेलो. ती 'चक्कर येतेय' असं म्हणत असतानाच खाली कोसळली. मी कोसळणाऱ्या लीलाताईला मांडीचा आधार दिला. रस्त्यावर चिटपाखरू नव्हते. शाळेची इमारत मध्ये आल्यामुळे माझा आवाज पोहोचत नव्हता. शेवटी एक आजी दिसल्या. त्या आजी धावत डॉ. पाठकांना घेऊन आल्या. डॉ. पाठकांना कल्पना आली. त्यांनी त्या चढावावर ऑक्सिजन सिलेंडर खांद्यावरून आणला. हॉस्पिटलमध्ये न्यायची, तर जीप कोठे? एक भरधाव जीप थांबली, पण ब्रेक ४०० फुटांवर लागला. माणसे उतरून जीपमध्ये मी व डॉ. पाठक बाईंनी तिला घेऊन हॉस्पिटल गाठले. डॉ. केतकर, डॉ. पानवळ हे मित्र हाक मारताच त्वरित आले व त्यांनी कापऱ्या आवाजात सांगितले, "सर टेरिबल स्ट्रोक फॉर यू." मी समजलो त्या वेळी परेशभाईला रात्रीचा अभिनंदनाचा फोन, सकाळी बहिणीच्या मृत्यूची वार्ता, फोनवर सांगताना काळजाच्या चिंध्या-चिंध्या उडाल्या. हसत आली व मृत्यूच्या पायघड्यांवरून क्षणात जगातून निघून गेली. ना पतीची मांडी तिला मिळाली. ८ नातवंडांचा तिचा हासरा संसार होता. नातवंडांकडे पाहू शकली नाही. आपल्या कर्तबगार मुलांच्या डोक्यावर आशीर्वादाचा हात फिरवू शकली नाही. पती मुंबईत, एक मुलगा मुरुडला, दुसरा पुण्यात, मुलगी गोरखपूरला. मृत्यूची अगतिकता, असहायता याचा अनुभव मला नवा नव्हता.

कै. प्रमिला, ऐन चोविसात कॅन्सरचे मृत्यूचे वॉरंट बजावून घेत होती. मृत्यू जवळ आला असताना आपले कापड आपण बेतण्याची शक्ती तिच्यात होती. ब्राह्मणाला दान देण्यासाठी मृत्यूपूर्वीच चार दिवस तिने चांदीची गाय केली होती. प्राचार्य कणबरकर व न्यू कॉलेजमधील माझे मित्र यांना स्ट्रेचरवर चढण्यापूर्वी हसत चहा पाजत होती. बँकेतील अकाऊंट बंद करून पर्समध्ये उत्तर कार्यासाठी पैसे ठेवत होती. डॉ. प्रफुल्ल देसाईंसारख्या धन्वंतरीला आपल्या कृश हाताने, डॉ. बोरजेससारख्या करुणेचा अवतार असलेल्या डॉक्टरचे पोर्ट्रेट भेट दिले होते. ऐन तारुण्यात मी अशा सखीचा धैर्यधर पती होतो. मृत्यू जवळ आल्यावर लीलाताई व काका तिला भेटायला आले त्यावेळी काकाच्या मांडीवर, 'काका' म्हणत या भौतिक संसारातला शेवटचा शब्द तिने उच्चारला होता. तिची बहीण लीलाताई हिचाही शेवटचा श्वास माझ्या मांडीवर जावा हा केवढा दुर्दैवी योगायोग!

सौ. दमयंतीवर प्रचंड मानसिक आघात झाला. काकांना काय सांगणार? तिच्या मुलांना कसे सावरणार? या दुःखाने ती आपली शुद्ध हरवून बसली. तिचा 'जीजी' या नावाने फुटलेला टाहो माझा थरकाप उडवत होता. पण अशा परिस्थितीत मी मला सावरले. लीलाताईच्या मृत्यूनंतर माझी सहचरी ही वेडाच्या सीमेला स्पर्शकर्ती झाली. रात्रीचे भेसूर हसणे व भेसूर रडणे, असंबद्ध बोलणे, हे सर्व दाखवत होते की आपण येरवडा अगर ठाण्याची वाट तर चालणार नाही ना? मी उदध्वस्त झालेला संसार पुन्हा सावरला होता. तो पुन्हा खंडहर तर बनेल की काय, अशी शंका मनाला खाऊन टाकत होती. संसार उन्मळून पडण्याचे ते वादळच होते. पण ताई देशमुख स्वत: परेशभाई व माझा डॉक्टर मुलगा यांनी तिला या वेडातून मुक्त केले. नितीनची ती जन्मदात्री आई नव्हती. पण आईपेक्षाही तिने त्याला जास्त काही दिले होते. सून तर मुलीसारखीच. कीर्ती व नितीनच्या प्रयत्नांमुळे हा संसाराचा आधारवड पुन्हा आले-गेलेल्यांना हसविण्यासाठी परत उभा राहिला. यशवंत पाटणे मला म्हणायचा, "सर, वर शाळा व खाली तुमचे घर म्हणजे धर्मशाळा." मी सुद्धा मनाने खचलो. मनात कोठेतरी अपराधी भावना होती. लीलाताईंना आपण वाचवू शकलो नाही. ज्या गावात तिचे वा माझे ना कुणी रक्ताचे, ना मातीचे, अशा परक्या गावात तिला मृत्यू आला. या मृत्यूची तार्किकता मी लावूच शकलो नाही. त्या वेळी मला वृद्ध प्रवीणभाई मशरुहवाला यांची आठवण झाली.

किशोरीभाई मशरुहवाला व म. गांधी यांचा हा आप्त गुजरात व महाराष्ट्राच्या सीमेवरील जंगलात मालूताईंना घेऊन एकटाच राहत होता. प्रवीणभाईंच्या सहवासात दोन-चार दिवस घालविले. प्रवीणभाईंना कित्येक वर्षं मी भेटलो नव्हतो. त्यांच्या

सहवासात पुन्हा एकदा तजेला आला. मोडलेले मन उभारले. जखमी पंख पुन्हा गरुडाचे बळ घेऊ लागले. जीवनाचा अर्थ प्रवीणभाईंनी समजावून दिला. डहाणूकर चिक्कूची कलमे घेऊन तळमावल्याची वाट चालू लागलो, पुन्हा एकदा कात टाकून कामाला लागायचे या हेतूने!

डॉ. सखाराम यादव अत्यंत बुद्धिमान! सरस्वती त्याच्या वाणीवर होती. विनोद त्याचा सांगाती होता. प्रा. मोहन सराफ व डॉ. सखाराम यादव, यशवंत पाटणे हे तीन मित्र रुसलेल्या माणसालाही डोंगराएवढी खळी गालाल पाडण्याचे सामर्थ्य घेऊन आलेली. सखाराममध्ये तर लहान मूल होते. जेवणात गांजा घाल, कपडे लपवून ठेव, जेवणात मीठ टाक अशा असंख्य खोड्या काढायचा. त्याची लेखणी बुलंद होती. वाणीत मध ठिबकत होता. लेडी किलर होता. या त्याच्या एका गोष्टीपायी मदिरा भक्त झाला. परिणामी ज्या वयात मृत्यू येऊ नये त्या वयात आपला संसार उदध्वस्त करून गेला. त्याच्या व्यसनमुक्तीसाठी खूप प्रयत्न केले. कोल्हापूरहून त्याचे बिऱ्हाड बाजले आणले. मुलांच्या सहवासात तरी याच्यात 'कच' जागा होईल असे वाटले. पण मदिराच्या नादाने नादावलेल्या सखारामला प्राजक्तसारखी वहिनी भावलीच नाही. परिणामी तो अधिकाधिक मदिरेच्या आहारी गेला. तळमावल्याहून त्याला बदलले. त्याने तर आपल्या मृत्यूची अफवा उठवून 'अजीम्या मृत्यू पाहिला' या पद्धतीने 'महानिर्वाण' नाटकातील नायकाप्रमाणे आपल्या मृत्यूसभेचे रूपही पाहिले. आठवड्यात जेव्हा मी एकटाच असतो तेव्हा डॉ. सखारामच्या आठवणीने हुंदका ही येतो व त्याच्या फिरक्यांच्या स्मृतीने हळूच हसतो. त्याच्या सुगरण पत्नीची व मुलांची मन:स्थिती लक्षात येते व त्या स्मृतीने 'पाणावती लोचने'

मृत्यूबद्दल मी अधिक विचार केलेला होता. लहान वयात लाखात एक देखण्या बहिणीच्या वैधव्याने आईने धसका घेतला व तरुण वयातच बुलंद शरीराची माझी आई मला सोडून गेली. त्याच काळात माझी बालसखी केवळ सावत्र आई येईल, या भीतीने तिचे वडील दुसऱ्या पत्नीला घेऊन पाऊल टाकण्यापूर्वीच मृत्यूला गळामिठी मारती झाली. आमच्या घरातील आरसपानी सौंदर्य लाभलेली शांता गुरवीण गावच्या तळ्यात आपल्या तारुण्याला लागलेला डाग धुण्यासाठी मृत्यूचे चुंबन घेती झाली. माझे वडील तर कॅन्सरने ग्रासल्यानंतर आपल्या मुलाला व नर्स मुलीला, डॉक्टर नातवाला त्रास नको म्हणून स्वत:च्या हाताने सलाइन फास्ट करून हृदयाचा दाब वाढवून आम्हाला मृत्यूशी सामना कसा करावा, हे सांगून गेले. सेवादलाचे अंबिके तर मृत्यूपूर्वी चार दिवस माझ्या पत्नीसमवेत व माझ्यासमवेत पत्त्याचा डाव मांडत होते. दोन दिवसांतच डाव उधळला गेला. अशा

जवळच्या माणसांच्या मृत्यूच्या अनेक आठवणी माझ्या गाठी होत्या. माझा परममित्र डॉ. मधुकर देशपांडे याने तर मृत्यूवरच पीएच. डी. केलं होतं. मृत्यूची गीतेही त्याने लिहिली होती. त्याच्या सहवासात तर आमच्या गप्पा चालायच्या त्या मृत्यूवरच. त्यामुळे तळमावल्याच्या लीलाताईंच्या मृत्यूनंतर तर मी निरासक्त होत गेलो.

मृत्युच्या चार दिवस आधीचा सेवादलाचे रं. ना. अंबिके माझ्या घरी कुटुंबासमवेत पत्ते खेळत होतो, मला मे महिन्यांत आमरस खिलवणाऱ्या रूपचंदमामांनी तर कफनापासून दानापर्यंत आधीच तयारी करून तेरा दिवसांचे तेरा हजार अत्यंसंस्कारासाठी बांधून ठेवले होते. निवृत्तीचे वेध घेऊ लागलो. मनात येऊ लागले, आपला देह आता ईश्वराच्या मालकीचा आहे. हमीद दलवाईच्या शब्दात 'उरले आयुष्य ईश्वराने दिलेले बोनस आहे, आपण एका भाड्याच्या घराचे प्रवासी आहोत. मालक बोलवील त्या दिवशी हे घर खाली करावे लागेल. उरलेले आयुष्य 'लिझिंग इयर' आहे.' मी एका वर्षी इचलकरंजी महाविद्यालयात असताना मृत्यूचे तांडव अनुभवले होते. मला ज्यांनी आईची आठवण येऊ दिली नाही असे माझे ४ मामा व मावशी हे मातृघराण्यातील आप्त व माझे श्वशुर घराण्यातील पाच नातेवाईक या जगाला अलबिदा करून निघून गेले होते. माझे श्वशुरांचे कलेवर ओंकारेश्वरी दहन करून येतो न येतो, तोच चार तासांत कमलचे मृत शरीर सासऱ्यांच्या वाड्यात आले होते. माझ्या एका मामाने स्वाभिमानाने मृत्यूचे स्वागत केले होते. लालजी कुलकर्णीसारखा माझा मार्गदर्शक जातो, न जातो तोच त्यांचा एकुलता एक मुलगा उत्तम हाही चार वर्षांत माझ्याशी आपल्या लघवीच्या काउंटची चर्चा करतो व दुसऱ्या दिवशीच त्याची पत्नी आपला घरधनी जगापार गेला म्हणून पत्र लिहिते. उत्तमचे वय तर २७ च होते. मंगळागौरी पूजनासाठी जाणाऱ्या काकी पुलावरून घसरून नाहीशा झाल्या व त्यांच्या प्रेताचा पत्ता लागला नाही. असे जवळच्या मित्रांचे व आप्तांचे मृत्यूचे क्षण मी जवळून पाहिले होते. नाना देशमुखांसारखा हसरा चैतन्याचा पुतळा इराण्याच्या हॉटेलात हृदय-विकाराने गेला. शैला कर्णिकच्या शेजारी असलेला विंग कमांडर भारत-पाक युद्धात जिवाची कुर्बानी करतो व त्याच क्षणी त्याच्या पत्नीच्या पोटी बाळ जन्माला येते. माझ्या संचारी नारदी स्वभावामुळे मृत्यूचे हे काळे जग मी पाहिले ही दुनिया, वेदनाकारक असली तरी एका निरोगी दृष्टीने मृत्यूने जगाकडे पाहण्याचा चष्मा दिला. 'हम तो मस्ती मे रहत है, बस्ती मे और कुछ होता है।'

रणजित देसाईंनी मला भेटीत सांगितले, 'शेठ Life is little but it is worth and short' त्यामुळे मी मॅकबेथ नाटकातील 'life tell told by an idiot' या वचनावर फार कमी विश्वास ठेवत असे. निरासक्त राहून त्याचा आनंद लुटला

पाहिजे. माझ्यावर तळमावल्यात आलेल्या प्रसंगामुळे तळमावले सोडून जाण्याचा माझा विचार क्षीण झाला. उलट जिद्दीने दोन वर्षे इथेच काढायची असा मनाचा फैसला झाला. अभयकुमारांनी मला दमयंतीच्या मन:स्थितीच्या दृष्टीने कराडला बदलून जाण्याचा सल्ला दिला. पण मी निर्णय घेतला की, नाही. दमयंतीला घेऊन तळमावल्यातच रहायचे. वृद्धावस्थेमुळे सुरई फुटली. तुटली असली तरी जगण्याचा नशा सोडून चालणार नाही. एका उर्दू शायराने सांगितले आहे-

"जब से सुना है मरने का नाम जिंदगी
सर पे कफन बाँधे, कातिल को ढूँढते हैं।
साकी को दिखा देंगे अंदाजे फकीराना
फूटी हुई बोतल है, टूटा हुआ पैमाना।"

याच मस्तीत जगले पाहिजे. वेडाच्या सीमेवरून पागलखान्यातून खेचून आणलेल्या पत्नीला सांभाळणे हेही एक आव्हान होते. तशा अर्थाने मी भाभींना दांपत्यजीवनाच्या आनंदाचे क्षण कमीच दिले होते. तळमावल्याच्या कामाच्या कैफात घर-संसार विसरून फक्त त्या टेकडीचा भार होऊनच मी श्वास घेत होतो. लोखंडाचे अंत:करण करून आपले कर्तव्य केले पाहिजे, याच उमेदीने महाविद्यालयाच्या रौप्य महोत्साचे आधी सांगितलेले कार्यक्रम धूमधडाक्याने पार पाडले. त्या वेळी 'मेरा नाम जोकर' मधील राजकपूरचे गीत तोंडावर आळवीत होतो...

"जीना यहाँ मरना यहाँ
इसके सिवा जाना कहाँ?"

मृत्यूसंबंधी विचार

मृत्यूसंबंधी विचार करताना माझा महाविद्यालयीन मित्र डॉ. एम. जी. देशपांडे डोळ्यांसमोर सारखा यायचा. माणसाने ईश्वराचा शोध घेतला. मृत्यूंजय होण्याचाही प्रयत्न केला. पण जन्म व मृत्यू ही दोन सत्य आहेत. या दोन किनाऱ्यांतूनच माणसाचे जीवन चालते. लीलाताईंच्या मृत्यूबरोबर मी पाहिलेल्या असंख्य मृत्यूंच्या स्मृती डोळ्यांसमोरून जात होत्या. 'निशा निमंत्रण' मधील कवी बच्चन यांची ओळ ओठांवर यायची-

"देह पर अधिकार हारे,
विवशता से पर पसारे,
करुण रव-रत पक्षियों की
आ रही है पाँत, साथी!
प्रबल झंझावात, साथी!"

एक-दोन महिने दमयंतीच्या मन:स्थितीमुळे माझ्या मनात भीती होती की, माझा हसरा संसार, माझं छोटंसं घरटं उदध्वस्त होईल की काय? पण पांडुरंगशास्त्री आठवले यांच्या विचारांचा प्रभाव नकळत आम्हां सर्वांवरच होता. त्यामुळे बच्चनने म्हटल्याप्रमाणे एक प्रकारची मानसिक बैठक तयार होत गेली होती. कवी बच्चन B. A. व M. A. ला असल्यामुळे मला एक प्रकारची उमर खैयामी दृष्टी मिळाली. ती तळमावल्याच्या अनेक प्रसंगांत व व्यावहारिक जीवनात प्रिय व्यक्तींबरोबरच्या मतभेदांच्या वेळीही उपयोगी पडली.

"भूत केवल जल्पना है,
और भविष्यत कल्पना है,
वर्तमान लकीर भ्रम की।
और है चौथी शरण भी?
स्वप्न भी छल, जागरण भी।"

तळमावल्यात एका प्रकारे माझी अभिवृत्ती बदलत गेली. परिणामी प्राचार्यपदाच्या अहंकारातून मी मुक्त होत गेलो. मृत्यूविषयक विचारांमुळेच माझ्या लक्षात आले होते की, सत्ता ही धुक्यासारखी येणार व मावळतीच्या सावलीसारखी निघून जाणार. सत्तेचे अहंकार मृत्यूसमोर दुबळे आहेत. शेवटी आपले शव बनू द्यायचे नाही. जीवन जड होऊ द्यायचे नाही. आपल्या मनातील दिवाळी कधी अंधारू द्यायची नाही आणि गर्वाची चौपाई कधी जायची नाही. दु:ख हाच जीवनाचा आदर्श नाही. आपली रामकहाणी ऐकायला जगाला वेळ नाही. तेव्हा बच्चनच्याच रागात आपण गायले पाहिजे. आजचा आनंद हाच महत्त्वाचा आहे. तळमावल्याच्या हरित वनात जे क्षण जगायला मिळाले, ते आनंदाच्या चंडोली मनाने जगणे हे महत्त्वाचे आहे. मृगजळामागे धावत जाण्यापेक्षा या दगडफुलांतच बदलीच्याऐवजी रमून जाणं. हेच खरे उत्तर आहे. आपण आपल्या कामामागे लागणे महत्त्वाचे आहे. जीवनाच्या एकाकीपणाला सामोरं जात नव्या कल्पनांनी आपण झपाटलं गेलं पाहिजे. झपाटणाऱ्या माणसाने आपल्या मंतरलेल्या जगाचा तलाक घ्यायचा नसतो. मनाचा दुबळेपणा गेला पाहिजे. आपल्या व्यवसाय प्राध्यापकाचा आहे. तरुणाईचा उत्सव आपण रोज पाहत असतो. वर्गात बसलेली हसरी, भरल्या शरीराच्या हरिणासारखी बागडणारी मुले-मुली पाहिल्यावर आपल्या करुण स्मृती जोंजावत आजचे जीवन दु:खी का करायचे? रडका शिक्षक कोणाही विद्यार्थी-विद्यार्थीनीला आवडत नाही. शिखकाने वर्गात प्रवेश करताच हसण्याच्या फुलछड्या फुटल्या पाहिजेत. आपल्या दु:खाच्या रडगाण्याशी त्या मुलांचा काहीही संबंध नसतो. उलट त्यांचे हसरे विश्व अधिक संपन्न करण्याची जबाबदारी शिक्षकाची आहे. जीवनाचा

अमर्याद आनंद त्यांना लुटता यावा याची रहस्ये खोलण्याचा आहे. मनाचं दुबळेपण व हृदयाची लघुता शिक्षकाजवळ असता कामा नये. दरवर्षी बाकांवरचे चेहरे बदलतात. नवे चेहरे येतात. पण शिकविणे कोणीच सोडले नाही. यामुळे शिक्षकाला मृत्यूची भीती वाटता कामा नये. डॉक्टर रोज मृत्यू पाहितो. त्याचा रोज वेदनेशी संबंध असतो म्हणून तो निर्विकार असतो. पण मी तळमावल्यात जे मृत्यू पाहिले त्यामुळे संवेदनशील मनाने थोडासा बधिर झालो. या बधिरतेच्या शॉकमधून मी त्वरित बाहेर आलो. निसर्गाच्या सहवासात तळमावल्यात मृत्यूच्या तत्त्वज्ञानाचा शोध घेता-घेता मी एवढेच शिकलो-

"कलियाँ खिलती, फूल बिखरते,
मिल सुख-दु:ख के आँसू झरते,
जीवन और मरण दोनों का
राग विहंगम-दल गा
तारक-दल छिपता जाता है।"

कराडचा सत्कार

तळमावल्याच्या टेकडीवर संध्याकाळच्या सूर्याचा लालिमा पाहत असतानाच धापा टाकीत डॉ. उमर्जीकर वर आले. त्यांचेबरोबर त्यांचे दोन-चार सहकारी होते. उमर्जीकर भूगर्भ-शास्त्राचे प्राध्यापक. कराड शहरातील क्रीडा क्षेत्रातील मातब्बर व्यक्तित्व. वर्षातून कधी ना कधी त्यांचा फेरा तळमावल्याला व्हायचा. तळमावल्याच्या टेकडीचे बदलणारे रुपडे पाहून तेही दाद देत. त्यांच्या सहकाऱ्यांना त्यांनी सांगितले, सेवेच्या क्षेत्रातला हा माणूस पकडायचा आहे. मी म्हटले, उमर्जीकर कोड्यात टाकू नका. ते म्हणाले, कराड जिमखान्याच्या वतीने आम्ही तुम्हाला मानपत्र देणार आहोत व तुमचा सपत्निक सत्कार करणार आहोत. मी त्यांना म्हणतो, "उमर्जीकर, कराड शहरात मी काहीच काम केलेले नाही. तेव्हा कराडच्या नागरिकांच्या वतीने होणाऱ्या सत्कारावर माझा काय अधिकार?" उमर्जीकरांचे सहकारी म्हणाले, "तुम्ही वेड्या गर्दीपासून दूर राहून या नागटेकडीवर नवे विश्व उभारले आहे. तुमची निसर्गसेवा व एका खेड्यातील महाविद्यालयाला प्रसिद्धीच्या झोतापासून दूर राहून तुम्ही स्पंदने दिलीत. शिवाजी विद्यापीठ क्षेत्रात हे महाविद्यालय एक श्रेष्ठ संस्कृतिकेंद्र बनविले. कोणत्याही सालो-मालोच्या निंदेकडे लक्ष न देता स्तुतिपाठकापासून दूर राहून काम केले. त्याचे कौतुक सुजाण नागरिकांनी करायला हवे. विधायक काम करणाऱ्या माणसांना प्रकाशात आणले तर आणखी काही दीप समाजाच्या मानसाला काही किरणे देतील." उमर्जीकरांनी व त्यांच्या सहकाऱ्यांनी यशवंतराव चव्हाण

सभागृहात अरुण गोडबोले यांच्या हस्ते हा सत्कार केला. त्यावेळी मला उर्दू शेर आठवला. उमर्जीकर व कराडकर नागरिक हे एका प्रकारे दीदावर होते.—

"नर्गिस अपनी बेनूरी पे रोती है।
कभी कोई दीदावर पैदा होता है।।"

माझाही विक-पॉइंट शेक्सपीअरच्या शब्दांत-

'Fame is the last affirmation of noble minds'

ज्या नागरिकांसाठी मी काहीही केले नाही, त्यांनी तळमावल्याच्या कामाबद्दल केलेला सत्कार व दिलेले मानपत्र हे सार्वजनिक जीवनात अजूनही शुचिता व कृतज्ञता टिकून आहे, याची प्रचीती देणारे आहे. apprieciation करायला मोठे मन असावे लागते. माझ्यासारख्या छोट्या माणसाचा मोठ्या माणसांनी केलेला सत्कार मी मनात कोरून ठेवला व इतकेच म्हणालो, "ईश्वरा, दुसऱ्याच्या चांगल्या गुणांची चाहत करण्याची उंची माझ्या मनाला दे. अंतरीचा दीप मालवू नको रे!"

दिल्लीतील प्रशिक्षण

शिवाजी विद्यापीठाचे कुलसचिव डॉ. बी. पी. साबळे हे माझे जुने सहकारी! मी जरी प्राचार्य झालो, तरी मला 'भाई' या नावाने पुकारणाऱ्या ज्या व्यक्ती आहेत, त्यात डॉ. साबळे आहेत. आमच्या स्वामी विवेकानंद शिक्षण संस्थेचे माजी विद्यार्थी व प्राध्यापक. तळमावले त्यांनी पाहिलेही होते. विद्यापीठातून त्यांचा फोन आला. मला त्यांनी बोलवून घेतले. सांगितले, "भाई तू खूप थकलेला दिसतोय. तुला विश्रांतीची गरज आहे. साताऱ्यात तळमावल्यात राहून तुला विश्रांती धार्जिणी नाही. दिल्लीला एक महिनाभर प्राचार्यांच्या प्रशिक्षण वर्गासाठी तुला पाठवतो. मी म्हणालो, "सर, माझी नोकरी उणी-पुरी चार वर्षे राहिली. मी आता निबार झालो. माझ्या कल्पना किती बदलणार?" नव्या प्राचार्यांना आपण संधी द्यावी. डॉ. साबळे उत्तरले, "भाई, तुझ्याकडे खूप नव्या नव्या कल्पना आहेत. तुझ्याजवळ मनाचा तजेला आहे. दिल्लीसारख्या ठिकाणी गेलास तर तुझ्या शैक्षणिक कल्पनांना नवा आकार येईल. शेवटी ना हो करता मी होकार दिला. १० वर्षांपूर्वी केंद्रीय सेवा आयोगाने माझी कोणतीही मुलाखत न घेता N. S. S. च्या सल्लागार पदासाठी निमंत्रित केले होते. फक्त नाममात्र इंटरव्यूव्ह द्यायचा होता. लेखी परीक्षा नव्हती. त्यावेळी प्रा. संभाजीराव जाधव यांना विधानपरिषदेसाठी आम्ही उभे केले होते. त्यांच्या निवडणुकीचा खजिनदार मी होतो. त्यावेळी प्रा. संभाजीराव जाधव यांना फसवायचे, की स्वतःचे किरिअर पहायचे हा प्रश्न आला. त्या वेळी मी दिल्लीला गेलो नाही. यावेळी मात्र संधी सोडायची नाही असा निर्णय घेतला. एका प्रदर्शनात

संधीचे चित्र मी पाहिले होते. डोळ्यांवर केस असलेला पक्षी, पायात घुंगूर व पसरणारे पंख. घुंगराने संधी चाहूल देते. परंतु पसरलेल्या केसांमुळे आपल्याला ती ओळखू येत नाही. आपल्या उपेक्षेमुळे पंख पसरून ती निघून जाते. संधीवर स्वार व्हावे लागते. ती पाऱ्यासारखी चंचल आहे. हाताने घट्ट पकडावी लागते. डॉ. बाबूराव साबळे यांना माझा होकार दिला. माझे नाव भारतीय शैक्षणिक शोध संस्थांकडे मार्गस्थ झाले. ऑगस्टमध्ये माझी निवड झाल्याचे पत्र आले. अभयकुमारांनीही माझी लीलाताईंच्या मृत्यूपासून झालेली मानसिक थकावट लक्षात घेऊन मला मुक्त परवानगी दिली.

दिल्लीला जायचा प्रसंग ८-१० वेळा आला होता. मुंबईपेक्षाही दिल्ली व अलाहाबाद या दोन शहरांच्या प्रेमात मी अधिक पडलो. दिल्लीला 'नि पा.' च्या हॉस्टेलमध्ये राहण्याची सोय होती. कन्याकुमारीपासून गोदावरी, कावेरी काठावरचे पाँडेचरी ते विजापूर, गुजरातपासून बंगाल, आसाम, मणिपूर, इम्फाळ यमुना-गंगाकाठचे असे ६५ प्राचार्य आम्ही एकत्र आलो होतो. देशाच्या सर्व प्रांतातील प्राचार्य एकत्र आल्याने मला नवे मित्र जोडण्याची संधी मिळाली. आमच्यामध्ये २० भगिनी प्राचार्या होत्या. एक महिना देश समजावून घ्यायची ही संधी होती. रोज जेवणाऱ्या टेबलावर, टी. व्ही. रूममध्ये संध्याकाळी फिरताना एकत्र हसायचो, फिरायचो. कुतुबमिनारपर्यंत फेरफटका व्हायचा. प्रत्येक प्रांताची शैक्षणिक व्यवस्था व प्रयोग मला कळले. त्यापेक्षाही प्रत्येक प्रांतांच्या धार्मिक, सांस्कृतिक रीतीरिवाजांची व राजकारणातल्या गुंतागुंतीचीही ओळख झाली.

या प्रशिक्षण काळात माझ्यावर सर्वांत प्रभाव टाकणारी व्यक्ती होती डॉ. के. सुधा राव! डॉ. के. सुधा राव मानसशास्त्राच्या विद्यार्थिनी! म्हैसूर विद्यापीठाच्या पदवीधर! सखोल अभ्यास! पण त्यांचा सदैव हसरा चेहरा व व्यवस्थापकीय कौशल्य प्रभावित करून गेले. माझ्यापेक्षा १०-११ वर्षांनी त्या लहान होत्या. एकीकडे जरब, दुसरीकडे अपरंपार जिव्हाळा तर तिसरीकडे आम्हाला व्यवस्थापन शास्त्राचे धडे चांगल्या व्यक्तीकडून देण्याची त्यांची धडपड! कॅबिनेट दर्जाचे सेक्रेटरी, उद्योगपती, अमरिक सिंगसारखी शिक्षणतज्ज्ञ. यू. जी. सी. चे चेअरमन राममूर्ती, सहसचिव दंडापत अशा असंख्य विद्वानांची व्याख्याने त्यांनी आयोजित केली. त्याचबरोबर शिक्षणशास्त्रावरची पुस्तके वाचून घेतली. माझा संघटनेचा अनुभव लक्षात घेऊन त्यांनी प्राध्यापकांच्या स्वयंमूल्यमापन, प्राचार्यांचे मूल्यांकन, संस्थांची अंतर्मुख होण्याची तयारी इ. विषयांवरचे शोध निबंध लिहून घेतले. पहिले २ दिवस मी इंग्रजीमुळे घाबरत होतो. एक दिवस त्यांनी एका कृतिसत्राचे मला अध्यक्ष केले. इंग्रजीच्या भीतीने मी पुतळ्यासारखा बसून राहिलो. पण मॅडम सुधा

राव हरल्या नाहीत. त्यांनी इंग्रजीबद्दल माझा आत्मविश्वास वाढवला. ख्रिश्चन फादर व मिस्टरसमोर मला बोलायला लावले. मला त्या म्हणायच्या, "शेठ साब, आप किसी भी समस्या का बारीकी से विश्लेषण कर सकते है। आप समस्या तो सुलझा सकते है।" त्यांनी माझा आत्मविश्वास वाढवल्यामुळे dispute in management या विषयावर माझा व प्राचार्य के. जोसेफ यांचा संयुक्त अहवाल वाचून कौतुक केले. मॅडम के. सुधा राव यांच्यामुळे चंदीगड, सिमला, डेहराडून, जयपूर व दिल्लीतील चांगली महाविद्यालये मी पाहू शकलो.

मॅडम के. सुधा राव चांगल्या प्रशासक होत्या. माझे खोलीतील सहकारी प्राचार्य शेळके यांची पत्नी पुण्यात आजारी पडली. फोन साडेदहाला आला. साडेबाराला गाडी होती. मॅडमनी ओळखले की प्राचार्य शेळकेंना मानसिक आधाराची गरज आहे. मला त्यांचे सामान आवरायला पाठविले. क्लार्कना त्यांच्या पैशाचा हिशोब करायला सांगितले. साडे अकराला आपली मारुती हवाली केली. मला व प्राचार्य दाभोळेंना बजावले, की प्राचार्य शेळकेंची गाडी सुटेपर्यंत रेल्वे स्टेशनवरून परत यायचे नाही. प्राचार्य शेळके पुण्याकडे रवाना झाले. परत येऊन बघतो तो मॅडम येरझाऱ्या घालत होत्या. मला पाहिल्यावर त्यांनी श्वास सोडला व परप्रांतातील प्राचार्यांच्या अडचणीच्या काळात आपण केलेल्या कर्तव्याचे समाधान त्यांच्या चेहऱ्यावर दिसत होते. आपल्या सहकाऱ्यांवर प्रेम कसे करावे हे मी त्यांच्यापासून शिकलो. त्या रागवायच्या पण क्षणात हसायच्या. आम्ही प्राचार्य होतो तरी आमच्यात मिस्कील खोडकरपणा होता. दंगामस्ती चालायची. त्यात मॅडम कधी सामील व्हायच्या. त्यांच्यामुळे माझ्या मनाला तजेला तर आलाच. पण व्यवस्थापनाची नवी दृष्टी मला मिळाली. लाल बहादूर शास्त्री महाविद्यालयात परत बदलून जाताना मॅडम के. सुधा राव यांनी लॅबोरेटरी मॅनेजमेंटबाबत दिलेला सल्ला मला उपयोगी पडला. 'Motivation' व 'Leadership' हे मॅडमचे अभ्यासाचे खास प्रांत होते. डॉ. सुधा राव यांनी मी सेवादलात घेतलेले व बापूजींच्या सहवासात उचललेले आदर्श यांना शैक्षणिक मानसशास्त्रीय, तात्त्विक आधार मिळवून दिला. M. Ed. ला प्रगत मानसशास्त्र हा माझा आवडता विषय होता. वयाच्या ५६ व्या वर्षी एखाद्या विद्यार्थ्यासारखा प्रगत मानसशास्त्राच्या संकल्पना पुन्हा एकदा मी समजावून घेऊ शकलो. डॉ. साबळे यांनी दिलेली संधी मी वाया घालवली नाही, याचे समाधान मला होतेच.

या प्रशिक्षण काळात ५-६ चांगले मित्र-मैत्रिणी मिळाल्या. चंदीगढचे प्राचार्य रल्हन यांना पाहिल्यावर मला डॉ. आ. ह. साळुंखे यांची आठवण व्हायची. त्यांची चेहरेपट्टी सारखीच होती. डॉ. आ. ह. साळुंखे यांच्यासारखा त्यांचा गाढा अभ्यास

होता. पण रल्हनसाहेबांचे बोलणे शांत, संथ, आपला मुद्दा धिम्या गतीने पटवून द्यायचे. दिलखुलास हसायचे. पंजाबची समस्या व स्वामी दयानंद यांचे रहस्य त्यांनी सांगितले. त्यातील गुंते समजावले. शीख व हिंदूमधील एकात्मतेची असंख्य उदाहरणे दिली. लष्कराबद्दल व लष्करी व्यक्तीबद्दल पंजाबमध्ये असलेल्या कथा त्यांनी समजावल्या. पंजाब हा राजस्थानइतका वीरपूजक प्रांत आहे. परकीयांच्या आक्रमणाच्या टाचेखाली पंजाब तुडवला जात असताना पंजाबने चोख उत्तर दिले.

"सूरा सो पहिचानी है लडे दीन के हेत।
पुरुजा-पुरुजा कटि मरि गये, कभू न छोडे खेत॥"

रल्हन साहेबांकडून १९७१ च्या लढाईपर्यंतच्या वीरपुरुषांच्या कथा ऐकताना गोठलेले रक्तही उसळून येते. त्यांची पद्धत प्रा. बकाने यांच्यासारखी होती. प्रत्येक समस्येवरचे खूप प्रश्न ते निर्माण करीत. एका समस्येला किती बाजू आहेत हे पाहण्याची दृष्टी त्यांच्या सहवासाने दिली. दृष्टी होतीच. पण वयाच्या ५६ व्या वर्षी एका प्रगल्भ विचारांच्या व्यक्तीचा सहवास मिळाला हेच खूप झाले.

पाँडेचरीच्या कॉलेज ऑफ एज्युकेशनचे फादर पीटर लॉरेन्स यांना जेव्हा प्रथम पाहिले, तेव्हा चेहऱ्यावरची सुरकुतीही हलत नव्हती. डोळ्यांत करडेपणा. पहिल्या बाकावर बसणार. लांब घोळ पांढरा ड्रेस घालून धीर-गंभीर चेहऱ्याने वर्गात येणार. पण सहवासाने लक्षात आले की, फादर लॉरेन्स मोठा विनोदी गृहस्थ आहे. शेवटच्या दिवशी त्यांनी केलेल्या भारतीय नृत्य प्रकारांच्या व गायकांच्या नकला दाखवून गेल्या की, फादर रसिक माणूस आहे. फादर पीटरशी यांना भारतीय ख्रिश्चनांच्या समस्या उकलता आल्या. चर्चचे भारतीयीकरण मदर टेरेसामुळे कसे झाले हे त्याने चांगले विश्लेषित केले. गोव्याच्या निर्मला निकेतनच्या सिस्टर फ्रान्सिस्का यांना रूपाची देणगी होती. त्या साडीत येत. पण त्या 'नन' का बनल्या हे कोडं होते. मिस्टर फ्रान्सिस्काने नन संस्कृतीचा परिचय करून दिला. तळमावल्याच्या महाविद्यालयाला तिने ख्रिस्मस कार्ड विकून देणगी पाठविली होती. म्हैसूरच्या महाराजा महाविद्यालयाच्या प्राचार्यांनीही तळमावल्याला भरघोस आर्थिक मदत पाठवली.

प्राचार्य बोरकर, दाभोळे व मी थ्री मस्केटियर होतो. आणंदचे विठ्ठलभाई पटेल, महाविद्यालयाचे प्राचार्य हसमुखभाई पटेल पूर्वी संघटनेचे कार्यकर्ते होते. माझ्यासारखेच अपघाताने प्राचार्य झाले. मणीपूरच्या प्राचार्य झा व आसामच्या मित्रांनी बोडो आंदोलन, नागा-मिझोरम यांच्या प्रश्नांची सखोल माहिती दिली. एक प्रश्न त्याने निर्माण केला. त्याचे उत्तर माझ्याजवळ नाही. हिंदूंची सर्व धर्मक्षेत्रे बद्रीकेदार, केदारनाथ, गंगोत्री, जमनोत्री मध्य हिमालयात आहेत. पण नागालँड, मिझोराम, आसामात एकही हिंदूचे तीर्थक्षेत्र नाही. याचाच अर्थ हिंदूंनी आसाम

नागालँड या आदिवासी संस्कृतीवर आक्रमण तर केले नाही ना? किंवा वांशिक भेदामुळे हिंदू संत-महंतांना पूर्व हिमालयात तीर्थक्षेत्र निर्माण करावीशी वाटली नसतील. तेथे बौद्ध व ख्रिश्चनांचा प्रभाव अधिक आहे. इंदूरचे प्राचार्य नामदेव, प्राचार्या गांगुली या थोड्याशा समाजवादी विचारांच्या असल्याने मैफल जमून जायची. बार्शीचे प्राचार्य इंगळे धमाल उडवून द्यायचे. एक महिना कधी संपला हे कळलेच नाही. ६५ प्राचार्य एकत्र येणं व शैक्षणिक चर्चा करणं हा नवा अनुभव होता. ही सहज गंमत म्हणून प्राचार्यांची नावे पाहिली. तर ७५% नावांत राम, कृष्ण, शिव यांचा संबंध होता. तामिळनाडूतल्या प्राचर्यांमध्ये एक जानकी होती. मंगळूरचे गौडा हे प्राचार्य विनोदाचा बादशहाच! राम-कृष्ण व शिव ही डॉ. लोहिया यांनी सांगितल्याप्रमाणे भारतीय जनमानसांतील दैवते आहेत. स्त्री-प्राचार्यांच्या नावात द्रौपदीसारखी श्यामापण होती. सहज नावांचा भाषा-कोश पाहिला तर लक्षात येते, की भारतीय माणूस कोणत्याही प्रांतातला असो, राम, कृष्ण, शिव ही भारतीय एकतेची प्रतीके २१ व्या शतकातही चिरनवीन राहिली आहेत. समारोपाच्या दिवशी आम्ही करमणुकीचा कार्यक्रम केला. मला आश्चर्य वाटले की, गुजरात व महाराष्ट्रातले प्राध्यापक संकोचले. प्रत्येकाने आपल्या प्रांताचे गीत म्हटले. अखेरीस गुजरात व महाराष्ट्र यांची बाजू मला सांभाळावी लागली. महाराष्ट्र गीत, लावणी, पोवाडा, अभंग मी म्हटलेच. लोकविज्ञान व स्त्री-मुक्तीमुळे काही गीते ओठांवर होती. त्यातील 'पहिलं नमन ज्योतीबाला' म्हटलं. त्या निमित्ताने अन्य भारतीय प्राचार्यांना ज्योतीबा फुले कळून देण्याचे पुण्य पदरी पडले. 'ढोल वाजतोय धाडधिंग पा' हे म्हणत देवदासींची प्रथा सांगता आली. मी जन्माने गुजराती असल्याने लहानपणी गरबा खेळल्यामुळे काही गरबा गीतेही सादर केली. मला आवाजाची तशी देणगी नव्हती. पण राष्ट्रसेवादलाच्या संस्कार व कलापथक चळवळीमुळे काय म्हणायचे असते याचे गणित तरुण वयातच मी शिकलो. परप्रांतात जाताना महाराष्ट्र गीत, गडकरी, श्री. कृ. कोल्हटकर हे वहीत लिहून घेऊन जातो. जगदीश गोडबोलेबरोबर हिमालयात गेलो होतो, तेव्हा गढवाली मुलं हिमवंती गंगेची गीते म्हणत. पण कृष्णा-गोदाकाठचे आम्ही महाराष्ट्रीय त्यांच्यासमोर ठणठणपाळ होतो. बोलीभाषेत ते गीते म्हणत. राष्ट्रीय एकता प्रादेशिक अस्मितेच्या विरुद्ध नसते.

दिल्लीचा हा प्रशिक्षण वर्ग प्राचार्य म्हणून खूप शिदोरी देऊन गेला. प्राचार्याचे काम २५-३० वर्तुळांना स्पर्श करते हे अनुभवता येऊन त्यातील खोली दिल्लीच्या वर्गामुळे आली. बहुश्रृत होता आले, प्राध्यापक अगर विद्यार्थी अंगावर आले असता प्रश्न कसे सोडवायचे, चक्रव्यूहातून बाहेर कसे यायचे, हे धडेही तेथेच मिळाले. मी तसा भडक डोक्याचा. घायकुत्या स्वभावाचा! पण दिल्लीच्या प्रशिक्षण वर्गामुळे व

मॅडम सुधा राव यांच्या प्रभावामुळे खूपच थंड झालो. शांतपणे आपले म्हणणे मांडायला सुरुवात केली. एखाद्या प्रश्नाच्या सर्व बाजू पाहण्याची सवय लागली. शैक्षणिक मानसशास्त्राच्या माझ्या ज्ञानाचा विस्तार झाला व त्या ज्ञानाला गांभीर्याची खोली मिळाली. माझ्यामागे माझे सहकारी प्रा. संभाजीराव मोटे यांनी माझे घर विस्कटू दिले नाही. रौप्यमहोत्सवी वर्ष साजरे करायचे असल्यामुळे मी सांगितलेल्या योजना त्यांनी पार पाडल्या. आपल्या विश्वासातले सहकारीही असावे लागतात. प्रा. मोटे, प्रा. गोरे, प्रा. साबळे, बी. के. जाधव, गोरे यांनी मी दिल्लीहून येईपर्यंत रात्रंदिवस परिश्रम केले. माझ्यापेक्षा रौप्यमहोत्सवी वर्षाचे खरे श्रेय त्यांनाच जाते. मी आलो, त्या दिवशी एस. टी. रोको आंदोलन. मला काहीच कल्पना नाही. प्रा. गोरे आघाडीवर. पण त्या वेळी मी येथे नव्हतो, हे माझे उत्तर कुठेतरी आपण कमी पडतो हे दाखविणारे होते. माझ्या मित्रांमुळे दिल्लीला एक महिना सक्तीची विश्रांती घेऊ शकलो. हरिद्वार, ह्षिकेश येथे भटकू शकलो. जयपूर, आग्रा दहा वेळा पाहतानाही डोळे अतृप्तच राहतात. माझे दिल्लीत असूनही तळमावल्याकडे लक्ष होते. माझ्या मित्रांनी माझे हिरवे बेट सुरक्षित ठेवले. ९ वर्षे काम केल्यावर आपला जामदारखाना दुसऱ्याच्या हाती सुरक्षित ठेवू शकतो हा विश्वास दिल्लीच्या वर्गाने दिला. प्राचार्य पद हे 'Show of Authority' 'Lust of power' यासाठी नाही, तर आपल्या नव्या सहकाऱ्यांना घडविण्यासाठी आहे. माझ्या महिनाभराच्या तळमावल्यातील अनुपस्थितीमुळे माझ्या शिक्षणाबरोबर माझ्या प्राध्यापक मित्रांचेही नकळत प्रशिक्षण झाले. दिल्लीहून आल्यावर मला सर्वांत मोठे समाधान आपले बेट आपल्या सहकाऱ्यांनी जिवापाड परिश्रम करून जपले यातच होते.

दिल्लीला असताना तळमावल्याला माझे लक्ष होतेच. विद्यापीठ अनुदान मंडळाच्या कार्यालयात खेपा मारून दुसऱ्या मजल्याचे काम मंजूर करवून घेतले. यू. जी. सी. चे जॉईंट सेक्रेटरी दंडापत अवलिया माणूस! विचाराने फक्कड. उत्तरे कशी द्यावीत व मैदान आपल्या अंगावर कसे घेऊ नये. प्रश्न विचारणाऱ्याचीच पाठ मातीला कशी लावावी याचा तो नमुना होता. त्या वेळी डेहराडूनचे महाविद्यालय पाहिले. १२००० मुले व ४०० प्राध्यापक ही कवायत नेगीसाहेब सांभाळत. स्टाफ मीटिंग वर्षातून दोनदा. तळमावल्याच्या महाविद्यालयात फक्त २५ प्राध्यापक होते. १००० मुले होती. त्यामुळे माझ्यासारखे महाविद्यालय चालविण्याची शेखी मारण्याची गरज नाही. दिल्लीत सर्वांना तळमावल्याचे कौतुक एवढेच की, भूकंपग्रस्त भागातील ग्रामपंचायत नसलेल्या गावी एक महाविद्यालय आहे. माझ्या प्राचार्य मित्र-मैत्रिणींनी आपल्या मुलांकडून देणग्या गोळा करून महाविद्यालयाकडे पाठवून राष्ट्रीय एकतेचा आदर्श मात्र घालून दिला.

माझे हरित विश्व

महाराष्ट्राच्या बांद्यापासून चांद्यापर्यंत पसरलेल्या जंगलातून भटकंती खूप झालेली होती. गडकिल्ल्याच्या प्रेमामुळे गवताची पाती न उगवणाऱ्या, कडेकपाऱ्या पाहिलेल्या होत्या. एका आवाजात सात ललकाऱ्या देणाऱ्या कड्याजवळच्या दऱ्याही पायाखालून गेल्या होत्या. सदा हरित जंगलापासून पान गाळणाऱ्या जंगलापर्यंतचे हिरवेगार पट्टेही पाहिले होते. मी कोकणातील असल्यामुळेच समुद्राच्या निळ्याशार लाटांनी 'भवानी नाखवा डोलीला जावू नको, होरीची शपथ, पोरीची शपथ, समुद्राला आलय तुफान रं' असं म्हणणाऱ्या समुद्राची शांत आणि रौद्र रूपं चित्रांसारखी मनात कोरून राहिली होती. अलिबागच्या कनकेश्वर आणि हिंगळजादेवीच्या डोंगरावरून डोंगराच्याकडेने फेसाळणारा सागर हाही माझ्या सांगाती होता. अनेक मित्रांच्या सहवासात वर्षाऋतूच्या सरीतून भिजण्याचा आनंदही मला ओलेतीच्या वस्त्राप्रमाणे घट्ट बिलगून बसलेला होता. ताडा-माडाच्या रांगातून वाऱ्याशी शीळ सांगाती आलेली होती. वासोटा, महाबळेश्वर हे तर माझे सखे सोबती होते. हिरव्यागार जंगलात आपल्या इतिहाससहित गुडीचीप झालेले किल्ले माझे सखे होते. हिरव्यागार जंगलाच्या आक्रमणाखाली आपले रस्ते हरवण्याचा आनंद वेगळाच असतो. याची प्रचितीही मला आलेली होती.

जंगलाच्या नि:शब्द शांततेत अंगाचा थरकाप उडावा अशी ढाण्या वाघाने फोडलेली डरकाळी आणि बिबट्या वाघाचे पाणवठ्यावरचे आळसावलेले दर्शन पाहून अंगावर काटाही शिरशिरला होता. अंबोली आणि कोयनानगर या अस्वलांच्या खास हुकमतीच्या प्रदेशातून भटकलो होतो, जगात दुर्मिळ होत जाणारी मलबार खार ही वासोटा आणि भीमाशंकर जंगलाच्या आश्रयांनी जगत हळूच डोके वरून काढून वाकुल्या दाखवत होती. वाल्मिकी पठाराच्या पिछाडीला असलेल्या वारणा अभयरण्यातून शिकाऱ्यांच्या नजरा टाकून आपले जीवन अस्तित्व टिकवण्यासाठी पडणारी सांबरं, भेकरं डोळ्यांना दिसत होती. कोयनेच्या शिवसागरच्या अस्तित्वामुळे पानमांजर माशाच्या शिकारीला कसं सोकावलं याचं निरीक्षणही केलं होतं. एक प्रकारे या भटकंतीमुळे आणि वनाधिकारी विश्वासराव वाळके यांच्यामुळे मी हिरव्या शाळेचा विद्यार्थी बनलो होतो. वासोट्याच्या दगड-धोंड्यांनी हिरव्यागार वनराईंनी मला वनप्रवासाच्या टप्प्यावर नेले होते. मांजरवण्याचे खोत जगन्नाथराव देशमुख यांचं गाव झाडा-झुडपात दडलेलं होतं. ऐन उन्हाळ्यात देशमुखांनी मुलं-मुली बोलवायची. त्यांच्याबरोबर उंचेल्या झाडांनी बहरलेल्या राहट्यातून घुमायचे. आंब्याच्या खोड्या काढीत, करवंदाच्या जाळ्यांना उडपत, काजू चोखत, जंगलातून खूप-खूप हसायचं. झाडाखाली पत्त्याच्या मांडलेल्या डावात रमायचं. एखाद्या वडाच्या झाडाच्या

पारंब्याचा झोपाळा करायचा. रान आवळे तोंडात टाकत जीभ ओली करायची. कोठेतरी बकुळीची फुले सापडली तर हातात घ्यायची, असं जंगली जीवन तरुण वयातच मी अनुभवले होते. शितळ लोभस जांभळीच्या जंगलाचा मोह आणि जंगलाच्या गार हवेचा हवा हवासा स्पर्श, लोभ अंतरी उमाळून यायचा. यामुळे माझ्या पुऱ्या अंगा पिराला जंगल लपेटून राहिलं. वासोट्याच्या जंगलातील वेलीच्या जाळीप्रमाणे मला गुरफटून बसलं होतं.

लाल निशाण गटाच्या गोहाड्यांच्या मैत्रीमुळे कोयनेच्या जंगलात भटकलो. त्या वेळेस जंगल आणि माणूस यांच्या संबंधाची जाणीव झाली. विस्थापित धरणग्रस्तांच्या मानवी अस्तित्वाच्या, उद्धवस्त संसाराच्या थोड्या चिरांच्या खुणा, शेती-भातीची ओसाड शिवारं, परागंदा झालेला धरणग्रस्तांच्या व्यथा मूकपणे सांगत होत्या. कोयनेच्या दिव्यांनी सारी शहरं उजडत होती. परंतु धनगराच्या वस्त्यातून होता काळा गुडुप अंधार, त्यांच्या घराची राख-रांगोळी झाली, संसार उद्धवस्त झाले. त्याच्या उद्याच्या आशा मावळल्या. त्यांना अभयारण्याच्या बाराव्याचे आणि बारशाचे कोणतेच देणे लागत नव्हते. गोहाडांच्या बरोबर भटकताना घाम-निथळत येणाऱ्या एका हातानं मोळीच्या ओझ्याचा तोल सावरणाऱ्या दुसऱ्या हातानं जुनेऱ्या वस्त्राखाली आपल्या अब्रूला सावरणाऱ्या मोळीविक्या बहिणीच्या तांबेऱ्या रंगानं मला जंगल आणि स्त्रीच्या जीवनाचा संदर्भ समजावला. त्याकाळात आग ओकावी अशा भाषेत जंगलतोडीचे माझे समर्थन चालायचे. विश्वासराव वाळकेसारखा वनाधिकारी जीवनात आला. वनाधिकारी म्हटला की, आडदांड! अरबट चरबट बोलणारा असतो. शिकारीला चटावलेला असतो. जंगल भक्षक अशीच त्याची प्रतिमा असते. परंतु विश्वासराव वाळके त्याला अपवाद होते. माझ्या गरिबावरील प्रेमाला वनप्रेमात रूपांतरित केलं. इकॉलॉजी, पर्यावरण या शब्दांशी माझी ओळख करून दिली. मला आणि शंकर सारडाला सप्टेंबराच्या सरत्या पावसाळ्यात वासोट्याला नेले. त्यांनी समजावलं. या जंगलाला भाषा आहे. हृदय आहे. एखाद्या वेलीशी ते नेतं त्या वेलीचं थरथर कापणं, लाजणं पाहत मी हरकून जायचो, एका वृक्षाच्या कुशीतून येणारा दुसरा नैसर्गिक अंकुर, वाढणारं रोपटं माय लेकरांनी आठवण द्यायचं. ते म्हणाले "प्रॉबेबली ऑल ऑफ अस नो ॲन्ड ऑल अस फरगेट दॅट विदाऊट प्लँटस देअर विल नॉट बी एनी लाईफ ऑन अर्थ ॲन्ड नो वे टु कनव्हर्ट सोलर एनर्जी टु फूड. प्लँटस आर दी बेसिक लाईफ लिंक राइट नाऊ वुई सीम टु बी. व्हर्जिग इन टु ए टाईम व्हेन्ट प्लँटस् मे टेल अस मोअर अबाऊट द बेसिक ऑफ लाईफ" डॉ. लीलाधर केणी यांच्याशी इतिहासाच्या गप्पा मारताना सिंध संस्कृतीपासून नागरी संस्कृतीपर्यंतच्या विकासाच्या चर्चा घडलेल्या. डॉ. केणी म्हणाले होते—की,

नागरी संस्कृती जेव्हा वाढू लागते, तेव्हा ती बळी होते जंगलाचा! लाख वर्षांचा इतिहास असलेली माती मोकळी होते. एक दिवस मोकळी माती, उघडे खडक, बारा वाटेने धावणाऱ्या पाण्याला घरबंद घालण्यास असमर्थ होतात. नागरी संस्कृतीला आपल्या पोटात सामावून घेतात. मोहनजोदाडोचे सात थर काय सांगतात? जंगल आणि इतिहासाचा अनुबंध नकळत हिरवळीचा आणि मानवी संस्कृतीच्या संबंधाचा पट मांडून गेला होता.

तळमावल्याला येण्यापूर्वी चार वर्षे आधी पर्यावरणवादी जगदीश गोडबोले, कुसुम कर्णिक यांचेबरोबर मध्य हिमालयात गेलो होतो. चंडीप्रसाद भट्ट व सुंदरलाल बहुगुणा यांच्या सहवासात विज्ञान युगातील चंगळवादी संस्कृतीने निसर्गाशी वैर करीत विस्फोटावर नेले आहे, याची जाणीव झाली. सुंदरलाल बहुगुणा आणि चंडीप्रसाद यांच्या भाषणाने तर जंगलाकडे पाहण्याचा दृष्टिकोनच बदलला. समाजवादी विचारात सामाजिक विषमतेच्या आणि सामाजिक समतेच्या विचारांचे चिंतन केले होते. मध्य हिमालयात गंगा व तिच्या उपनद्यांच्या भागिरथी, मंदाकिनी, अलकनंदा यांच्या काठा-काठाने थेट जमनोत्री गंगोत्रीपर्यंत मजल-दरमजल करीत असताना पाहिले की, जंगलामध्ये विषमता नव्हती. सारी झाडं फुलूया म्हणत असत. झाडांची मुळे धारदार पत्थर तोडून मातीत आपली बोटं घट्ट घालून उभी होती. परस्परांना आधार देण्याची माणुसकी वेली-झाडोऱ्यांत होती. राजस्थानचा जोहार ऐकला होता. चित्तोडगडच्या किल्ल्यावर जोहारच्या जागेची माती कपाळाला लावून शीलाच्या त्यागासाठी अग्निशिखा बनलेल्या राजस्थानी क्षत्राणीला वंदन केले होते. परंतु मध्य हिमालयातल्या सफरचंदी रंगाच्या गोऱ्या-गोमट्या हिमकन्यांनी तुरुंग भरून जंगलरक्षण जीवित धर्म मानला होता. यामुळे नकळत जंगल पर्यावरण, माणूस, प्राणी आणि जंगल यांचे संबंध हे माझे प्रचितीचे बोलणे झाले होते.

व्यंकटेश माडगुळकरांबरोबर वासोट्यात भटकताना प्राण्यांच्या विष्ठा, त्यांच्या पायाचे ठसे, पक्ष्यांचे आवाज, पशु-पक्षांचे कामजीवन कसे पाहायचे, जंगल कसे वाचायचे हे शिकलो होतो. कोयनानगरपासून महाबळेश्वरपर्यंत पसरलेल्या निळ्याशार शिवसागरातून भटकून गवळी, धनगराचे जीवनही अभ्यासत होतो. नकळत तळमालव्याला जाण्यापूर्वीच माझी मन:स्थिती जंगलाच्या सहवासात बदलत गेली होती. प्राध्यापक संघटनेच्या निवडणुकीच्या कैफातून मी मुक्त होत होतो. हिरव्या कंच चौखूर उधळणाऱ्या हिरव्या रंगाचा वेध घेत होतो. नकळत जंगलाच्या कुशीत एक आनंदाचा प्रचंड डोह मनात उसळत होता.

या जंगलाच्या धुनीतच तळमावल्याच्या बदलीचा हुकूमनामा हाती पडलेला असतो. तळमावले अनेकवेळा मी पाहिलेले होते. नागटेकडी तशी ओसाडच होती.

शाळेच्या आणि महाविद्यालयाच्या दाराशी उंचाले अशोक ताठ उभ्या शिपायाप्रमाणे खडीताजीम देत होते. गुलमोहराची ५-१० झाडं उन्हाळ्यात लाली उधळायची, परंतु चारी बाजूला रखरखीत हजामत केलेले उघडे बोडके डोंगर, नागटेकडीची भीती वाटावी ही दंतकथा नव्यापिढीला झाली होती. वाल्मिकी विद्यामंदिर व काकासाहेब चव्हाण महाविद्यालय आपल्या खांद्यावर खेळवणारी नागटेकडी जवळजवळ अनावृत्तच होती. तिचे वस्त्र विरून गेले होते. अशा टेकडीवर माझ्या आयुष्याची दहा वर्षे नोकरीतील एक तृतीयांश काळ जाईल असे माझ्या स्वप्नातही नव्हते. वरील पार्श्वभूमीच्या माझ्या जंगलजीवाच्या प्रेमामुळे तळमावल्याच्या बरड माळावर उघड्या टेकडीच्या मातीवर मी रुतत रुतत गेलो. टेकडीवर नोकरी तर करायची होती. पोट भरायचे होते. संसाराची चूल पेटवायची होती. हा भोगवाद साथीला होता. परंतु जंगलाचा माझा अनुभव या टेकडीला कोरडाव्यातून हिरव्या ओलेत्याकडे घेऊन जावू लागला. महिनाभर मी उगवतीचा सूर्य टेकडीवरून पाहत होतो. वाल्मिकी पठाराच्या क्षितीजाआड जाणाऱ्या सूर्याच्या विविध गुलाबी छटा बघत-बघत निसर्गाशी एकरूप होऊ लागलो. श्रावणात खळ्याच्या पाठीशी असलेल्या डोंगर-दऱ्यातून फुटणारे उमाळे बघता-बघता धबधब्याचे स्वरूप घेत. थंडीतून लहान मुलासारखे दुडदुडायचे, फेसाळायचे, गुलाबी केशरी रंगाचा मखमली टेकडीला केशरिया वस्त्र नेसवायची अशा निसर्गाच्या सहवासात माझे आनंदाचे भाव फुलू लागले. कौटुंबिक अडी-अडचणी यांच्या क्लेशांचे विस्मरण झाले. राष्ट्रीय सेवा योजना, प्राध्यापक संघटना यांच्यामुळे गर्दीचे वेड मला होते. नेतृत्वाच्या अहंकाराचा कैफ होता. सार्वजनिक कार्यकर्ता म्हणून व्यासपीठावरून मिरविण्याची हौस होती. परंतु तळमावल्याला गेल्यानंतर रॉबीनसन क्रुसोप्रमाणे एकाकी जीवन वाटणीला आले. गर्दीच्या वेडातून मी मुक्त झालो. गर्दीपासून खूप दूर-दूर गेलो. माणसा-नात्यामधील गुंते कमी करत गेलो. हळूहळू निसर्गाच्या अमर्याद जगाबद्दलची माझी जिज्ञासा जागृत झाली. 'वृक्ष वल्ली आम्हा सोयरे वनचरे' या तुकारामांच्या उक्तीप्रमाणे मी जगलो. एकांताशी समरूप झालो. नकळत माणसाची भाषा विसरू लागलो. बारा वाजेपर्यंत महाविद्यालयाचे काम संपले की, निसर्गाच्या सहवासात फुलून जायचो. तळमावल्याच्या निसर्गाच्या सहवासात माझ्या वाचनाला व चिंतनाला अर्थ प्राप्त होऊ लागला. निसर्गाची स्पंदने माझी स्पंदने झाली. आठवड्यातून एकदा सातारला जायचो. परंतु भोंगा होण्यापूर्वीच पहाटे उठून तळमावल्याच्या मातीची व निसर्गाची ओढ लागायची. आठवड्याच्या भाजीपाल्याचा, वांण जिन्नसाचा शिधा बांधून भल्या पहाटे निसर्गाकडे परत यायचो. नाती-गोती, लग्न-मुंजी सारे सारे विसरून मी नागटेकडीच्या बिळात एखाद्या एस्किमोसारखा स्वत:ला बांधून ठेवायचो. तळमावल्याच्या हिरव्या सृष्टीच्या जीवनदायी

स्पर्शात मी हरवून बसायचो. माझ्या खोलीजवळच्या पिंपळावरचा मुंजाच बनायचो.

तळमावल्यात हळूहळू नागटेकडीने रूप बदलायला सुरुवात केली. झाडं किती लावली यापेक्षा किती जगवली हे महत्त्वाचे आहे. माणसाची हत्या केली तर ३०२ कलमाखाली खुनाची शिक्षा होते. परंतु त्याच त्याच खड्ड्यात झाडं लावणाऱ्या माणसांना कोणती शिक्षा? झाडा वेलींना न्यायालय असतं तर त्यांनी फाशीचे दोरच लावले असते व गिधाडांना माणसांच्या मेजवान्या दिल्या असत्या. व्यंकटेश माडगूळकरांनी लिहिलेले पत्र माझ्या संग्रही आहे. 'माणूस नावाच्या द्विपाद प्राण्याने येईल ते हत्यार हाती घेऊन निसर्गाची लांडगेतोड केली आहे. आपल्या आईच्या मृत्यूबद्दल लिहिलं आहे की, हिंदुधर्म शास्त्राप्रमाणे आत्म्याला मुक्ती मिळण्यासाठी पिंडाला कावळा शिवावा लागतो. परंतु पिंड उष्टावण्यासाठी कावळे बसणारी झाडे आपण ठेवलीच नाहीत, तर आत्म्याला शांती कशी मिळणार?' नागटेकडी व तळमावल्याचा महाविद्यालयाचा परिसर याला अपवाद नव्हता. नकळत माझ्या जंगल विचारांना माझ्या बदलीने आचाराचा पाया मिळवून दिला. उक्तीला कृतीचा अर्थ दिला. माझे तळमावल्यातले एकटेपण झाडांच्या सहवासात फुलारत गेले.

मी झाडे आणू लागलो. तळमावल्याची पाणी टंचाई पाहता कोणते झाड लावायचे हा यक्ष प्रश्न होता. वाळकेसाहेब सातारा जिल्हा सोडून गेलेले, परंतु मैत्रीचा धागा आमच्यात होताच. पत्र लिहिले. पत्र जाताच आपल्या गार्डाकरवी सागवानी खुंटाचं ठीकं पाठवून दिले. तळमावल्याच्या टेकडीवर त्या ३०००० झाडांत सागच जास्त झाला. त्यामुळे नागटेकडीला 'सागटेकडी' म्हणायला हवे. सांगासंबंधीची दंतकथा डोळ्यांसमोर होतीच. एका श्रीमंत व्यापाऱ्याला सात मुली होत्या. त्यातील धाकट्या मुलीनं सांगितलं की, माझं सुखदु:ख स्वत:वर अवलंबून आहे. त्या हृदयशून्य बापाने तिला जंगलात नेऊन सोडलं. सागाच्या पायथ्याशी बसून ती मुलगी रडू लागली. तेव्हा सागाने हिंस्त्र पशूपासून रक्षण व्हावं म्हणून आपल्या ढोलीत लपवून ठेवले. रात्री जंगलातून जनावरे आली. साली ओरबडल्या, धक्के मारले. तरीही साग त्यांना शरण गेला नाही. सकाळी सागाच्या भळभळत्या जखमा त्यांनी पाहिल्या. ओल्या मातीच्या गोळ्यांनी जखमा लिंपल्या.

माझ्या एकांतात या सागवृक्षांनी तळमावल्यात माझ्या रक्षणकर्त्याचे रूपच घेतले. चार हजारांहून अधिक सागाची झाडे मी लावली. वळवाचा पाऊस येताच सागाच्या सरळसोट कांडीवर टिकली. एवढे हिरवे गुलाबी पान यायचं, आठ दिवसांत हत्तीच्या कानाएवढे व्हायचे. ती लाल लव हाताला चोळावीशी वाटायची. पाच-दहा वर्षांत माझी झाडं वयात आली. त्यांनी आपल्या शेंड्यावर पांढुरक्या रंगाचा गच्च फुलोरा आणत मला वर्दी दिली की, मला पदर फुटला आहे. माझे

लक्ष झाडावरून जाणाऱ्या टेलिफोनच्या तारांकडे गेले. टेलिफोनच्या तारा आणि विजेच्या तारा माझ्या या सागरायांना वक्षस्थळ दाखवून द्यायच्या नाहीत. त्याच्या ताडमाड उंचीला फुलू द्यायच्या नाहीत. म्हणून ताबडतोब टेलिफोन खात्याशी पत्रव्यवहार आणि तारांचा बार सोडताच सागांची स्पर्धा सुरू झाली. सागाला शोभा नसेल. त्याची पानं खरखरीत असतील. परंतु त्यानं विना अडथळा उंच वाढणं जातच असतं. पावसाच्या चार महिन्यांत पाच-सहा फूट उंचीला जायचं. सागाला सुगंधीपण नसेल, इतर झाडांसारखं नजाकती सौंदर्य नसेल, परंतु माझ्या तळमावल्याच्या गरीब महाविद्यालयाला लखपती कोट्याधीश बनविण्याचं सामर्थ्य त्यानंच दिलं होतं. हिवाळ्यात त्याची पानं गळायची. नुसते उभे खुंट किरमीजी रंगाचे! त्याची खोडं डोळ्याला रखरखीत वाटायची. परंतु मुळं इतकी स्टर्डी की त्याला मृत्युंजय बनवायची. मार्च, एप्रिलमध्ये वळवाची सर येताच त्याची टिकलीएवढी पानं हत्तीच्या कानाचा आकार घेत. टेकडीला खुलवून जायची. त्याच्या गळणाऱ्या पानाखाली हजारो-लाखो जीवाणू अंगतीपंगतीने जेवायचे. नकळत खताच्या गाड्या जमिनीत सोडून जायचे. जमीन नवीन पान्हा फुटायला दुभती व्हायची.

मी पक्का कोकणी! कोकणच्या माणसाचं आणि आंब्याचं नातं कोणालाच तोडता येत नाही. कलमी आंब्याच्या ठेंगण्या ठुसक्या तिडतिडीत अंगाने माझी शिवारं भरलेली असायची. आंबा केवळ वृक्षराज नाही. हिंदूधर्मशास्त्रानुसार आंबा मनोकामना पूर्ण करणारे झाड आहे. प्रेम आणि भक्तीचे प्रतीक. आंब्याची नावे तरी किती? लंगडा, सफेदा, पेढा, केसर, आम्रपाली, रत्ना, हापूस, पायरी ही असंख्य नावे विष्णू सहस्त्र नावासारखी आहेत. दरवर्षी दापोलीला जायचो. पाच-पन्नास कलमं आणायचो. फेब्रुवारी-मार्चमध्ये खड्डे खणायचे. नदीची माती आणून मेमध्ये त्याचं पोट भरायचो. दहा वर्षे या माझ्या क्रमात खंड नव्हता. बघता-बघता अडीचशे-तीनशे आंब्याची आमराई झुलू लागली. तळमावल्याच्या नागटेकडीला आपल्या मोहरांनी दरवळून टाकायची. फळं पाच वर्षांतच इतकी लगडून जायची की, फांद्या जमिनीला टेकायच्या. दोन-चार वर्षांची आंब्याची बालकंही पाच-पन्नास हिरव्या कैऱ्या अंगावर मिरवायची. माझी ही कलमं होती. फांद्यावर कोणीही चढावं, उडी मारावी, पाय मोडायची भीती नाही, बुटकी, ठेंगणी. लोक म्हणतात, आंब्याची झाडं एका पिढीनं लावायची, दुसऱ्या पिढीनं चोखायची. परंतु मी तळमावल्यात असेपर्यंतच चार हंगाम आंब्याचा आमरस ओरपला. शासकीय अधिकाऱ्यापासून संस्थेच्या पदाधिकाऱ्यापर्यंत आंब्याच्या भेटी गेल्या. शासकीय अधिकाऱ्यांच्या प्रेमामुळेच हे आम्र-प्रेम फळाफुलाला आलं. आपल्या लेखांपरीक्षणात जर त्यांनी करवती चालवल्या असत्या तर माझ्या आंब्याचा सोस जागच्या जागी थिजला असता. या

आमराईसाठी कष्ट घेतले माझ्या तुकारांमानी! तुकाराम हा शिपाई नव्हता तर माझा मानसपुत्र होता. ब्रुसलीसारखे त्याचं शरीर! खड्डे खोदायचे. हा लोखंडी पुतळा तीन-तीन मैलांवरून पाणी आणायचा, गाडगी भरायचा. एखाद्या पाडसाची गाईने काळजी घ्यावी इतकी काळजी तो आंब्याच्या झाडांची घ्यायचा. उन्हाळ्यात जीवघेण्या ओसाड्या विहिरीतून पाणी आणायचा. जाळणाऱ्या सूर्याला सांगायचा 'थांब', झाडांवर मायेने हात फिरवायचा. कोळ्यांनी घरं केली की, याचा जीव कासावीस व्हायचा. त्याच्या जोडीला महादू सुतारला सातारहून मी निर्यात केले. त्याचा हात तर यशाचा हात होता. त्यांनी झाड लावलं की, ते उगवूनच यायचं, त्याच्या अंत:करणातील मायेचा पाझर झाडांना जगण्याचं सामर्थ्य द्यायचं. तळमावल्याच्या या माळावर आपोआपच उंबराची झाड यायची. थोडी फार फळं लागायची. पक्षाच्या विष्टेतून नवीन झाडं यायची. मी गुलमोहरांची झाडं आणलेली. वसंतऋतुचा सांगावा. गुलमोहरंच द्यायचा. रथसप्तमीला आंब्याचा मोहर त्यांची चाहूल द्यायचा. शिशिरऋतू अनुभवायचा असेल तर तो गुलमोहराच्या सहवासातच. त्याची पाने गळायची, जळून गेल्यासारखी वाटायची. ऐन उन्हाळ्यात गुलमोहराच्या गर्भवती दांड्या आपले पोट दाखवायच्या. बघता-बघता फुलांचे घोस बाहेर पडायचे आणि सगळा परिसर लालेलाल व्हायचा. मधमाशांचे थवे जमायचे. फूल चुहींच्या पक्षांचे थवे यायला लागायचे. मधमाशा गुलमोहराचा रस चोखत पोळी लटकवायच्या. गुलमोहराचा लाल पिसारा तळमावल्याच्या परिसराची खूण द्यायचा. एस. टी. तून येताना एक दोन मैलावरून कळायचं, आपलं महाविद्यालय आलं.

एका प्रकारे उन्हाळ्यात तळमावले ओळखण्याची खूण हा माझा 'फ्लेमट्री' होता. गुलमोहराच्या फुलण्यामुळे मी मे महिन्यातसुद्धा तळमावले सोडायचो नाही. परीक्षा संपायच्या, कार्यालयाचे कर्मचारी सुट्टीवर जायचे. मी मात्र गुलमोहराच्या, आंब्याच्या झोपाळ्यात झुकून जायचो. तळमावल्याला येताना मी लॅबनर्म आणला होता. पिवळा बहावा, पिवळा कॅशिया आणि पिवळा फ्लेंटाफोरम. प्रत्येकाची पिवळी कांती वेगळीच. लिंबोली रंगाच्या विविध छटा त्यात होत्या. कुणाची पिवळी फुलं आकाशाकडे पहायची तर कुणाची धरतीकडे पाहून तोरणासारखी लोंबकळायची. महिनाभर मुस्कुरायची. त्यांचे पिवळेपण टेकडीला हळद लावून जायचे. तळमावल्याला येताना मी जक्रांडाही आणला होता. दोन-चार वर्षांनी माझ्या बेडरूमच्या मागे पाहिले तर निळे फुलडेरे घेऊन व्हॉयलेट रंगाची आकाशाला ते किनार द्यायचे. लाल गुलमोहरा इतकंच निळ्या गुलमोहराचं शिंपणं त्या टेकडीला उल्हसित करायचे. तळमावल्याची टेकडी घुमटासारखी दिसते. ती लाल कॅशियामुळे आणि रेनट्रीमुळे. त्यांची लहान लहान गुलाबी फुलं हिरव्या पानाला चांदण्या चिटकवायचा. काकासाहेब

चव्हाण महाविद्यालयातील बापूजी परिसरातील पुतळ्याला गुलाबी जयपुरी बनवायचा. त्यांच्या खोडाच्या ढोलीत पोपट मैनांची घरटी वसायची. टेकडीला रम्यता आहे. ती त्या रेनट्रीच्या छत्रीमुळेच. आणि ती झाडं टेकडीला बोलके करायची. नागटेकडीवरची छत्री रेनट्री व केसरी कॅशिया, पिवळा बहावा. टेकडी चढून येणारा थकवा दूर करायचं काम करतात.

माझ्या कार्यालयाशेजारी गुलमोहराची छोटी आवृत्ती म्हणजे शंकासुर! काटक्यासारख्या फांद्या त्यांच्या पिवळ्या-तांबड्या फुलांतून बुलबुलाची शीळ ऐकायची, बुलबुलाचं प्रियाराधन पाह्यचो. पावसाळी दिवसांत तर पिवळ्या शंकासुरांच्या फुलांनी गरीब विद्यार्थी निधी भरून जायचा. श्रावणातील पूजेसाठी या पिवळ्या फुलांना मागणी यायची. माझ्या कॉलेजची मुलं, शाळेची पोरं फूल स्वत:हून तोडायची नाहीत.

माझ्या खोलीजवळचं नव्हे तर तळमावल्याच्या टेकडीवर कडुलिंबाची तीनशे-चारशे झाडं असतील. कातरलेली त्याची हिरवी पानं सगळीकडे पसरायची. कडुलिंबाचे जनक माझ्यापेक्षा पक्षीच अधिक होते. लिंबोण्या लगडल्या की पक्षी लिंबावर तुटून पडायचे. त्यांच्या पोटात काय प्रोसेसिंग असेल माहीत नाही. त्यांच्या विष्ठेतून लिंबोळ्या अडीअडचणीत पडायच्या. बघता-बघता नवीन झाडे जन्माला यायची. तळमावल्यात १० वर्षे मी आजारी पडलो नाही. याचे श्रेय लिंबाला द्यायलाच हवे. लिंबाला कोवळी पाने येताच हुप्या आपल्या टोळीला घेऊन आमच्या टेकडीवर विसावायचा. रात्री पक्षी लिंबाच्या गर्दझाडीत झोपत. मी पाहिले की, तळमावल्याला मांजर माझ्या खोलीपेक्षा लिंबावर चढून बसायचे. झोपलेल्या पक्षांच्या शिकारी करायचे. लिंब चांदोबा मामाचे झाड! माझ्या निवासाच्या चिरेबंदी वाड्यावर फुलोरा झडायचा. पत्रा असूनही माझ्या खोलीतला गारवाही कडुलिंबाची देणगी होती. चैत्र-वैशाखात उन्हाळी झळा-कडुलिंबामुळेच मला थंडावा द्यायच्या.

तळमावल्याच्या टेकडीवरती मी आणलेली पांगारा, सावर, महारुत ही झाडं तशी काटेरी, परंतु उन्हाळ्यात पेटते पलिते बनून वसंत उत्सव साजरा करायची. काटे सावरीतून बाहेर पडणाऱ्या म्हाताऱ्या पकडताना माझं बालपण पुन्हा जागं व्हायचं. तळमावल्यात येताना मी कांचनाची झाडंही आणली होती. कांचनाचं बुटकी झाडं आपल्या पांढऱ्या फुलांनी टेकडीची पिछाडी राखायच्या. ऑफीससमोर गुलमोहराचं लाल निशाण तर पाठीमागे कांचनाचं पांढरं निशाण. त्याची जुळी पाने गुगली टाकायची. काहींना तो दसऱ्याचा सुवर्णवृक्ष वाटायचा.

तळमावल्याच्या माझ्या खोलीजवळ पिंपळाचं झाड आहे. दोन झाडं एकमेकांना कवटाळलेली. मी त्यांच्या पायाशी मारुतीला स्थापन करून त्या पिंपळाला अश्वत्थ

मारुतीचे स्वरूप दिलेले. माझ्या दारीचा हा सोन्याचा पिंपळ सोमवती आमावस्येला सुहासिनींना सखा व्हायचा. वसंत ऋतुपूर्वीच पिंपळ पाने खाली पडायची. वर बारकी फळे धरायची. कावळे आणि चिमण्यांचे थवे यायचे. मारुतीजवळची फरसबंधी घाणेघाण व्हायची. सर्व पाने गळायची. एका रात्रीत लुसलुसीत कोवळी पाने यायची. या टेकडीवरचे कोकिळेचे ते आवडते झाड होते. कोकिळेचे कुहू-कुहू ऐकू यायचे. तळमावल्याच्या या नागटेकडीवर कोकिळा आणि कावळा यांची राहणी व जीवनपद्धती अभ्यासू लागलो. यामध्ये पिंपळाचा मोठा वाटा आहे.

माणसाला 'चट मंगनी पट ब्याह' हवे असते. सुबाभळीचे झाड हे त्या प्रकारचे आहे. मी सुबाभळी आणली होती. वेडी झाडं ती. बारा महिने हिरवीगार. आडवी तिडवी वाढायची. उभी आडवी कशीही छाटा! वर्षाला या झाडाचे पहिले पाढे पंचावन्न. त्यांच्या शेंगावर कावळे तुटून पडायचे. वाऱ्याने बिया पसरायच्या. बघता-बघता या टेकडीवर शेकडो झाडे मिरवू लागली.

माझ्या आमराईत डाळिंब आणि पेरूंनाही जागा मिळवून दिली. पेरू आणि डाळिंबाच्या शोधात पोपटांचा थवा यायचा. माझ्या निवासाच्या दगड्याच्या सांदी पटीत कुलूकुलू बोलायचा. पिवळे जर्द पेरू चिमा सरांची याद द्यायचे. आंब्याबरोबर फणस हवाच. दापोलीच्या कृषी विद्यापीठातून फणसाची झाडे आणली. तळमावल्याच्या मातीत फणस येईल की नाही याचे मला भय. परंतु जाडजूड बुंध्याच्या कलमी फणसाने मला सांगितले की, 'इस टेकडी पर अपना डेरा' मी येता-येता दोन-चार बाळ फणस आपले मूळ या मातीत जमले आहे, हे सांगून गेले. तळमावलं पाण्याच्या बाबतीत कंजूष. आंब्यासारखी पाणचोर झाडं जगवायची असतील तर बोरी-बाभळीही हव्यात. बाभळीची देशी-विदेशी जाती आणल्या. ही झाडं माझ्या महाविद्यालयाच्या बागेची रखवालदार होती. अंगाला काटे, त्यामुळे त्यांच्या वाटेला कोणी जायचे नाही. आंबे फळाला आले की कुंपनासाठी बाभळीला खडसायचो. दुसऱ्या उन्हाळ्यासाठी पुन्ही ती तयार व्हायची. तिच्या शेंगा विखरून जायच्या. नव्या बाभळी जुन्या बाभळीच्या पायालगतचं आपल्या मुक्कामाच्या जागा ठरवायच्या. थोराड बुंध्यांची आणि फांद्यांची बाभूळ पिवळ्या फुलांचा पिसोरा घेऊन यायची. ती पिवळी फुलं आपल्या हिरव्या-पिवळ्या रंगातून नटायला लागायची, तिच्या शेंगाही दागिन्यासारख्याच.

माझ्या महाविद्यालयाच्या आवारात पिंपरणीचे खुंट लावले. डेरेदार झाडं झाली. त्यांच्याभोवती पार बांधले, ताली बांधल्या आणि बिनभिंतीच्या शाळा पिंपरणीखाली भरवू लागलो. माणसांचा प्रवेश कमी-कमी होत गेला आणि मरुन गेलेली करवंद पुन्हा जाळ्यासारखी उभी राहिली. करवंदी पांढऱ्या फुलांची उधळणं

करीत. काळ्या रंगाची फळं होत टपोरी बनायची. मी येताना चिंचेचीही झाडं आणली. परंतु चिंच, दगड आणि लहानपण यांचा संबंध लक्षात घेऊन मी चिंचेच्या लोभाला आवर घातला. पाच-पन्नास इटुकल्या पानाची झाडे लावली. चिंच उंच होत गेली, फुलत गेली. परंतु मी टेकडी उतरेपर्यंत गाभुळलेली चिंच मला खायलाच मिळाली नाही. माझी चिंचेची झाडं वांझ का राहिली हे कोडे मला कोणी सांगेल काय? माझ्या टेकडीवर वडाचे झाड नव्हते. अभयकुमारांनी कोठून तरी एक झाड मिळवले. बिच्चारे एकटेच झाड हळूहळू वाढते आहे. पिंपरणीसारखा त्याचा वृक्ष व्हायला दोन-तीन पिढ्यांचे म्हातारपण जायला पाहिजे. तळमावल्याच्या टेकडावर विविध रंगाची, विविध छटांची शेकडो झाडे मी आणली. रबर आणला. रबराला आकार येऊ लागला. तिरुपतीला पाहिलेल्या रबराच्या झाडांसारखा सावलीसाठी वाढेल की काय याची मला शंका आहे. तळमावल्याचा मुक्काम आवरायला लागणार हे दिसत होते. तेव्हा निर्णय घेतला की, काळजी घेतली नाही. पाणी घातले नाही. तरी वाढतोय अशी झाडे लावू या. कवठाची, बेलाची झाडं लावली.

तळमावल्याचे उंदीर महावस्ताद! शिवाजीराव भोसल्यांपासून सर्वांना आपला धाक दाखविणारी. माझ्यामागे झाडांना खत घातले नाही तरी त्यांची काळजी घेणारी व त्यांचा नाश करणारी झाडं हवीत म्हणून ग्लिरीसिडियाची पाचशे झाडं लावली. तळमावल्याच्या टेकडीला हिरवीगार करण्यात त्यांची स्पर्धा. ऑरकीड जातीचं नवं रूप पानं गळली की फुलांचे पांढरे घोस यायचे. फुलांभोवती भुंगे आलेच. पण दाटी इतकी की, माणूससुद्धा ग्लिरीसिडियाला पार करून माझ्या कॉलेजात यायचा नाही. ग्लिरीसिडियाच्या भिंतीमुळे आंब्याचे शत्रू कमी झाले. कडुलिंबाच्या जोडीला करंजाचीही झाडं लागली. मला कोणत्याही झाडापेक्षा करंजाचा पोपटी गुळमट रंग आवडायचा. करंजाच्या शेंगा खाली पडायच्या. नकळत वाळवी किटकांना पळवून लावायच्या. ही नैसर्गिक पेंड अनेक झाडाझुडांची रक्षण करायची. चिंच, कडुलिंब आणि करंजा यांची गर्द सावली माझ्या मुलांना खूप आवडायची. या झाडाखालीच अभ्यासिका भरायच्या. माझ्या कोकणात भेंडीची झाडं खूप. तळमावल्याच्या परिसरात भेंडीची झाडं नाममात्र नाहीत. मी परतण्यापूर्वीच पिवळी फुलं फुलवणारी भेंडी लावली. कशीबशी जगली.

केळीशिवाय बागेला शोभा नाही. लफेदार केळ ही अंगणाची, बागेची शोभा वाढवते. केळीचा वंश वेगाने वाढतो. केळीचे कांदे कोकणातून आणले. तळमावल्याच्या तुफान वाऱ्याला तोंड देत केळी उभी राहिली. प्रसवली. मी पायउतारण्यापूर्वीच फळांचे घोसच्या घोस देऊन गेली. स्त्रीबीज आणि पूबीज यांच्यावाचून फळे निर्माण करणारी केळ मी पाण्याच्या टाकीजवळ लावली. नकळत तिचा वंशवेल वाढत

गेला. डाळिंबाचीही शेकडो झाडे लावली. पावसाळ्यात वर्षा बहरानं झाड लगडून जायची. डाळिंबांची लाल फुलं बागेमध्ये पक्षांना निमंत्रण द्यायची.

माझं तळमावल्याचं शिवार झाडांनी भरून गेले. चंदनापासून परोपजीवी झाडांपर्यंत शेकडो झाडे आणली. निलगिरीचं बन उभे केले. निलगिरीच्या जोडीला सिलव्हर ओक आले. स्टाफ क्वॉर्टरच्या बाजूला निलगिरी आकाशाला भिडू लागली. माझ्या खोलीसमोर ऐनापुरे सरांनी लावलेली चिक्कूची झाडे होतीच. डहाणू घोलवडहून पाच-पन्नास झाडं मी आणली. तळमावल्याच्या चिक्कूचा स्वाद म्हणजे अमृताचा स्वाद. कुंभार सरांनी खत-पाणी देऊन जोपासली. राखाडी रंगाचे अंडाकार चिक्कू सहा महिने शोभा द्यायचे. पानगळ नाही. त्यामुळे सदा हिरवेगार. मैना; कोतवाल, बुलबुल यांना त्याचा मोठा आधार. माझ्या बागेतल्या झाडांचा रंग हिरवा. मी बागेच्या रक्षणासाठी सुरू आणि बांबूची राई कुंपणाच्या काठा-काठाने उभी केली. सुरूचे झाड आपल्या छोट्या इंचाच्या शंभर भागात मापाने अशा पानाने जमिनीचा ओलावा टिकवायचे. झाडांना लागते मॉसचर. सुरूची आणि निलगिरीची झाडे 'विंडब्रोकर' ही झाडे वादळ-वाऱ्याला तोंड द्यायची. वडीलधाऱ्यांच्या मायेने आंबा, शेवगा, डाळिंबाचे रक्षण करायचे. चिवा बांबूची तर शेकडो झाडे मी लावली. बांबू वनाचे वृंद गाणं बागेतील माझे श्रम हलके करायचे. त्याचा प्रजोत्पादनाचा दर कोणत्याही झाडापेक्षा अधिक, कंदाला कंद बांबूच्या आश्रयांनी माझ्या बागेत ससे आणि खोकडं आली. सशाच्या वासाने साप आले. सापांच्या भयानं उंदरं पळाली. 'जीवो जीवस्य जीवनम' याचा नमुना आमची बाग.

तळमावल्याच्या टेकडीवरच्या हिरव्या विश्वात वेलींचं मोठं स्थान होतं. माझ्या एका माजी विद्यार्थिनीनं सायलीचा वेल आणला. ग्रंथपालांनी तो ग्रंथालयाजवळ मांडवावर चढवला. ग्रंथालयाजवळ सायलींच्या फुलांचा सडा पडलेला असायचा. मोगऱ्याचे शेकडो वेल माझ्या खोलीपासून ग्रंथालयापर्यंत झाडावर चढवले होते. मे महिन्याच्या उन्हाळ्यात मोतीया मोगरा सुगंधानी वाऱ्याच्या झुळकी आणायचा. प्रवीणभाई मशरुवालांनी मधुमालती व कृष्णकमळाच्या वेलीचे तोडे दिले. बघता-बघता आमची नवी इमारत वेली-फुलांनी झाकून गेली. कृष्ण कमळाची जांभळट रंगाची फुलं व मधुमालतीची तांबडी फुलं लव्हेंडरी रंगाच्या इमारतीचे सौंदर्य द्विगुणित करायच्या. जाई-जुई, वाघनखी, पिवळ्या फुलांच्या वेलींनी टेकडीला आणि इमारतींना शोभा आणली होती.

वेली-फुलांबरोबर फुलझाडे आली. कर्दळीचे विविध रंग माझ्या बगीचात होते. लाल, गुलाबी, पिवळी, पांढरी, कापसासारखी रंगाची उधळणच असायची. कोकणातून मी सोनटक्का आणला. सोनटक्क्याची नाजूक पांढरी फुलं सुगंधून

जायची. कोकणात सोनटक्का आंबाड्याचा शृंगार वाढवायचा. येथे मुलींना सोनटक्क्याचा हा उपयोग माहीत नव्हता म्हणून बरे. गुलबक्षी आणि गुलछडीची पिवळी, गुलाबी फुलं सर्वत्र पसरायची. लिलीचे तर बनच निर्माण केले होते. शेंद्री गुलाबी लिली मे महिन्यात ग्रंथालयाचा परिसर खुलवायची. तळमावल्याच्या माझ्या परिसरातील रम्यतेत वेलींच्या सौंदर्याचा मोठा वाटा होता. वेलींना टेकडीवर सौंदर्याचा खजिना संपन्न केला होता.

दापोली कृषी विद्यापीठ आणि पोच्याकडून फुलांची बियाणी आणायची आंब्याच्या मधल्या जागा. जांभळ्या फुलांनी, पिवळ्या ॲस्टरनी, पांढऱ्या अनंताच्या फुलांनी बहरून जायच्या. झेंडूची लागवड तर एका एकरात व्हायची. नारंगी पिवळी गेंडेदार झेंडू श्रावणापासून थेट मार्गशीर्षापर्यंत हसरे राहायचे. झेंडूचे उत्पन्न बागेच्या खर्चाची तोंड मिळवणी करायचे. आफ्रिकन झेंडू, डबल झेंडू, एका पाकळीचा झेंडू, जम्बो झेंडू, मदतीला पांढरी-पिवळी शेवंती असायची. कार्यालयासमोर प्राजक्त सडा-संमार्जन करायचा. फुलांनी नकळत मी टेकडीला शोभायात्रा आणली. श्रावण, भाद्रपट, आश्विन, कार्तिक चार महिने फुलांची रेलचेल असायची.

कुंड्याची तर माझी आणि शाळेची स्पर्धा असायची. कॅकटस, क्रोटान्स, कोलियस, या सर्वांना फुलांच्या रंगाच्या हिरवाईची जोड मिळायची.

मी माझे वैयक्तिक जीवन निसर्गाच्या शोधाने समृद्ध करू लागलो. पानाफुलांच्या सहवासात पत्नी आणि मुलांपासून दूर राहून आनंदाचे कारंजे माझ्या मनात निर्माण होत राहिले. माझ्या टेकडीचे छोटे कडे तोडत होतो. माझे मित्र, आप्त या निसर्गात हरखून जायचे. परत येताना आपल्याजवळचे नवे नमुने तळमावल्याच्या मातीला पेश करायचे. माझ्या शिपायापासून सहकाऱ्यापर्यंत हळूहळू प्रत्येकजण या झाडांच्या कलंदर जगात हरखून जायला लागला. त्यातूनच भाजीपाला उत्पादनाची कल्पना एम. जी. थोरात आणि प्रा. मोटे सरांना सुचली. शेंगदाणा पेरला जावू लागला. वांगी डोलू लागली. महादू सुतारने आणि एम. जी. थोरातांनी टोमॅटोच्या बागा तयार केल्या. गवार, मिरची, मटार, बाऊची चवळी, घेवडा यांच्या वेली वाढू लागल्या. पाच पाच फूट लांबीचा दुधी भोपळा वेलींना वाकवू लागला. पडवळ, कार्ली होतीच. आंब्याच्या आळ्यात पालक, मेथी, राजगिरी, पोकळा बहरून यायचा. कोणालाही प्रश्न पडे की, महाविद्यालयातील मुलांनी हे राखले कसे? परंतु कोणालाही सौंदर्याची आवड असते. शिवाय स्वयंशिस्त महत्त्वाची असते.

काकासाहेब चव्हाण महाविद्यालयाच्या विद्यार्थ्यांच्या शैक्षणिक प्रगतीपेक्षा मी त्यांच्यावर केलेला निसर्ग प्रेमाचा संस्कार हा माझ्या जीवनातील साफल्याचा ठेवा आहे. मुले निरीक्षण करायची, हळूहळू फुलांशी, पानांशी त्यांचीही मैत्री झाली.

आंबे लगडले तरी लांबून पाहायचे. सोनटक्का, मोगरा मुलींना फारच आवडतो. परंतु वेलीवरून तोडून कोणीही आपली वेणी माळली नाही. एका वात्रट विद्यार्थ्याने डाळिंबे तोडली. मी त्याच्या पालकांना बोलावले. हातात कुऱ्हाड कोयता घेतला व त्यांना सांगितले की, डाळिंबाची सगळी झाडे तोडा. पालकांनी आपल्या मुलाचा गाल डाळिंबांच्या दाण्यासारखा लाल केला. नकळत या छोट्याशा कृतीचा परिणाम विद्यार्थ्यांवर झाला. सर्वजण हिरवे बनले. ग्रंथपाल असो, प्राध्यापक असो, विद्यार्थी असो, सर्व वृक्षवेडे झाले. जास्वंदीच्या लाल, भगव्या, पांढऱ्या जाती, लाल कर्दळी, पाचूच्या बनाला लाल मण्याचे मुक्ताहार घालीत होते. माझ्या खोलीजवळच्या मोगरी सुगंधात आणि रातराणीच्या गंधात पायरीवर झोपून आकाशात पाहत अनेक रात्री मी घालवल्या. स्वच्छ आकाशाची शोभा पाहावी. तळमावल्याच्या टेरेसवर झोपून! केसरीतले आकाशदर्शन वाचून ताऱ्यांची दोस्ती करत, आकाशाच्या सौंदर्याचा छोटासा वेध मी घेऊ शकलो.

तळमावल्याच्या माझ्या या हिरव्या जगात पक्षांच्या पाऊलवाटाही होत्या. हिवाळी पक्षी मुक्कामाला येऊ लागले. पक्षांना कोठून ज्ञान होते, माहीत नाही. पावसाळ्यात गवत वयात आले की, पिवळ्या पट्ट्याच्या सुगरणी यायच्या! बाभळीच्या झाडाखाली, विहिरीच्या आढावर सुरेख घरटी विणायच्या. चिमण्या उंचेल्या अशोकाच्या उलट्या पानात आणि वेलीमध्ये घरटे बांधायच्या. कावळा एकेक काडी जमवत, उंच निलगिरीवर घरटे करायचा. राखाडी रंगाच्या मैना पिसे गोळा कर, प्लॅस्टिक गोळा कर, सर्व ढोलीत ठेवून अंडी घालायच्या. सातभाई, सातबाया भांडण करून चिवचिवाटाने कर्कशता आणायच्या. भारद्वाजाची जोडी एकमेकांना साद घालायची. डोंबरी, चंडोल, कोतवाल हवेत नेत्रदीपक कसरती करत. हिवाळ्यात तर टेलिफोनच्या तारांवर शेकडो इवले जीव जमायचे. घार, गरूड आणि घुबडही या महाविद्यालयाच्या उंचेला बुचाच्या झाडांवर घरटी बनवायच्या. घरटे कुणी कसे बांधावे? हे त्यांना शिकवावे लागले नाही. पक्षांना सहज प्रेरणा कोठून येतात हा गहनप्रश्न आहे.

आंब्याच्या दाट राईत नाना जातींचे पक्षी राहत. पहाटेस जागा झाल्यावर पक्षी पहायचो. नकळत पक्षांच्या बाबतीतला माझा अनुभव वाढत गेला. तरीही मी पक्षीतज्ज्ञ नाही. पक्षांच्या या माझ्या राज्यात टिटवी सोडून पानथळ पक्षी कमी होते. भुरे रंगाचे बगळे कधीतरी येत. महाविद्यालयाजवळच पाझर तलाव बांधल्यामुळे रोहितांचे आणि करकोचाचे आगमन होऊ लागले. कबुतरासारख्या छोट्या टिटव्या तुताऱ्या वाजवत यायच्या. महाविद्यालयाच्या माळरानात तांबड्या तोंडाची टिटवी निश्चलपणे उभी असायची. कोंबड्या, लवे, चकोर, टुणटुण उड्या मारत बागेच्या आपल्या साम्राज्यातून फिरायच्या. चकोर विरळ झुडपात बसायचा. पाखुरड्या तर

शेकडोंनी यायच्या. कवडा होला जोडी-जोडीने यायचा. माझ्या खोलीसमोर मी दाणे टाकायचो. ते दाणे खायला होल्यांची गर्दी व्हायची. हिरव्या रंगाच्या पोपटांचे थवेच या महाविद्यालयात होते. तांबट आणि सुतारपक्षी अधूनमधून दिसायचे. वेडा राघू मधून यायचा. काळा पांढरा चातक चिक्कूच्या झाडात दिसायचा. तांबट पंखाचा लांब शेपटाचा भारद्वाज हुपूपहुपूप आवाज काढीत शुभ संकेत द्यायचा. खंड्या तर कायमच मुक्कामाला असायचा. तांबूस वेडा राघू यायचा. कधी तरी धनेशाचे दर्शन व्हायचे. छोट्या व्होल्याएवढा सुतार पक्षी गुलमोहराच्या मऊ लाकडात घरटे करायचा. भुरकट तपकिरी पिवळट पांढऱ्या रंगाचे चंडोल शेकडोंनी येत. कोतवाल आपली लांब पिसे पसरवत भांडत बसायचा. दुसऱ्या पक्षांना फसवायचा. शीळ घालायचा. तळमावल्याच्या माझ्या परिसरात भोरड्या साळुंख्या, मैना आणि बुलबुलांच्या फौजाच असायच्या. शंकासुराच्या झाडात तर बुलबुलांचा कलकलाट चालू असायचा. सातभाईंच्या कलकलाटांनी मला सापाची चाहूल लागायची. कावळा तर महाधूर्त. एकदा मी पाहिले. कावळा चोचीने मुरमाचा खडा आणून एका जागी ठेवत होता. तर मुरमाच्या खडाआड मारलेला उंदीर त्याने ठेवला होता. दयाळाची मधुर गाणी पहाटे मला जाग आणायची. डाळिंब, गुलमोहर यांच्यावर तर फुल चुद्यांचे प्रेमच दांडगे! मुनियाचे लचकणे पहायचो! एक पक्षी इंजिनच्या पिस्टनसारखा पीक पीक करायचा. मुठी एवढा पक्षी आवाज मात्र आसमंतात घुसायचा. मला त्याला शोधायला दोन वर्षे लागली. माझ्या पहाटा पक्ष्यांच्या किलबिलाटांनी जाग्या व्हायच्या. तळमावल्याच्या आमच्या महाविद्यालयाच्या परिसरात ४२ प्रकारच्या जाती इकडून तिकडं उडायच्या. ईश्वराने माणसाला गोरा, पांढरा, पीत, काळा एवढे रंग दिले आहेत. परंतु पक्षांना शेकडो रंगाचे पंख आणि आवाज दिले आहेत. आवाजांच्या दुनियेत मी हरवून जायचो. संध्याकाळी व सकाळी केवळ पक्षी पाहण्यासाठी बागेत फेरफटका मारायचो. नकळत हे पक्षीप्रेम, निसर्गप्रेम विद्यार्थ्यांत, सहकाऱ्यांत, शिपायात प्रतिबिंबीत व्हायला लागले.

थंडीच्या दिवसात तर वर्ग खोल्या ओसाड व्हायचे. झाडाखाली वर्ग भरायचे. कधीही मुलांचे लक्ष अन्यत्र जायचे नाही. मन विचलित व्हायचे नाही. नकळत विद्यार्थ्यांचे लक्ष हिरव्या बनात एकाग्र व्हायचे. झाडा माडाखाली गटवार बसलेली मुले दिसली की मी मोहरून जायचो. राष्ट्रसेवा दलात संस्कारी झालेले माझे मन या निसर्गसौंदर्याने सुहृदय झाले. कोमलता व अनुकंपता निर्माण झाली. सुदूर डोंगरातून माझ्या महाविद्यालयात शिकायला येणाऱ्या भूमिपुत्रांच्या मुलांबद्दल सहवासात वात्सल्य भावना निर्माण झाल्या. पक्ष्यांच्या सामूहिक वागणुकीचे सवयींचे ज्ञान मला येथेच झाले. झाडांना पक्षांनाही स्पर्श व नजर कळायची. माझ्या हृदयातील वात्सल्य,

झाडाफुलांच्या सहवासात फुलू लागले. एकेकाळचा माझा चिडचिडा स्वभाव समेवर आला. माझे तळमावले आज सुटले. परंतु तेथील पक्ष्यांची किलबिल, पानांची सळसळ, मेघांचा गडगडाट, ओढ्यांची झुळझुळ, शीळ घालणाऱ्या वाऱ्याचे घोंगावणे, अश्वत्थ मारुतीसमोर बसून सूर्य, चंद्राच्या उगवणे-मावळणे यांच्या पाहिलेल्या प्रतिमा, या निसर्गाच्या रूपाचा आस्वाद माझ्या ओठी-पोटी आहे. साताऱ्यात येऊनही त्या प्रतिमा मनावरून पुसल्या जात नाहीत.

माझी पत्नी दोन वर्षेच तेथे राहिली. पण तीही निसर्गमय झाली. माझ्या अनेक प्राध्यापक सहकाऱ्यांच्या बदल्या होत्या. परंतु बदल्या होऊनही येथे अनुभवलेली हिरवाई अनुभवण्यासाठी तळमावल्याच्या टेकडीकडे परत येत. निसर्गासारखा मित्र नाही, हेच खरे. माझे सर्वच सहकारी तळमावल्याच्या सौंदर्याच्या गुंत्यात गुंतत गेले. दहा वर्षांत वीस-पंचवीस हजार झाडे, त्या बरड माळावर डोलू लागली. झाडांच्या उपयुक्ततेचा विचार मी कधीच केला नाही. आर्थिक फायद्याचे गणित मांडले नाही. झाडामध्ये एकसुरीपणा येऊ दिला नाही. त्यामुळे येथे निसर्ग सहृदय झाले. घेशील किती कराने! या रम्य निसर्गाने काकासाहेब चव्हाण महाविद्यालयाला केवळ सौंदर्यच दिले नाही, तर पैशाची खाणही मोकळी केली. येथील झाडे माझे फॅड किंवा चूष नव्हते. हा निसर्ग तळमावल्याच्या महाविद्यालयाचा 'फिनानशियल ॲसेट' होता. उत्पन्नाची खाण होती. यामुळेच देणग्यांचा वर्षाव होत होता. झाड-झाडोऱ्यांनी महाविद्यालयाची कॅश बॉक्स कधी रिकामी ठेवलीच नाही. अनुदानाची चढती भाजणी ही या निसर्गाची किमया होती.

सुरवातीला मला वेडा म्हणणारे लोक नंतर या निसर्गाकडे पाहून त्या रम्यतेच्या वेडाने वेडावले. काहींनी त्याच्या व्हिडीओ कॅसेट बनवल्या. परंतु ही बाग माझ्या एकट्याचे परिश्रम नव्हते. प्रा. माडगुळे, एम. जी. थोरात, प्रा. ठोंबरे, प्रा. गोरे, प्रा. जाधव या सर्वांनी या निसर्गाला ओंकाराचे स्वरूप आणले. मी जेव्हा तळमावल्यास आलो तेव्हा ८४ साली तळमावल्याचे राज्य म्हणजे 'राज्य करारे दगडावरती, राज्य करारे वाळूवरती!' परंतु तळमावल्याचा निरोप घेताना वेली-झुडपातून वाटा काढाव्या लागल्या. सौंदर्य आणि स्वच्छतेचा संस्कार या निसर्गानेच दिला. हळू हळू आजूबाजूची आम जनताही आपल्या डोळ्यांत हे सौंदर्य साठवू लागली व हाताने मूठभर दान देऊ लागली आणि वाल्मिकी पठारापासून थेट विंगपर्यंत माझे विद्यार्थी माझ्या वनयात्रेचे सहप्रवासी बनले.

निसर्ग आणि माणसाचा अनुबंध जोडणारा मी एक छेटासा मध्यस्थ प्राणी होतो. तळमावल्याच्या माझ्या महाविद्यालयाच्या परिसरात लावलेली झाडं अनेकांना कदाचित मोजकीच वाटतील. परंतु माझ्या दृष्टीने किमान शंभर प्रजातीची होती. या

वृक्षकुळांबरोबर पक्षी आले. पक्षी वृक्षरंगी रंगले. येणारे मित्रही झाडांच्या पंगती घेऊन येत. हळूहळू मी माझ्या मित्रांना पोपटी हिरव्या दिसणाऱ्या कळ्यांचे स्वरूप दिले. फुलांचा अप्रतिम वास आसमंतात भरून राहिला. रात्र आणि रात्र माझ्या खोलीजवळच्या मोगऱ्याच्या सुगंधात व रातराणीच्या सहवासात मुक्त श्वास घेत पायरीवर सोडून टेरेसवर उलथे पडून आकाशाकडे पाहत अनेक रात्री मी घालवल्या. साथीला नाट्यसंगीताच्या ध्वनिफिती, रफी, मुकेश, लता, आशा यांच्या आवाजांच्या साथीने निसर्गाची लय मनाला उल्हसित करीत होती. माझं मन झाडांच्या सहवासात कधी कुढ बनलं नाही. प्राचार्यपद म्हणजे विकतचं श्राद्ध! प्राचार्यांना हायपर ॲसेडिटीचे वेड फार! उच्च रक्तदाबांनी सारंच वर्ज्य. माझे प्राचार्यमित्र रागवतील. परंतु झाडांच्यामुळे या प्रिन्सिपल डिसीजचा रुग्ण मी बनलो नाही. प्रौढ वयात झाडांच्यामुळे मी माझं शैशव जपू शकलो. मी तशा अर्थाने पैशाचा भुकेला नव्हतो. परंतु झाडांचा भुकेला होतो. मित्र, नातेवाईक, परिचितांकडे गेल्यावर त्यांच्या बागेत फिरायचो आणि हळूच झाडांचे धांडोरे मागू लागायचो. तळमावल्यात लिंब होती. गोर टपोरी कळीदार फुलं होती. बाभुळ होती. या साऱ्यांचं कुटुंब सुखनैव माझ्या महाविद्यालयाच्या अंगणी नांदत होतं. तुकाराम कदम आणि महादू सुतार, भीमसी दोडमणी वृक्ष नारायणाच्या सेवेला हजर होती. त्यांचाही लोभ झाडांवर वाढत होता. माझे प्राध्यापकही सदाफुलीसारखे हसरे राहिले. याचे श्रेय या झाडं-झाडोऱ्यांना आहे. मी झाडं लावली तेव्हा काही मित्र यांच्यादृष्टीने अनाडी होतो. अभयकुमारांना फळे पाठविली तेव्हा बाजारातून विकत घेतली असतील अशी त्यांची शेरेबाजी होती. कारण घाम गाळायचा असतो. घामातून फळ, फुलं उभी राहतात, हे कदाचित त्यांच्या गावी नसावं. ज्यांना संस्था संचालकांच्या दरबारात उभी राह्यची सवय आहे. त्यांना वृक्षराजाच्या दरबाराचं मोकळेपण कसं समजणार. झाडाचा भुलभुलैय्या असाच आहे की, त्या रानभुलीतून माणूस बाहेर येत नाही. रानच्या वाऱ्याचा मोकळेपणा अन्यत्र कोठेही नाही. झाडांच्या सहवासामुळे गट-तट-कट या कलुशी दुनियेपासून मी दूर राहिलो. झाडाच्या सांगाती राहिल्यामुळे नकळत मन प्रगल्भ होत गेले. आई वडिलांची केली नसेल इतकी सेवा हिरव्या, गुलाबी, मोतीया रंगाच्या झाडांची केली.

ऋतुचक्र मी खऱ्या अर्थाने अनुभवले तळमावल्यातच! सहा ऋतूंमध्ये धरतीचे बदलणारे रूप तळमावल्यात जितकं मला समजलं अन्य कोठे समजलं नाही. उन्हाळ्यात नांगरलेल्या जमिनीची ढेकळं मृगाच्या शिंपणानं सुगंधित व्हायची. वर्षा ऋतूत रापराप कोसळणारं आभाळ शिवारात पाणीच पाणी करायचं. श्रावणापर्यंत सूर्यफुलाची ताटली एवढी फुलं. तळमावल्याचा परिसर पिवळा धम्मक करायची.

सरत्या भाद्रपदात भुईमुगाची काढणी व्हायची; तर आश्विन कार्तिकात माझी मुलं दांड्या मारून कापणी-मळणीच्या नादी लागायची. पौषापासून धुरळा उडायचा. सारी शेतं मोकळी ढाकळी व्हायची. तळमावल्याचा शेतकरी हा काही बागायतकरी, उसकरी नव्हे. मांडवीत, लोखंड बाजारात गाडा ओढत घाम गाळायचा, लहरी पावसाशी तुटपुंज्या पाणी पुरवठ्याशी सामना करीत आपल्या कुटुंबांपुरतं पीक काढायचं. बांधान्वय उडीद, मध्यभागी शेंग, कोपऱ्यांत मिरची, मध्येच मका, थोडंस हायब्रीड. वळवाचा पाऊस आला तर थोडासा खप. विक्री नाहीच. हे तळमावल्याच्या परिसरात पिढ्यानपिढ्या चाललंय. परंतु मुंबईच्या पैशामुळे मुलंबाळं मात्र छानछौकीत राहणार. तरीही इतर कोणत्यांही गावापेक्षा ढेबेवाडीचा परिसर झाड-झाडोऱ्यांनी भरलेला होता. ऐन उन्हाळ्यात जमिनीला ऊन जाळाचे चटके कमी बसत होते. तळमावल्याच्या या झाडोरी दुनियेत माझे दहा वर्षांचे दिवस केव्हा संपले आणि रात्री केव्हा सुरू झाल्या हे मला मुळी कळलेच नाही. एक प्रकारे कोळ्यानं जाळं विणत जावं तसा मी तळमावल्यात विणत गेलो. दुधाळलेल्या चांदण्या रात्री, आकाशी शोभा दाखविणाऱ्या अमावस्येच्या काळ्या रात्री ऐन, उन्हाळ्यात पश्चिमेकडच्या रात्री बारापर्यंत वेगाने वाहणारा वारा, पक्षांच्या लकेरी, त्यांच्या सहवासात हसणाच्या आलेल्या उसळी, ग्रंथांचा सहवास या माझ्या अलम दुनियेत दिवसभराचे आयुष्याचे कष्ट विसरून मी तळमावलेमय झालो होतो. राजा मंगळवेढेकरांच्या कवितेप्रमाणे मी झाड बनून गेलो होतो.

झाड असते मोकळे, ऐसपैस छंदीफंदी
झाड असते मौनी देखील, चिडीचिप फांदी फांदी
झाड असते सडेफटिंग, मुक्त योगी कलंदर
झाड असते घरंदाज, मुले बाळे खांद्यांवर
झाड असते घमेंडखोर, भारलेले महत्त्वाकांक्षी
झाड असते ठेंगणे ठुसके, सोज्ज्वळ नि सर्वसाक्षी
झाड असते झपाटलेले, गूढ गूढ भासणारे
झाड असते उधाणलेले, खूप खूप हसणारे
झाड असते तुसडे आणि एकटे एकटे वागणारे
झाड असते वाकडे पण चारचौघांत बसणारे

सापाचे भयनाट्य

तळमावल्याच्या महाविद्यालयाच्या टेकडीलाच नागटेकडी संबोधिले जाते. नाग, धामणी, मणेर व उंदरांचा सुळसुळाट या महाविद्यालयाच्या तेवीस एकर

जागेत बारा महिने तेरा काळ असतो. त्यामुळे सरपटणाऱ्या सापासारख्या जातींच्या प्राण्यांचे निरीक्षण माझ्या अभ्यासाचे विषय झाले. एकदा मी दिवाळीच्या सुट्टीनंतर माझ्या निवासात आलो. माझ्या विश्राम खोलीला व स्वयंपाक घराला कुलूप, बैठकीची खोली उघडीच. बैठकीच्या खोलीत मी खुर्चीवर विसावतो न विसावतो तोच पायाखाली काळा कोब्रो. त्याचा फुत्कार ऐकून आणि पायाला झालेल्या गार स्पर्शाने अंगावर काटे शहारले, परंतु विचार केला नागाला तर बाहेर जायला जागा नाही. आपल्यालाही बाहेर जाता येत नाही. खुर्चीखालून हळू-हळू पाय वर घेतला. नागही फणा वर घेऊ लागला, पटकन वेगाने पाय वर घेताच टेबलावर उडी मारली. नाग टेबलाकडे येऊ लागला तशी समोरच्या खुर्चीवर उडी मारली. खुर्चीची ढाल करीत हळूहळू दरवाजाची खिट्टी काढली. खुंटीवरची सळई घेतली. नागाने पुढे येताच बरोबर फण्यावर दणका देऊन दरवाजाच्या चौकटीत पकडले. तळमावल्याला आल्यापासून माझ्या निवासात खोचरे आणि सळई ठेवीत असे. त्याचा असा उपयोग करावा लागला.

असेच एकदा सौ. दमयंती दुर्वा गोळा करीत होती तोच तिच्या हाताजवळ नागराज हजर. आंब्याचे बन नांगरले होते. तिने त्यातीलच एक ढेकूळ फेकला. नांगरणीमुळे नागाला पळता येईना. त्यामुळे तिला आपला जीव वाचविता आला.

प्रा. यशवंत पाटणे वर्गात शिकवत असतानाच ग्रंथालयाच्या इमारतीकडून आलेल्या काळ्या नागाने त्यांच्या समोरच्या टेबलावरच लोंबकळणे सुरू केले. मुलींच्या किंकाळ्या आणि पळापळ, परंतु शिपाई येईपर्यंतच नागराज गुडूप झाला.

मी बाळगलेले कुत्रे कुंडीच्या मागे लपलेल्या सापावर पंजाचा प्रहार करायला गेले व रात्रीतच जीव गमावून बसले. माझ्या निवाससमोरच्या पायऱ्या या सापांच्या आश्रयाच्या जागा. उन्हाळ्यात आणि पावसाळ्यातही साप या पायाऱ्यांवर पहुडलेले असायचे. चिमण्या मैनांचा भयसूचक आवाज त्यांच्या अस्तित्वाची जाणीव द्यायच्या.

माझा एक शिपाई मधू कांबळे नेहमी प्रमाणे प्राचार्यांच्या कार्यालयाची सफाई करण्यासाठी सकाळी लवकर आला. प्राचार्यांच्या कार्यालयाची एकुलती एक खिडकी उघडण्यासाठी त्याने खिडकीच्या दाराला हात घातला आणि पिवळ्या धमक नागाने खिडकीतून उडी मारली. तो बेशुद्ध पडायचाच काय तो बाकी होता. दोन तास तो या प्रसंगातून सावरू शकला नाही. प्राचार्यांचे कार्यालयही सापांचे निवासस्थान होऊ शकते याची जाणीव झाली.

सापांचे मैथुन नृत्य पहायला भाग्य लागते. करवंदीच्या जाळीवर दोन पिवळ्या धामणी- नर मादीचे मीलनाचे नृत्य. त्यांचे उभ्या रेषेत उभे राहणे परस्परांना विळखा घालणे ही दृष्ये मी अनेक वेळा पाहिली.

अशा या नागांचे माहेरघर असलेल्या नागटेकडीवर नागाने अथवा सर्पाने दंश केला आणि मृत्यू ओढवला अशी दुर्घटना माझ्या दहा वर्षांच्या सेवा काळातच काय परंतु महाविद्यालयाच्या पंचवीस वर्षांच्या इतिहासात झाली नाही. नाग, साप या सारख्या प्राण्यांना शक्यतो मारू नये अशी सक्त ताकीद शिपायांना देऊन ठेवली होती. बांबूच्या बनात, तालीत आणि आंबराईच्या बांधावरून त्यांची असंख्य बिळं होती. त्यांच्या अस्तित्वामुळेच माझी आंबराई सुरक्षित राहिली होती. सर्प हे या महाविद्यालयाचे मित्रच होते.

तळमावल्याच्या माझ्या जीवनाशी माझा सूर पक्षी, प्राणी, कीटक आणि झाडांमुळे जमला. मी प्राध्यापक जगात उपदव्यापी, उचापतखोर, भांडकुदळ म्हणून प्रसिद्ध, संस्था संचालकांच्या लेखी, वाट चुकलेला, तर समाजवादी मित्रांच्या दृष्टीने सामाजिक समतेच्या लढाईतून पथभ्रष्ट झालेला. नातेवाईक, आप्तांच्या दृष्टीने वांडगट जातीत जन्माला येऊन निष्कांचन राहिलेला. प्राचार्य वर्गाच्या दृष्टीने मी तर अतिरेकी नं. १ व मित्रांच्या दृष्टीने चुकीच्या दिशेचा पथिक. परंतु तळमावल्याच्या टेकडीवर गेलो आणि जीवनाचे माझे तत्त्वज्ञानच बदलले. माझ्या सहकारी मित्रांनी, लेखनिकांनी मला झाडांचा नवा रस्ता दाखविला. निसर्ग प्रेमाचा संस्कार माझ्यावर होताच. कारण मी आभाळाचे मूल होतो. मी एवढेच सांगेन की, तळमावल्यात दहा वर्षांचे माझे क्षण वृक्षांच्या स्पर्शानं परीसमय झाले. कोत्या दुनियेतून विशाल जगात गेलो. आनंदयात्री बनलो. माझी तळमावल्याची बदली ही सुरुवातीला मला शिक्षा वाटली. परंतु माझा परममित्र शंकर सारडांनी दिलेल्या मंत्रामुळे वृक्षांच्या सहवासात 'आय टर्न माय पनिशमेंट इनटू एंजॉयमेंट.' तळमावल्याच्या परिसरातून कॉन्क्रिटच्या जगाकडे परतलो तरीही गोलघुमटाच्या प्रतिध्वनीप्रमाणे तळमावल्याच्या माझ्या निसर्गाच्या प्रिय आठवणींनं माझ्या मनातल्या तारा झंकारतात. उसासे सोडत मनाला बजावतो. 'तेही दिवसो गतः।' तुला कधीतरी पाचोळा व्हायचं आहे. गळायचं आहे तेव्हा फक्त त्या आठवणींच्या कुप्या उराशिरात बाळगून निसर्गप्रेमाचं गाणं कधी पुसू नकोस. तुझं एकटेपण त्या परिसरानं तुला सुसह्य केलं. तेव्हा तो परिसर सुगंधी अत्तरासारखा मनात जपून ठेव. सदाहरित राहा. मनात धुमसू नकोस, पण पेटता राहा, पेटूनसुद्धा त्यांच्यासारखा शांत राहा. आज सर्वत्र बोनसाय झाडं आहेत. तू बोनसाय होऊ नकोस. चिनारासारखा उंच उंच हो. वडासारखा मनाने वडीलधारा हो,' तळमावले सोडताना मी एवढेच म्हणालो-

"तळमावल्याच्या वृक्ष गंगेवर
भरली मी एकच कळशी
त्या कळशीच्या तीर्थावर

झालो मी आजन्म पावन.''

माझ्यानंतर येणाऱ्या, विसावणाऱ्या मित्रांना सांगेन, या टेकडीवर तुम्ही प्रेम करा.

"शाखा, पारंब्या बांधती, तुमच्या नावाचे इमले
इमल्या तर नांदतीय, पिढ्या अन पिढ्या,
जोजावतील राघू-चिमण्या बोबड्या''

मला एक लोककथा माहीत होती. एक गृहस्थ गाढवावर बसून चालला होता. परंतु त्याने आपले तोंड गाढवाच्या शेपटाकडे केले होते. एकाने विचारले-महाराज, आपण असे उलटे का बसलात? त्याने उत्तर दिले- परतीचा रस्ता माहीत असावा. अन्यथा चुकीच्या रस्त्याला जायचो. दहा वर्षांनी तळमावल्याच्या वाल्मिकी विद्यामंदिराच्या प्रार्थनेचे सूर, आमचे सुरेख सारवलेले अंगण, फुललेल्या कुंड्या, वेलींच्या स्पर्धा, मोहरलेली झाडे हे सर्व मित्रांना दाखवत तळमावले सोडत होतो. चंद्रकांत शहा आणि यदुनाथजी थत्ते यांच्यामुळे या टेकडीवर मनाने थकूनही कौटुंबिक विवंचनेने मी हार खाल्ली नाही. माझ्या मनाची मशागत त्यांनी केली. आज चंद्रकांत शहा हयात नाहीत. त्यांचा पहाडी आवाज या हवेत विरला. झाडझाडोऱ्यांच्या जगात वक्तशीरपणा, शिस्त, सौजन्य सर्व शिकलो आणि विचार केला. लोकांना हवेहवेसे वाटेपर्यंत राहण्यात मजा आहे. गाढवावरच्या त्या मूर्खाप्रमाणे आपण एक मूर्ख असलो तरी आपला रस्ता आपल्याला माहीत असावा. माझ्या सहकाऱ्यांनी स्वयंस्फूर्तीने, आंतरिक उमाळ्यापोटी अंत:करणपूर्वक मला निरोप दिला. माझ्या मित्रांनी दिलेली चांदीची गणरायाची मूर्ती साक्ष ठेवून पाणावलेल्या डोळ्यांनी दहा वर्षांच्या वास्तव्याने माझ्या जीवनाचा भाग झालेल्या नागटेकडीचा निरोप घेतला. निरोप घेताना मी एवढेच म्हणालो-

इन्ही बिगडे दिमागो में,
धनी खुशियों के लच्छे है।
हमे पागल ही रहने दो,
हम पागल ही अच्छे है।
दिल से निकलेगी न मरकर
तळमावले की उल्फत!
मेरी मिट्टी से भी ,खुशबू
ये तळमावले आएगी!

प्राचार्य अभयकुमार साळुंखे एखाद्या छोट्या भावासारखे पाठीमागे उभे राहिले. प्राध्यापक मित्रांनी हटाव-बुलावची आंदोलने केली नाहीत. उलट तळमावल्याच्या

कष्टमय जीवनात स्नेहाच्या घागरी रित्या केल्या. माझ्या सेवादली वृत्तीने तेही 'चल मारू खडक, चल मारू धडक, उभा फोडू खडक' याप्रमाणे सैनिक बनले. सर्व आजीव सेवकांनी माझ्या निर्मितीच्या धुमाऱ्याला आकाश मोकळे केले. निर्भयतेचे वातावरण दिले. राजकारणी नेत्यांनी वृक्षपूजा, सरस्वती पूजा पवित्र मानली. माझ्या विद्यार्थ्यांनी टाळ-मृदुंगाचा गजर करत साथ दिली. माझ्या प्रशासकीय कर्मचाऱ्यांनी मी दिलेले कष्ट, कष्ट न मानता भट्टीतून कुंदनासारखे तापणे मंजूर केले. म्हणूनच दहा वर्षांत तळमावल्याची माझी आनंदयात्रा समाधानाच्या रस्त्यावरून गेली. श्रेयाचे धनी ते, अपश्रेय माझे. यामुळेच डॉ. बापूजी साळुंखे व काकासाहेब चव्हाणांना अभिप्रेत सुसंस्काराचे देखणे शिल्प उभे राहिले. शासकीय अधिकाऱ्यांनी या पालखीवर फुले उधळली. विद्यापीठ अनुदान मंडळाने या पालखीला मखमल दिली. माझ्या समाजवादी मित्रांनी साथ दिली. सार्वजनिक जीवनातील आप्त मित्रांनी माझा सूर जुळावा म्हणून तंबोरे लावले. प्रेमाची पाखर कमी केली नाही. प्राध्यापक संघटनातील स्नेह्यांनी हा आपलाच आहे असे मानले. यामुळेच मी स्वामी विवेकानंद शिक्षण संस्थेच्या या ज्ञान विज्ञान यात्रेत तळमावल्याला वनवासी बनूनही अरण्यवासी झालो. प्राचार्य अभयकुमार साळुंखे यांचा मी सर्वात ऋणी राहीन. त्यांनी माझ्या पंखांना छाटू दिले नाही. आकाशाचा मार्ग कधी रोखला नाही. माझ्या वेड्यावाकड्या वाटा माहीत असूनही अडथळ्याच्या शर्यतीत मला उतरवले नाही. तसे ते वागले नाहीत. तळमावल्यात 'मी बांधेन ते तोरण, सांगेन ते धोरण' इतकी मुक्तता त्यांनी दिली. मी बोलवेन तेव्हा यायचे. राग, लोभ सर्व बाजूला ठेवायचे व त्यामुळेच माझी बापूजींच्या आणि सेवादलामधील मित्रांच्या सहवासात संस्कारी झालेली अभिवृत्ती कामी आली.

तळमावल्याच्या महाविद्यालयाने माझे जीवनविषयक तत्वज्ञानही बदलले. चार टिनपाट भांड्यांत मी तो चिमुकला संसार चालविला होता. कपडेही मोजकेच असत. म. गांधींच्या अस्तेय पद्धतीने जगता येते, हा साक्षात्कार घडला. सुखदुःख, निंदा-नालस्ती यापासून मी दूर जाऊ लागलो. एकीकडे गरीब मुलांच्या सहानुभूतीमुळे संवेदनशील होतो. निर्मितीचा आनंद घेत होतो. पण सामाजिक दोषांपासून व समुदायाच्या मूर्ख असमंजसपणापासून दूर राहिल्यामुळे मन निबार झाले. पूर्वी आपल्यामागे कोण काय बोलते याचा भावनावशतेने मी विचार करायचो. मानसिक स्थैर्य गमावून बसायचो. काही वेळा कडक लक्ष्मीचा अवतार व्हायचा. डोक्यात राख घालून तापटपणाचं फेफरं यायचं. पण तळमावल्यात हळूहळू सर्व गोष्टींकडे निर्विकारपणे मी पाहू लागलो. समोरच्या माणसांचे व आपले लागे बांधे क्षणिक असतात. त्यामुळे आपण आपल्या मानसिक स्वास्थ्याची किंमत मोजण्याची गरज

नाही. काम करणाराने काम करीत रहावे. कामाचा बोजा जर मानला नाही तर सृजनाचा आनंद मिळतो. दादागिरीसमोर नमता कामा नये. ताठ कण्याने उभे रहावे. मोहन राकेशची 'ठहरा हुआ चाकू' ही गोष्ट माझ्या अंगवळणी पडली होती. माणूस कार्यरत असेल, तर निंदा जरूर होईल. पण तुमची खोड काढणाऱ्याला शंभर वेळा विचार करावा लागतो. उत्तराने सवाल-जबाबाच्या कलगी-तुऱ्याने दोघांचेही स्वास्थ्य हरपते. त्याचा परिणाम कुटुंबावरही होतो. त्या कुटुंबाचा महाविद्यालयाच्या जगाशी काडीमात्र संबंध नसतो. हे सर्व प्राचार्य झाल्याने हळूहळू लक्षात यायला लागते. परिणामी मी बर्फासारखा बिन प्रतिक्रियेचा थंड माणूस झालो. महाविद्यालय सुटल्यावर त्या जगाशी माझा संबंध मी तोडू शकलो. सकाळी ७ ला पुन्हा तो संबंध सुरू व्हायचा. माझ्या घरी कोणताही कार्यालयीन कागद सहीसाठी आणायचा नाही, शिक्का नाही. हा शिरस्ता मी बाळगला. परिणामी घराचं घरपण जपलं जातं. जरी महाविद्यालयाचं जग ध्यानी-मनी असलं तरी चिंतनाला व वाचनाला मुक्तता मिळते. तळमावल्याच्या एकांतात हजारो पाने मी वाचत गेलो आणि स्वत:लाच समृद्ध करत गेलो. झाडांशी जसा मैत्र जुळला, तसा ग्रंथाचा गुरूही मला भावत गेला.

पुस्तक आणि निसर्गाच्या सहवासात माणसाचं मन निष्पाप होत जातं. हेवेदावे, मत्सर याच्या सीमापलीकडे आपण जातो. पुस्तकांना, फुलांना, पक्ष्यांनाही स्पर्शाची व भावनेची भाषा कळते. त्यांच्या चेहऱ्यावरचे आनंद टिपता यायला हिरवा डोळा असावा लागतो. तो डोळा तळमावल्याच्या भूमीत मला मिळाला, हे त्या भूमीचं मला देणं आहे. अनेक प्राध्यापक मित्र भेटले. काही चेहऱ्यांचे, काही बिन चेहऱ्यांचे, काहींशी तारा जुळल्या, तर काहींच्या दृष्टीने मी न वाजवता येणाऱ्या तबल्याचा होतो, परंतु सर्वजणांमुळेच तळमावले हे दहा वर्षं नव्हेच, तर मी हयात असेपर्यंत माझ्या सावलीसारखे मला चिकटून राहणार. कदाचित हळूहळू माझे जाणेही बंद होईल. कारण माणसाने गुंता ठेवायचा नसतो. तो मोह येणाऱ्या माणसांना त्रासदायक ठरतो. तुलना ही इतरांना त्रासदायक ठरत असते. म्हणूनच येणाऱ्या माणसाला त्याच्या मनासारखे काम करायचे असेल तर आपण बाजूला झाले पाहिजे. ती जागा मी स्वत:ला दफन करून घ्यावे इतकी आवडती जागा आहे. पण आपल्यामुळे येणाऱ्या माणसाला 'असून अडचण नसून खोळंबा' असे होता कामा नये. डॉ. बापूजी साळुंखे, प्राचार्य अभयकुमार साळुंखे यांनी विश्वास दाखविला त्या विश्वासाशी ईमान ठेवून स्वाभिमान न सोडता काम केलं. वृक्षांच्या सहवासात खरा धर्म कळला. देवाचं अस्तित्व जाणवलं. सिद्धिविनायकाला साकडे घातले होते. त्याच्या कृपेने दुसरा मजला उभारला. दहा वर्षांत प्राध्यापकांचे प्रेम मिळाले. हाच माझा खजिना. विद्यार्थ्यांच्या शुभेच्छा हीच संपत्ती. ग्रामस्थांना वाटणारा जिव्हाळा

हीच तळमावल्याची कमाई. संस्था संचालकांनी दिलेले प्रेम व सर्जनशीलतेचे स्वातंत्र्य हीच शिक्षकी जीवनाची पुण्याई. हे सर्व गाठोडं तळमावल्यातून घेऊन मी माझ्या जुन्या कर्मभूमीत लालबहादूर शास्त्री महाविद्यालय, सातारा येथे परतलो. लाल बहादूर मध्येच माझ्या जीवनाला आकार आला होता. N.S.S मुळे व प्राध्यापक संघटनेमुळे नेतृत्व गुणाची हौस पुरवून झाली होती. दहा वर्षांनंतर पुनरागमन करताना प्रश्नांचे चक्रव्यूह होते. तळमावले व सातारा यात महत् अंतर आहे. तेथे मी राजाच होतो. येथे येताना तळमावल्याच्या अनुभवाचे संबल उपयोगी पडणार. तरीही तळमावल्याची सय येतच राहणार.